AF762116

மாணவர்களுக்கான தமிழ்

பாகம் 4

மாணவர்களுக்கான தமிழ்

பாகம் 4

என். சொக்கன்

ZDP
SPECIFICS

Title: Maanavarkalukkaana Tamil - Part - 4
Author's Name: N. Chokkan

Published by ZDP Specifics

SPECIFICS

(An imprint of Zero Degree Publishing)
No. 55(7), R Block, 6th Avenue,
Anna Nagar,
Chennai - 600 040

Website: www.zerodegreepublishing.com
E Mail id: zerodegreepublishing@gmail.com
Phone: 89250 61999

ZDP Specifics First Edition: January 2024
ISBN: 978-93-95731-01-1
TITLE NO ZDPS: 63

Cover Design & Layout: Vijayan, Creative Studio

பொருளடக்கம்

1. ஆறு வகை 'ஐ'

கந்தசாமி ராமசாமி பார்த்தார்.

இந்தச் சொற்றொடரிலிருந்து உங்களுக்கு ஏதாவது புரிகிறதா?

இது முழுமையான சொற்றொடராகத் தோன்றவில்லை. இதில் கந்தசாமி, ராமசாமி என்ற இருவர் வருகிறார்கள்; அவர்களில் யாரோ ஒருவர் இன்னொருவரைப் பார்க்கிறார் என்பது புரிகிறது. ஆனால், யார் யாரைப் பார்க்கிறார்கள் என்பது தெரியவில்லை, ஆகவே, நம்மால் எதையும் தெளிவாகப் புரிந்துகொள்ள இயலவில்லை.

இந்தச் சொற்றொடரைக் கொஞ்சம் மாற்றி எழுதலாம்: கந்தசாமி ராமசாமியைப் பார்த்தார் அல்லது கந்தசாமியை ராமசாமி பார்த்தார்.

முதல் சொற்றொடருடன் ஒப்பிடும்போது, இந்த இரு சொற்றொடர்களும் மிகத் தெளிவாக உள்ளன. காரணம், யார் யாரைப் பார்த்தார்கள் என்பது நமக்குத் தெரிந்துவிட்டது; ஆகவே, சொற்றொடர் முழுமைபெற்றுவிட்டது.

முழுமையற்ற சொற்றொடருக்கும் முழுமையான சொற்றொடருக்கும் என்ன வேறுபாடு என்று பார்த்தால்,

'ஐ' என்ற ஒற்றை எழுத்துதான்.

கந்தசாமி ராமசாமி பார்த்தார் => கந்தசாமியை (கந்தசாமி + ஐ) ராமசாமி பார்த்தார்

'ஐ' என்ற இந்த எழுத்து இங்கு வேற்றுமை உருபாகப் பயின்றுவருகிறது. எட்டு வகை வேற்றுமை உருபுகளில் இது இரண்டாம் வகையாகும். ஆகவே இதனை 'இரண்டாம் வேற்றுமை உருபு' என்று அழைப்பார்கள்.

ஒரு பேனாவை வைத்து நீங்கள் கவிதையும் எழுதலாம், கட்டுரையும் எழுதலாம், வீட்டுப்பாடமும் எழுதலாம், அலுவலகக் கணக்குகளையும் போடலாம். இப்படி ஒரே பேனாவைப் பலவிதமாகப் பயன்படுத்துவதுபோல், வேற்றுமை உருபுகளையும் பல பொருட்களில் பயன்படுத்தலாம். 'ஐ' என்ற இரண்டாம் வேற்றுமை உருபு இப்படி ஆறு பொருட்களில் வரும்: ஆக்கல், அழித்தல், அடைதல், நீத்தல், ஒத்தல், உடைமை.

★ ஆக்கல்: ஒன்றைச் செய்தல்: அரசர் ஆலயத்தைக் கட்டினார்

★ அழித்தல்: ஒன்றை அழித்தல்: அரசர் வறுமையைப் போக்கினார்

★ சேர்தல்: ஓர் இடத்தைச் சென்றடைதல்: அரசர் ஆலயத்தைச் சென்றடைந்தார்

★ நீத்தல்: ஒன்றை விடுதல்: எதிரிகள் மன்னிப்புக் கேட்டதும் அரசர் சினத்தை விட்டார்

★ ஒத்தல்: ஒன்றுபோல் இன்னொன்று இருத்தல்: அரசர் வலிமையில் சிங்கத்தைப்போன்றவர்

★ உடைமை: ஒன்றை உடைமையாகக் கொண்டிருத்தல்: அரசர் பெரும்புகழை உடையவர்

இந்தச் சொற்றொடர்களைப் பாருங்கள், இவற்றை ஆக்கல், அழித்தல், அடைதல், நீத்தல், ஒத்தல், உடைமை ஆகிய ஆறு வகைகளில் பொருத்திப்பாருங்கள்:

1. அவன் குயிலைப்போல் பாடினான்

2. நீங்கள் வேகத்தை விட்டு நிதானமாக வாகனம் ஓட்டுங்கள்

3. தலைவர் மேடையை அடைந்தார்

4. சமையல்காரர் விருந்தைச் சமைத்தார்

5. குரங்கு மாலையைப் பிய்த்தது

6. இந்தியா பல சிறந்த நதிகளைக் கொண்டுள்ளது

விடை: ஒத்தல், நீத்தல், சேர்தல், ஆக்கல், அழித்தல், உடைமை

★★★

2. திருக்குறளில் எண்கள்

'இன்றைக்கு உங்களுக்கு ஒரு புதிர்ப்போட்டி வைக்கப்போகிறேன்' என்றார் தமிழாசிரியர், 'இதில் யார் வெற்றிபெறுகிறார்களோ அவர்களுக்கு ஒரு பேனா பரிசு!'

மாணவர்கள் ஆர்வத்துடன் நிமிர்ந்து உட்கார்ந்தார்கள், 'என்ன போட்டி, ஐயா?'

'நான் சில திருக்குறள்களைச் சொல்வேன், அவற்றுக்கிடையில் ஓர் ஒற்றுமை இருக்கிறது, அதை நீங்கள் கண்டுபிடிக்கவேண்டும்' என்றார் தமிழாசிரியர். வரிசையாகத் திருக்குறள்களைச் சொல்லத் தொடங்கினார்:

★ கொன்றன்ன இன்னா செயினும், அவர் செய்த
ஒன்று நன்று உள்ளக் கெடும்

★ மனந்தூய்மை, செய்வினைத் தூய்மை இரண்டும்
இனந்தூய்மை தூவா வரும்

★ அன்பு, அறிவு, ஆராய்ந்த சொல்வன்மை தூது உரைப்பார்க்கு
இன்றி அமையாத மூன்று

★ நகை, ஈகை, இன்சொல், இகழாமை நான்கும்
வகை என்ப வாய்மைக் குடிக்கு

★ அன்பு, நாண், ஒப்புரவு, கண்ணோட்டம், வாய்மையொடு
ஐந்து சால் ஊன்றிய தூண்

★ படை, குடி, கூழ், அமைச்சு, நட்பு, அரண் ஆறும்
உடையான் அரசருள் ஏறு

★ எழு பிறப்பும் தீயவை தீண்டா பழி பிறங்காப்
பண்பு உடை மக்கள் பெறின்

★ கோளின் பொறியின் குணம் இலவே எண்குணத்தான்
தாளை வணங்காத் தலை

★ பல்லார் பகை கொளலின் பத்து அடுத்த தீமைத்தே
நல்லார் தொடர் கை விடல்

ஆசிரியர் ஒவ்வொரு குறளாகச் சொல்லச்சொல்ல, மாணவர்கள் ஆர்வத்துடன் கவனித்தார்கள். இவற்றினிடையே என்ன தொடர்பு இருக்கும் என்று சிந்தித்தார்கள்.

அவர் நிறைவுக்குறளைச் சொல்லிக்கொண்டிருக்கும்போது ஒரு மாணவன் முகத்தில் மலர்ச்சி. சட்டென்று எழுந்து நின்று விடையைச் சொன்னான், 'ஐயா, இந்தக் குறள்களில் ஒன்று, இரண்டு, மூன்று, நான்கு என எல்லா எண்களும் வருகின்றன.'

'சரியான விடை' என்று பாராட்டினார் தமிழாசிரியர். அவனுக்கு ஒரு பேனாவைக் கொடுத்தார். 'ஆனால், ஒரு திருத்தம், எல்லா எண்களும் வரவில்லை. ஒன்பது என்ற எண்மட்டும் எந்தத் திருக்குறளிலும் இடம்பெறவில்லை' என்றார்.

'ஐயா, பத்துக்கு மேற்பட்ட பெரிய எண்கள் குறளில் உண்டா?'

'நூறு, ஆயிரம், ஏன், கோடி என்ற எண்கூட திருக்குறளில் இருக்கிறது' என்றார் ஆசிரியர். 'வெவ்வேறு எண்களைத் திருவள்ளுவர் எப்படிப் பயன்படுத்துகிறார், அதன்மூலம் நல்ல கருத்துகளை எப்படி விளக்குகிறார் என்று சிந்தியுங்கள். அது மிகவும் சுவையான அனுபவமாக இருக்கும்!'

★★★

૩. வில்லுப்பாட்டு

வில்லை வைத்து என்ன செய்யலாம்?

அந்தக் காலத்தில் மனிதன் வில்லைக்கொண்டுதான் வேட்டையாடினான்; அதுவே அவனுடைய உணவுக்கு ஆதாரமாக அமைந்தது.

வில்லைப் போர்க்கருவியாகப் பயன்படுத்துவதும் உண்டு. வில்லை வளைத்து அதில் அம்பைத் தொடுத்து எய்தான் அன்றைய மனிதன், அதன்மூலம் தொலைவிலிருக்கும் தன்னுடைய எதிரிகளைத் தாக்கினான். பழங்கால அரசர்கள் தங்களுடைய பிள்ளைகளுக்கு, அதாவது, இளவரசர்களுக்குக் கற்றுக்கொடுத்த கலைகளில் வில்வித்தையும் ஒன்று.

இன்றைக்கும் வில்வித்தையை ஆர்வமாகக் கற்றுக்கொள்கிறவர்கள் இருக்கிறார்கள். ஒலிம்பிக்ஸ் உள்ளிட்ட பல சர்வதேச நிகழ்வுகளில் வில்வித்தைப் போட்டிகள் நடைபெறுகின்றன. வில்வித்தையைக் கற்றுக்கொள்வதன்மூலம் கவனக்கூர்மை மேம்படும், தன்னம்பிக்கை பெருகும், உடல் வலுவாகும், கை-கண் ஒத்திசைவு சிறப்பாகும் என்றெல்லாம் நிபுணர்கள் சொல்கிறார்கள்.

அன்றைக்கு ஆயுதமாகவும் இன்றைக்கு விளையாட்டுக் கருவியாகவும் பார்க்கப்படும் வில்லுக்கு இன்னொரு சுவையான பரிமாணமும் உண்டு: சில மேடைகளில் அது ஓர் இசைக் கருவியாகவும் பயன்படுத்தப்படுகிறது.

ஆம், வில்லைக்கொண்டு இசை பாடி ரசிகர்களை மகிழ்விக்கும் கலைஞர்கள் இருக்கிறார்கள். இந்தக் கலைக்கே 'வில்லுப்பாட்டு' அல்லது 'வில்லிசை' என்று பெயர் அமைந்திருக்கிறது.

வில்லுப்பாட்டு நிகழ்ச்சி நடைபெறும் மேடையில் ஒரு பெரிய வில் கிடைமட்டமாகப் பொருத்தப்பட்டிருக்கும், அது ஒரு குடத்தில் இணைக்கப்பட்டிருக்கும், வில்லுப்பாட்டுக்கலைஞர் 'வீசுகோல்' என்ற கோலைப் பயன்படுத்தி அந்த வில்லின் நாணைத் தட்டி இசை எழுப்புவார். இத்துடன் உடுக்கை, ஆர்மோனியம், மிருதங்கம் போன்றவையும் சேர்க்கப்படுவதுண்டு.

மக்கள் கலையாகிய வில்லுப்பாட்டு எளிய மொழியில் பல்வேறு விஷயங்களைப் பேசுகிறது. தெய்வங்களின் கதை, அரசர்களுடைய வரலாறு, சமகால நிகழ்வுகள், அறிவியல் முன்னேற்றங்கள், இலக்கியங்கள் என்று பல தலைப்புகளில் வில்லுப்பாட்டு நிகழ்ச்சிகள் நடைபெறுகின்றன.

பொதுவாக இந்நிகழ்ச்சிகள் இப்படியொரு பாடலுடன் தொடங்கும்:

> 'தந்தனத்தோம் என்று சொல்லியே
> வில்லினில் பாட,
> வந்தருள்வாய் கணபதியே.'

இப்படி இறைவனைத் தொழுது தொடங்கும் நிகழ்ச்சியில் வில்லுப்பாட்டுக்கலைஞர்தான் முதன்மையான பாடகராக இருப்பார். அவருக்குத் துணையாக வேறு சிலரும் பாடுவார்கள், அவர் சொல்லும் கருத்துகளை ஆமோதிப்பார்கள், சில வரிகளைத் திருப்பிப்பாடுவார்கள். பாமரர்களும் விரும்பி ரசிக்கக்கூடியவகையில் இந்நிகழ்ச்சிகள் அமையும்.

தோவாளை சுந்தரம் பிள்ளை, என். எஸ். கிருஷ்ணன், சுப்பு ஆறுமுகம், குலதெய்வம் ராஜகோபால் உள்ளிட்ட பல

கலைஞர்கள் வில்லுப்பாட்டைச் சிறப்பாகத் தமிழகமெங்கும் கொண்டுசென்றுள்ளார்கள். இலங்கையிலும் யாழ்ப்பாணம் க. நா. கணபதிப்பிள்ளை, திருப்பூங்கொடி ஆறுமுகம், சிவலிங்கம் போன்ற சிறந்த வில்லுப்பாட்டுக்கலைஞர்கள் இக்கலையைச் சிறப்பாகப் பரப்பினார்கள்.

வில்லுப்பாட்டு முதன்முதலாக எப்படி உருவானது என்பதுபற்றிப் பல கருத்துகள் உண்டு. எடுத்துக்காட்டாக, என். ராஜம் புஷ்பவனம் அவர்களுடைய ‘வில் பிறந்த கதை’ என்ற நூலில் இந்தக் கதை குறிப்பிடப்பட்டுள்ளது:

போரில் வென்ற வீரர்கள் சிலர் தங்கள் நாட்டை நோக்கி வந்துகொண்டிருந்தார்களாம், ஓர் இடத்தில் களைப்பாற அமர்ந்தார்களாம். வெற்றிபெற்ற மகிழ்ச்சியில் ஒரு வீரன் நாண் ஏற்றிய வில்லை அம்பினால் தட்டி ஓசை எழுப்பினானான், சுற்றியுள்ளவர்களும் தங்களிடமிருந்த தோற்கருவிகள், கவசங்களைத் தட்டினார்களாம், அந்த இசைப்பின்னணியில் அவ்வீரன் தங்களுடைய வெற்றியைப் பாடினானாம், பிறர் அதற்குப் பிற்பாட்டு பாடினார்களாம், அதுவே வில்லுப்பாட்டாக மலர்ந்ததாம்.

இன்றைக்கும் ஆங்காங்கே வில்லுப்பாட்டு நிகழ்ச்சிகள் நடைபெற்றுவருகின்றன. இணையத்திலும் வில்லுப்பாட்டு நிகழ்ச்சிகளின் பதிவுகள் கிடைக்கின்றன. ஓர் ஆயுதத்திலிருந்து இனிய இசை பிறக்கும் அதிசயத்தைக் கேட்டு, பார்த்து மகிழ்வோம்.

★★★

4. செய்திப்படங்கள்

புத்தகங்களின் உட்பொருளைப் பொறுத்து அவற்றை இருவகையாகப் பிரிப்பார்கள்: புனைவுகள், புனைவல்லாதவை.

'புனைவு' *(Fiction)* என்றால், ஒருவரால் புனைந்து உருவாக்கப்பட்டவை என்று பொருள். சிறுகதைகள், புதினங்கள், கவிதைகள் போன்றவை இவ்வகையில் வரும்.

இதற்குமாறாக, உண்மையில் நடந்தவற்றைக் கற்பனையில்லாமல் அப்படியே பேசும் படைப்புகளை, அதாவது, ஒருவரால் புனைந்து உருவாக்கப்படாதவற்றைப் 'புனைவல்லாதவை' *(Nonfiction)* என்பார்கள். கட்டுரைகள், வாழ்க்கை வரலாறுகள், பொது அறிவு நூல்கள் போன்றவை இவ்வகையில் வரும்.

இதே அடிப்படையில் படங்களையும் இருவகையாகப் பிரிப்பார்கள்: கதைப்படங்கள், செய்திப்படங்கள்.

'கதைப்படங்கள்' என்பவை, புனைவுகளைப்போல ஒருவரால் (அல்லது பலரால்) புனைந்து உருவாக்கப்படுகின்றன. பின்னர் அந்தக் கதைக்கு வசனம் எழுதுவார்கள், திரைக்கதை அமைப்பார்கள், நடிகர்களைக்கொண்டு படமாக்குவார்கள்.

இவ்வகைப் படங்கள் பெரும்பாலும் பொழுதுபோக்குக்காக உருவாக்கப்படுகின்றன.

'செய்திப்படங்கள்' என்பவை உண்மையில் நடந்த செய்திகளின் அடிப்படையில் உருவாகின்றன. ஒரு குறிப்பிட்ட தலைப்பை எடுத்துக்கொண்டு அதுதொடர்பான செய்திகளைச் சுவையாகத் தொகுத்துச்சொல்கின்றன. இவற்றை ஆவணப்படங்கள், தகவல்படங்கள், விவரணப்படங்கள், வாழ்க்கைச்சித்திரப்படங்கள் என்று பலவிதமாக அழைக்கிறார்கள். இவ்வகைப் படங்கள் பெரும்பாலும் தகவல் அறிதல், விழிப்புணர்வூட்டலுக்காக உருவாக்கப்படுகின்றன.

எடுத்துக்காட்டாக, சோழர்காலக் கலைப்படைப்புகளைப்பற்றி ஒரு செய்திப்படம் உருவாக்கப்படுகிறது என்று வைத்துக்கொள்வோம். இதில் புனைவுக்கு இடமில்லை, வரலாற்றில் பதிவுசெய்யப்பட்டுள்ள செய்திகளை, நாம் நேரில் சென்று காணக்கூடிய கட்டடங்கள், ஆலயங்கள், சிற்பங்கள், ஓவியங்கள் போன்றவற்றைதான் இதில் காட்சிப்படுத்துவார்கள்.

செய்திப்படங்களின் மிகப்பெரிய நன்மை, ஒரு செய்தியைப்பற்றி எழுத்துவடிவில் படிப்பதைவிட, ஒலிவடிவில் கேட்பதைவிட, காட்சியாகப் பார்க்கும்போது அது நன்கு மனத்தில் பதிகிறது, பலரை எளிதில் சென்றுசேர்கிறது.

ஆகவே, வரலாறு, அறிவியல், வாழ்வியல், ஆளுமைகள், சமூகவியல், வாழ்க்கைக்கல்வி என்று பலவகைகளில் செய்திப்படங்கள் உருவாக்கப்படுகின்றன. தொலைக்காட்சி, திரையரங்குகள், இணையம் போன்ற ஊடகங்களின்வழியாக இவை மக்களைச் சென்றடைகின்றன.

சில நேரங்களில், செய்திப்படங்களிலும் நடிகர்கள் இடம்பெறுவதுண்டு. எடுத்துக்காட்டாக, சோழர்களைப்பற்றிய செய்திப்படத்தில் சோழ அரசர் ஒருவர் தன் அமைச்சருடன் உரையாடுவதுபோன்ற ஒரு காட்சி இடம்பெறலாம். அந்தக் காட்சியில் பேசப்படும் வசனங்கள் புனைவுகளாக இருக்கும், ஆனால், அவற்றின்வழியாகத் தெரிவிக்கப்படும்

செய்திகள் உண்மையானவையாக இருக்கும், அதனைப் பார்வையாளர்களுக்குத் தெளிவுபடுத்துவது அவசியம்.

இன்னும் சில செய்திப்படங்களில், சம்பந்தப்பட்ட ஆளுமைகளே நேரில் தோன்றலாம். எடுத்துக்காட்டாக, இந்தியச் சுதந்தரத்தைப் பற்றிய செய்திப்படமொன்றில் பல விடுதலைப் போராட்ட வீரர்களுடைய சொற்பொழிவுகள் இடம்பெறக்கூடும். இவற்றைக் காணும் பார்வையாளர்கள் அந்தக் காலகட்டத்துக்கே சென்று திரும்பியதைப்போன்ற உணர்வைப் பெறுவார்கள்.

செய்திப்படங்களில் அந்தந்தத் துறைகளைச் சேர்ந்த நிபுணர்களுடைய பேட்டிகளும் இடம்பெறுவதுண்டு. இவர்களுடைய கருத்துகள் பார்வையாளர்களுக்குப் பல சிக்கலான விஷயங்களைத் தெளிவுபடுத்துகின்றன, செய்திப்படத்தின் நம்பகத்தன்மையை அதிகரிக்கின்றன.

நூல்கள் பெரும்பாலும் தனிநபர்களுடைய உழைப்பால் உருவாகின்றன; ஆனால், செய்திப்படங்களுக்குப் பெரிய குழுவே தேவைப்படுகிறது; மிகுந்த சிந்தனை, உழைப்புடன் பல விஷயங்களைப் பெருவாரியான மக்களிடம் சிறப்பாகக் கொண்டுசேர்க்கிறார்கள் இவர்கள்.

★★★

5. இயல்பு நவிற்சி, உயர்வு நவிற்சி

கமலும் விமலும் பேருந்தில் வெளியூர் சென்றார்கள். அங்கு அவர்களுடைய நண்பர் ஒருவர் அவர்களை வரவேற்றார், 'வாங்க, வாங்க, பயணமெல்லாம் வசதியா இருந்ததா?'

'ம்ஹூம்' என்று உதட்டைப் பிதுக்கினார் கமல், 'பேருந்து சரியில்லை, பாதையும் சரியில்லை, ராத்திரிமுழுக்கக் குலுங்கிக் குலுங்கிக் கஷ்டப்பட்டுதான் வந்தோம்!'

'உண்மைதான்' என்றார் விமல், 'அந்தப் பேருந்து குலுக்கின குலுக்கல்ல என்னோட வலக்கை இடப்பக்கம் போயிடுச்சு, இடக்கை வலப்பக்கம் வந்துடுச்சு!'

கமல், விமல் இருவரும் ஒரே பேருந்தைப்பற்றிதான் பேசுகிறார்கள், ஆனால், அவர்களுடைய பேச்சில் ஒரு சிறு மாறுபாடு இருப்பதைக் கவனித்தீர்களா?

பேருந்து குலுங்கிக் குலுங்கி வந்தது என்கிறார் கமல், அதாவது, நடந்ததை அப்படியே இயல்பாகத் தெரிவிக்கிறார்.

ஆனால் விமல், பேருந்தின் குலுக்கலில் தன்னுடைய கைகள் இடம் மாறிவிட்டதாகக் குறிப்பிடுகிறார். உண்மையில் அவருடைய கைகள் இடம் மாறவில்லை, பேருந்துக் குலுக்கலால்

கைகள் இடம் மாறுவது சாத்தியமும் இல்லை. நடந்த உண்மையை விமல் கொஞ்சம் மிகைப்படுத்திச் சொல்கிறார்.

இதுபோன்ற மிகைப்படுத்தப்பட்ட சொற்றொடர்களை நாம் நாள்தோறும் கேட்கிறோம். எடுத்துக்காட்டாக:

★ அவனை நிமிர்ந்து பார்த்தா நமக்குக் கழுத்து வலிக்கும்

★ அவருக்கு ரொம்பப் பசி, பக்கத்துல இருந்த பேனா, பென்சிலையெல்லாம் சாப்பிட்டுட்டார்

★ நீ இதுவரைக்கும் பத்து லட்சம் பொம்மைகளை உடைச்சிருக்கே

★ அவர் சாப்பிடாம, தூங்காம நாள்முழுக்கக் கிரிக்கெட் போட்டிகளைப் பார்க்கிறவர்

இந்தச் சொற்றொடர்கள் ஒவ்வொன்றிலும் ஓர் உண்மை இருக்கிறது, (அவன் உயரமானவன், அவருக்குப் பசிக்கிறது, நீ அடிக்கடி பொம்மைகளை உடைக்கிறாய், அவருக்குக் கிரிக்கெட் பிடிக்கும்) ஆனால், அந்த உண்மை நேரடியாகச் சொல்லப்படாமல் கொஞ்சம் மிகைப்படுத்திச் சொல்லப்படுகிறது. அதனால், அவற்றைக் கேட்கும்போது சுவையாக இருக்கிறது.

பழந்தமிழ்க் கவிஞர்கள் இந்த உத்தியை நன்கு அறிந்திருந்தார்கள். தங்களுடைய பாடல்களில் ஆங்காங்கே இதுபோன்ற மிகைப் படுத்தல்களைச் சேர்த்தார்கள். அதன்மூலம் வாசிப்புச்சுவையை அதிகப்படுத்தினார்கள்.

எடுத்துக்காட்டாக, கம்பர் வாலியைப்பற்றிக் குறிப்பிடும் ஒரு வரி:

‘எழுந்தனன்; அழுந்தியது அக் கிரி.’

வாலி எழுகிறான், அவனுடைய வலிமையில் அந்த மலையே அழுந்திப்போனது என்கிறார் கம்பர். வாலியின் வலிமையைத்தான் அவர் இப்படி உயர்வாகக் குறிப்பிடுகிறார்.

‘வாலி வலிமையானவன்’ என்றால் அது இயல்பு நவிற்சி அணி. அதாவது, ஓர் உண்மையை இயல்பாகச் சொல்லுதல்.

அதையே 'வாலி எழும்போது மலையே அழுந்திப்போனது' என்று சொன்னால், அது உயர்வு நவிற்சி அணி. அதாவது, உண்மையை அப்படியே சொல்லாமல் கொஞ்சம் உயர்வாக்கிச் சொல்லுதல்.

உயர்வு நவிற்சி அணி என்பது பொய்யில்லை; வாசிப்பு அனுபவத்தை மேம்படுத்துவதற்காக உண்மையை உயர்த்திச் சொல்கிறார்கள் கவிஞர்கள்; அதிலிருக்கும் சுவையைப் புரிந்துகொண்டு நாமும் அதனைப் பின்பற்ற ஆரம்பித்து விட்டோம்.

சரி, சரி, விளக்கங்கள் போதும், இந்தக் கட்டுரை ஏற்கெனவே சென்னையிலிருந்து மும்பைவரை நீண்டுவிட்டது, இன்னும் எழுதினால் தில்லிக்கே சென்றுவிடும்!

★★★

6. தமிழில் எழுதுங்கள்!

காந்தியைப் பார்ப்பதற்கு ராமசாமி என்ற இளைஞர் வந்திருந்தார். அவருடன் காந்தி சிறிதுநேரம் பேசிக்கொண்டிருந்தார்.

பேச்சின் நடுவில் காந்தி எதார்த்தமாக ஒரு கேள்வி கேட்டார், 'நீங்கள் உங்கள் தந்தைக்குக் கடிதம் எழுதும்போது எந்த மொழியில் எழுதுவீர்கள்? அவர் உங்களுக்கு எந்த மொழியில் பதில் எழுதுவார்?'

'நாங்கள் இருவருமே ஆங்கிலத்தில்தான் கடிதம் எழுதிக் கொள்வோம்' என்றார் ராமசாமி.

இந்தப் பதிலைக் கேட்டு காந்தியடிகள் அதிர்ந்தார், 'ஆங்கிலத்திலா? ஏன் அப்படி? உங்கள் தாய்மொழி தமிழ்தானே? நீங்கள் தமிழில் கடிதம் எழுதிக்கொள்ளமாட்டீர்களா?'

ராமசாமி சிறிது யோசித்தார், பின்னர், 'உயர்ந்த, அறிவியல்சார்ந்த கருத்துகளைத் தமிழில் பகிர்ந்துகொள்ள இயலாது என்று எனக்குத் தோன்றுகிறது, அதனால்தான் நாங்கள் ஆங்கிலத்தில் கடிதம் எழுதுகிறோம்' என்றார்.

அதன்பிறகு நெடுநேரத்துக்கு இதைப்பற்றியே சிந்தித்துக் கொண்டிருந்தார் காந்தி. தமிழைத் தாய்மொழியாகக் கொண்ட

இருவர் ஆங்கிலத்தில் கடிதம் எழுதிக்கொள்வதை அவரால் ஏற்றுக்கொள்ளவே இயலவில்லை.

மற்றவர்கள் இப்படிச் செய்தால்கூடப் பரவாயில்லை. ராமசாமியின் தந்தை, நாடறிந்த தலைவரான ராஜாஜி. நல்ல தமிழறிஞர், எழுத்தாளரான அவரா தன் மகனுக்கு ஆங்கிலத்தில் கடிதம் எழுதுகிறார்? இதைப்பற்றி யோசித்து யோசித்து காந்திக்குத் தூக்கமே வரவில்லை.

மறுநாள் அதிகாலை 3:30மணிக்கு எழுந்து உட்கார்ந்தார் காந்தி. ராஜாஜிக்கு ஒரு கடிதம் எழுதினார்:

'அன்புள்ள ராஜகோபாலாச்சாரி,

நேற்றிரவு நான் சரியாகத் தூங்கவில்லை. அதற்கு நீங்களும் ஒரு காரணம்.

நீங்களும் உங்கள் மகனும் ஆங்கிலத்தில்தான் கடிதங்கள் எழுதிக்கொள்கிறீர்கள் என்று கேள்விப்பட்டேன். மனம் உடைந்துபோனேன்.

உங்கள்மீது நான் மிகுந்த நம்பிக்கை வைத்திருக்கிறேன். நீங்கள் இப்படிச் செய்யலாமா? தமிழ்த்தாயின் தவப்புதல்வர்களே இப்படித் தமிழை நிராகரித்தால் பொதுமக்கள் என்ன செய்வார்கள்?'

காந்தியடிகள் அத்துடன் நிறுத்தவில்லை. மறுநாள் ராமசாமியை அழைத்து, 'உன் தந்தைக்குத் தமிழில் ஒரு கடிதம் எழுது' என்று கட்டளையிட்டார். அந்தக் கடிதத்துடன் தன்னுடைய குறிப்பொன்றையும் சேர்த்தார்: 'இதோ, உங்கள் மகன் தமிழில் எழுதத்தொடங்கிவிட்டார். இனி நீங்களும் இந்தப்பழக்கத்தைத் தொடர்வீர்கள் என்று நம்புகிறேன்.'

இந்நிகழ்வின்மூலம், மக்கள் பேச்சிலும் எழுத்திலும் தாய்மொழியை மறந்துவிடக்கூடாது என்ற காந்தியடிகளின் நம்பிக்கை தெளிவாகிறது. அதேசமயம், அவர் பிற மொழிகளைத் தாழ்வாக எண்ணியதில்லை. எடுத்துக்காட்டாக, குஜராத்தியைத் தாய்மொழியாகக் கொண்ட அவர், நாட்டின்

வேறொரு மூலையில் பேசப்படுகிற மொழியாகிய தமிழைக் கற்றுக்கொள்வதில் மிகுந்த ஆர்வத்துடன் இருந்திருக்கிறார். அவருடைய ஆசிரம வழிபாடுகளில் நாள்தோறும் தமிழ்ப்பாடல்கள் பாடப்பட்டதாகக் குறிப்பிடுகிறார் ஆச்சார்ய காகா கஸேல்கார்.

★★★

7. மூவகைப் போலிகள்

நாம் கடையில் சென்று வாங்கும் பொருட்கள் ஒவ்வொன்றையும் பல்வேறு நிறுவனங்கள் தயாரிக்கின்றன. அந்த நிறுவனங்களின் பெயரில், தரத்தில் இருக்கும் நம்பிக்கையால் நாம் அவற்றைத் தேர்ந்தெடுத்து வாங்குகிறோம்.

சில நேரங்களில், அந்தப் புகழ்பெற்ற நிறுவனங்களின் தயாரிப்புகளைப்போலவே போலியான தயாரிப்புகளைச் சிலர் தயாரித்துவிடுகிறார்கள். இவை பார்ப்பதற்கு ஒன்றுபோலவே இருக்கும், ஒரேபோலச் செயல்படும், நுணுக்கமாகப் பார்த்தால்தான் வேறுபாடு தெரியும். எடுத்துக்காட்டாக, இரண்டு பழரசங்கள் ஒரேபோலத் தோன்றுகின்றன; அவற்றைக் குடித்தாலும் ஒரேமாதிரி சுவைதான் உள்ளது; ஆனால் அவை இரண்டும் வெவ்வேறு நிறுவனங்களால் தயாரிக்கப்பட்டவை.

இதுபோன்ற பொருட்களைப் 'போலி' என்பார்கள். அதாவது, 'ஒன்றைப்போலிருப்பது' அதன் போலி. பொதுவாக மக்கள் உண்மைப்பொருட்களைதான் மதிப்பார்கள், அதிலிருந்து சிறிதளவு மாறுபட்டுத் தோன்றுகிற 'போலி'களை அவர்கள் பெரிதாக மதிப்பதில்லை; இழிவாகவே கருதுவார்கள். ஆனால், இலக்கணத்தில்மட்டும் போலிகளுக்கும் அங்கீகாரம் உண்டு; அங்கு அவை மற்ற சொற்களுடன் கம்பீரமாக இடம்பெறும்.

எடுத்துக்காட்டாக, 'மனம்' என்ற சொல்லின் போலி, 'மனன்'.

இங்கு 'ம்' என்ற எழுத்துக்குப் பதில் 'ன்' என்ற எழுத்து மயங்கித் தோன்றுகிறது. ஆனால், பொருள் மாறுவதில்லை. இந்த இரண்டுமே செய்யுள்களில் ஒரே பொருளில் இடம்பெறுகின்றன.

இதேபோல், 'அரசர்' என்ற சொல்லின் போலி, 'அரைசர்'. இவை இரண்டையும் செய்யுள்களில் காணலாம்.

இடத்தைப் பொறுத்துப் போலிகளை மூன்று வகையாகப் பிரிப்பார்கள்:

★ முதற்போலி: சொல்லின் தொடக்கத்திலுள்ள எழுத்து மாறுபடுவது. எடுத்துக்காட்டாக, 'ம'யல் & 'மை'யல்

★ இடைப்போலி: சொல்லின் நடுவிலுள்ள ஓர் எழுத்து மாறுபடுவது. எடுத்துக்காட்டாக, அ'ம'ச்சு & அ'மை'ச்சு

★ கடைப்போலி/ஈற்றுப்போலி: சொல்லின் நிறைவிலுள்ள எழுத்து மாறுபடுவது. எடுத்துக்காட்டாக, அற'ம்' & அற'ன்'

சில நேரங்களில் இந்த மூவகைப் போலிகளும் ஒரே சொல்லில் கலந்துவருவதும் உண்டு. எடுத்துக்காட்டாக, 'ஐந்து' என்பதற்குப் பதில் 'அஞ்சு' என்று சொல்கிறோம், எழுதுகிறோம். அந்த இரு சொற்களையும் கவனித்துப்பாருங்கள்:

★ 'அ' & 'ஐ' எனத் தொடக்க எழுத்து மாறுபட்டுள்ளதால் முதற்போலி

★ 'ஞ்' & 'ந்' என நடுவிலுள்ள ஓர் எழுத்து மாறுபட்டுள்ளதால் இடைப்போலி

★ 'சு' & 'து' என நிறைவிலுள்ள எழுத்து மாறுபட்டுள்ளதால் கடைப்போலி

இப்படி ஒரே சொல்லில் முதற்போலி, இடைப்போலி மற்றும் கடைப்போலி ஆகிய மூன்றும் இடம்பெற்று, அப்போதும் அச்சொல்லின் பொருள் மாறாவிட்டால் அதனை 'முற்றுப்போலி' (முழுமையான போலி) என்பார்கள்.

★★★

८. இணையவழிக் கல்வி

முன்பெல்லாம், அறிவில் சிறந்த ஆசிரியர்களிடம் பாடம் கற்றுக்கொள்ள விரும்பும் மாணவர்கள் அந்தந்த ஆசிரியர்களுடைய இல்லத்துக்கே சென்று தங்கிவிடுவார்கள், அங்கிருந்தபடி பாடங்களைக் கற்றுக்கொள்வார்கள், சில ஆண்டுகளுக்குப்பிறகு, கல்வியை நிறைவுசெய்துவிட்டுத் தங்கள் இல்லம் திரும்புவார்கள். இவ்வகைக் கல்வி 'குருகுலம்' என்று அழைக்கப்பட்டது.

பின்னர், பள்ளிகள், கல்லூரிகள் அறிமுகமாகின. நாள்தோறும் ஆசிரியர்கள் அங்கு சென்று பாடங்களை நடத்தினார்கள், மாணவர்கள் கற்றுக்கொண்டார்கள், மாலையில் வீடு திரும்பினார்கள்.

இன்றைய தொழில்நுட்பம் கல்வியை நம் வீட்டுக்குள் கொண்டுவந்துவிடுகிறது. இன்னும் சரியாகச் சொல்வதென்றால், நம் உள்ளங்கைக்குக் கொண்டுவந்துவிடுகிறது. இனி யார் வேண்டுமானாலும் எப்போது வேண்டுமானாலும் எதை வேண்டுமானாலும் கற்கலாம்.

எடுத்துக்காட்டாக, உலகின் தலைசிறந்த பல்கலைக்கழகங்களின் பாடங்களெல்லாம் இப்போது இணையத்தில் இலவசமாகக்

கிடைக்கின்றன. ஒவ்வொரு துறையிலும் மிகச்சிறந்த ஆசிரியர்கள் ஒலி, ஒளி வடிவில் நமக்குப் பாடம் நடத்துகிறார்கள். கணித, அறிவியல் சூத்திரங்களை அசைபடங்களாகக் காட்டுகிறார்கள், வரலாற்று நிகழ்வுகளைப் பழைய ஒளிப்பதிவுகளைக் காண்பித்து விளக்குகிறார்கள், இலக்கியங்களைச் சுவையாக விளக்கிப் புரியவைக்கிறார்கள். நாம் கற்றுக்கொண்டதைச் சரிபார்த்துக்கொள்ளத் தேர்வுகள், செய்முறைப் பயிற்சிகள்கூட உண்டு. இவை அனைத்தையும் பயன்படுத்திக்கொள்ள நம்மிடம் ஒரு கணினி அல்லது செல்பேசியும் இணைய இணைப்பும் இருந்தால் போதும்.

இந்தப் பாடங்கள் பெரும்பாலும் ஆங்கிலத்தில் கிடைத்தாலும், அதே தொழில்நுட்பத்தின் உதவியுடன் பலர் இவற்றைத் தமிழ் உள்ளிட்ட மொழிகளில் மொழிபெயர்க்கிறார்கள். நேரடியாகத் தமிழில் பாடம் நடத்துகிறவர்களும் இருக்கிறார்கள். இதனால் இந்தப் பாடங்கள் பலரைச் சென்றுசேர்கின்றன.

இதேபோல், அரசு, தனியார் கல்வி நிறுவனங்களால் புதிய, இக்காலத்துக்குத் தேவையான அறிவுசார்ந்த விஷயங்கள், மென்கலைகள் உள்ளிட்ட தலைப்புகளில் பலவிதமான பாடங்கள் இணையத்தில் நாள்தோறும் சேர்க்கப்படுகின்றன. இவற்றில் பல இலவசம், சிலவற்றுக்குக் கட்டணம் உண்டு, ஆனால் வழக்கமான கல்விக்கட்டணத்துடன் ஒப்பிட்டால் அது ஒரு சிறு தொகைதான். இதனால், மக்கள் குறைந்த செலவில் ஏராளமான விஷயங்களைக் கற்றுக்கொள்ளும் வாய்ப்பு இப்போது ஏற்பட்டுள்ளது.

இவற்றோடு, இணையத் தொழில்நுட்பத்தின்மூலம் மாணவர்களுக்கு நேரடியாகப் பாடங்களைச் சொல்லித் தருவதற்கும் பல ஆசிரியர்கள் முன்வருகிறார்கள். அதாவது, மாணவர்கள் தங்களுடைய வீட்டில் இருந்தபடி கணினி அல்லது செல்பேசியில் உள்ள ஒலி, ஒளி உரையாடல் செயலிகளைப் பயன்படுத்தி இவர்களிடம் நேருக்கு நேர் பாடம் கற்றுக்கொள்ளலாம், சந்தேகங்களைக் கேட்டுத் தெளிவுபெறலாம்.

இவையெல்லாம் பள்ளிப்பாடங்களுக்கு மட்டுமில்லை, இசை, நடனம் போன்றவற்றையும் இணையம்வழியாகக் கற்றுத்தருகிறார்கள்.

இணையவழிக் கல்வியின் மிகப்பெரிய நன்மை, ஆசிரியர் எந்த இடத்திலும் இருக்கலாம், மாணவர்கள் வேறு எந்த இடத்திலும் இருக்கலாம், நகரம், கிராமம், குக்கிராமம் என்ற வேறுபாடில்லை, பேருந்து, புகைவண்டி, மிதிவண்டி அவசியமில்லை, காலை, இரவு என்ற வித்தியாசமில்லை, எல்லாரும் இருந்த இடத்திலிருந்து கல்வி கற்கலாம், அதைப் பதிவுசெய்து வைத்துக்கொண்டு திரும்பத் திரும்பப் பார்க்கலாம், புரிந்துகொள்ளலாம்.

வருங்காலத்தில் இணையவழிக் கல்வி இன்னும் மிகுந்த முக்கியத்துவத்தைப் பெறப்போகிறது. அதைச் சிறப்பாகப் பயன்படுத்திக்கொண்டு அறிவைப் பெருக்கிக்கொள்வோம்!

★★★

௯. புலவரும் புரவலரும்

புலவர், புரவலர்... இந்த இரு சொற்களும் கிட்டத்தட்ட ஒரேமாதிரியான எழுத்துகளை, ஒரேமாதிரியான ஒலிப்பைக் கொண்டிருக்கின்றன. இந்த ஒற்றுமை, சொல்லளவில்மட்டும் நின்றுவிடவில்லை. அன்றைய தமிழகத்தில் இந்த இருவருடைய வாழ்க்கைகளும் பின்னிப்பிணைந்திருந்தன.

'புலவர்' என்ற சொல், 'புலமை மிக்கவர்' என்ற பொருளில் வருகிறது. 'புலமை' என்பதற்குப் பல பொருள்கள் இருந்தாலும், நன்கு பாடல் புனைகிறவரைதான் 'புலவர்' என்று அழைத்துவந்தார்கள்.

'புரவலர்' என்ற சொல், 'புரத்தல்' என்ற வேர்ச்சொல்லிலிருந்து வருகிறது. இதன் பொருள், பாதுகாத்துக் காத்தல். ஆக, 'புரவலர்' என்பவர் இன்னொருவரைப் பாதுகாக்கிறவர்.

'புரத்தல்' என்பதற்கு இன்னொரு பொருளும் உண்டு: 'மிகுதியாகக் கொடுத்தல்'.

இந்த இரண்டையும் இணைத்துப்பார்த்தால், புரவலர் என்பவர் பிறருக்குப் பொருளை வாரி வழங்கி அவர்களைக் காப்பவர் என்று கூறலாம். அதாவது, வறுமை நிலையில் இருப்பவர்களுக்குத் தேவையான பொருளுதவியைத் தருகிறவர்களாகப் புரவலர்கள் இருந்தார்கள், அதன்மூலம் அவர்களைக் காத்தார்கள். இதனால், அன்றைய புலவர்கள் புரவலர்களை நாடிச் சென்றார்கள்.

அவர்களுடைய நற்குணங்களைப் புகழ்ந்து பாடினார்கள். தங்களுடைய புலமைத்திறனைக் காட்டிப் பெரிய பரிசுகளைப் பெற்றார்கள். அந்தப் பரிசுகளின்மூலம் தங்களுடைய வாழ்க்கையை நன்கு அமைத்துக்கொண்டார்கள்.

இப்படிப் புலவர்களுக்கு உதவுவதைப் புரவலர்கள் தங்களுடைய கடமையாகவே கருதினார்கள். நல்ல திறமையாளர்களை அடையாளம் கண்டு அவர்களுக்குத் தாராளமாக உதவினார்கள், அதன்மூலம் கலை வளர்ச்சிக்கு உதவினார்கள்.

ஆனால், எல்லாச் செல்வர்களும் இப்படியில்லை. சிலர் புலவர்களை மதிக்காமல் அலட்சியப்படுத்தினார்கள், அல்லது, வேண்டுமென்றே சிறிய பரிசுகளை வழங்கி அவமானப்படுத்தினார்கள். பெருஞ்சித்திரனார் என்ற புலவர், வெளிமான் என்ற புரவலரிடம் சென்றார். புலவருடைய சிறப்பை அறிந்த வெளிமான் தன்னுடைய தம்பியாகிய இளவெளிமானை அழைத்து, 'இவருக்கு வேண்டியதை வழங்குவாய்' என்று ஆணையிட்டார்.

ஆனால், இளவெளிமானுக்கோ நல்ல மனம் இல்லை. புலவருக்கு ஒரு சிறு பரிசைக் கொடுத்து இழிவுபடுத்தினான். பெருஞ்சித்திரனார் கோபம் கொண்டார், அந்தப் பரிசை ஏற்க மறுத்து வெளியேறினார். அடுத்து அவர் குமணன் என்ற வள்ளலிடம் சென்றார். அவருடைய புலமைத்திறனை வியந்த குமணன் அவருக்கு ஒரு யானையை வழங்கினார்.

பெருஞ்சித்திரனார் யானையின் மீதேறிக் கம்பீரமாக இளவெளிமானுடைய ஊருக்கு வந்தார். 'நீ புரவலன் இல்லை, அதற்காக ஊரில் யாரும் புரவலர் இல்லை என்று எண்ணிவிடாதே; புலவர்களின் திறனறிந்து மதிப்பளிக்கும் உண்மையான புரலவர்கள் பலர் இருக்கிறார்கள்' என்று பாடினார் (புறநானூறு: பாடல் 162). அதைக் கேட்ட இளவெளிமான் நாணித் தலைகுனிந்தான்.

★★★

10. களஞ்சியங்கள்

இலக்கிய ஆர்வலர்கள் தங்கள் வீடுகளில் சிறு நூலகத்தை அமைப்பதுண்டு. அவரவர் வசதியைப்பொறுத்து இந்நூலகங்களில் சில பத்து நூல்களோ, சில நூறு நூல்களோ இடம்பெறும்.

அரசாங்கம் நடத்தும் நூலகங்களில் சில ஆயிரம் நூல்கள் இருக்கின்றன. இன்னும் பெரிதாக லட்சக்கணக்கான நூல்களைக்கொண்ட நூலகங்களும் உண்டு.

ஐம்பது நூல்கள் கொண்டதும் நூலகம், ஐந்து லட்சம் நூல்கள் கொண்டதும் நூலகம்தானா? அதற்கு இன்னும் பெரிதாக, இன்னும் கம்பீரமாக ஒரு பெயர் இருந்தால் நன்றாக இருக்குமே.

ஆம், அப்படியொரு பெயர் உள்ளது: களஞ்சியம். இன்னும் குறிப்பாகச் சொல்வதென்றால், நூற்களஞ்சியம்!

பொதுவாகக் 'களஞ்சியம்' என்ற சொல் ஏதேனும் ஒன்றை மிகுதியாகத் திரட்டிச் சேமிக்கும் இடத்தைக் குறிக்கிறது. எடுத்துக்காட்டாக, 'நெற்களஞ்சியம்' என்பது நெல்லைச் சேமித்துவைக்கும் இடமாகும். நெல்வளம் மிகுந்த தஞ்சையைத் 'தமிழகத்தின் நெற்களஞ்சியம்' என்பார்கள்.

அதேபோல், சொற்களஞ்சியமும் *(Thesaurus)* உண்டு. ஒரு மொழியிலுள்ள அனைத்துச் சொற்களையும் அவற்றின் பொருளோடு தொகுத்துவழங்கும் நூல்களைதான் இவ்வாறு குறிப்பிடுகிறார்கள்.

'தகவற்களஞ்சியம்' என்ற சொல், ஒரு குறிப்பிட்ட தலைப்பைப் பற்றிய பலவிதமான தகவல்களை ஒரே இடத்தில் தொகுத்துவழங்கும் நூல்களைக் குறிப்பிடுகிறது. அந்தத் தலைப்பில் நிபுணர்களாக இருப்பவர்களையும் இவ்வாறு குறிப்பிடுவதுண்டு. எடுத்துக்காட்டாக, 'சோழர்காலக் கட்டடக் கலையைப் பற்றி மிக நன்றாக அறிந்த தகவற்களஞ்சியம் இவர்!'

'கலைக்களஞ்சியம்' *(Encyclopedia)* என்பது, பல தகவற்களஞ்சியங்களின் தொகுப்பு. அதாவது, ஒரு குறிப்பிட்ட தலைப்பு என்றில்லாமல் பலவிதமான தலைப்புகளில் பல்வேறுபட்ட தகவல்களைத் தொகுத்துத்தரும் நூல்களாக இவை இருக்கும். அச்சு நூல்கள், மின்னூல்கள், இணையத்தளங்கள் எனக் கலைக்களஞ்சியங்கள் பல வடிவங்களில் கிடைக்கின்றன.

இதேபோல் சிந்தனைக்களஞ்சியம், வாழ்வியற்களஞ்சியம், அறிவுரைக்களஞ்சியம் என்று இச்சொல்லைப் பலவிதங்களில் பயன்படுத்தலாம். இவை அனைத்தும் 'பெருந்தொகுப்பு' என்ற பொருளைத் தருகின்றன. பல இடங்களில் அலைந்து தேடவேண்டிய தேவையின்றி ஒரே இடத்தில் அனைத்தையும் பெறக்கூடிய நன்மையை வழங்குகின்றன.

களஞ்சியங்கள் அளவில் பெரியவையாக, நிறைய தகவல்களை உள்ளடக்கியவையாக இருந்தால் போதாது, எளிதில் அணுகக் கூடியவையாகவும் இருக்கவேண்டும். நிறைய அரிசியைப் பத்திரமாகச் சேமித்துவைத்தால் போதுமா? பசியோடு உள்ளவர்கள் அந்த அரிசியை வேண்டும்போது எளிதில் பெற்றுப் பயன்படுத்தினால்தானே அதன் நோக்கம் முழுமையடையும்?

இதற்காக, களஞ்சிய நூல்களில் *Index* எனப்படும் குறியீட்டுமுறை பயன்படுத்தப்படுகிறது. இதன்மூலம் எத்தனைப் பெரிய களஞ்சியத்திலும் நமக்கு வேண்டிய பகுதியைச் சட்டென்று

அணுகிப் படிக்கலாம். கணினி, இணையம் சார்ந்த களஞ்சியங்களில் இது இன்னும் எளிதாகிறது, ஒரு சிறு சொல்லைக்கூட உள்ளிட்டுத் தேடி வாசிக்கலாம்.

வெவ்வேறு துறைகளில் நிபுணர்களாக உள்ள மனிதக் களஞ்சியங்களும் இப்படிதான். அவர்களிடம் நாம் ஒரு கேள்வியைக் கேட்டால் போதும், சட்டென்று முழு விளக்கத்தையும் வழங்கி நம்மை வியக்கவைப்பார்கள். இவர்களிடம் சிறிது நேரம் பேசினாலே நெஞ்சில் புது நம்பிக்கையும் தெம்பும் பிறக்கும்.

ஏனெனில், அறிவுதான் மிகப்பெரிய பலம், அதைக் களஞ்சியங்கள் வேண்டுமளவு வாரி வழங்குகின்றன!

★★★

11. இடைநிலைகள்

'செய்தான்' என்ற சொல்லை எப்படிப் பிரிப்பீர்கள்?

இச்சொல்லின் வேர், தொடக்கத்தில் வரும் 'செய்', அதனைப் 'பகுதி' என்பார்கள். பின்னால் வரும் 'ஆன்' என்பது 'விகுதி' எனப்படும். செய்தவன் ஓர் ஆண் என்பதால் இது 'ஆன்' என அமைகிறது, இதுவே பெண்ணாக இருந்திருந்தால், 'ஆள்' என அமைந்திருக்கும், அச்சொல்லும் 'செய்தாள்' என்று மாறியிருக்கும்.

ஆனால், 'செய்' என்ற பகுதி, 'ஆன்'/'ஆள்' என்ற விகுதிக்கு நடுவில் 'த்' என்ற எழுத்து வருகிறதே:

செய்தான் = செய் + த் + ஆன்

செய்தாள் = செய் + த் + ஆள்

சொல்லின் தொடக்கத்தில் உள்ள முதல் நிலைதான் பகுதி; சொல்லை நிறைவுசெய்கிற இறுதி நிலைதான் விகுதி; அவை இரண்டுக்கும் இடையில் உள்ளதால், இதனை 'இடைநிலை' என்பார்கள்.

இடைநிலையானது காலத்தைக் காட்டும். அதாவது, ஒரு சொல்லின் இடைநிலையை வைத்தே அது கடந்தகாலமா,

நிகழ்காலமா, எதிர்காலமா என்று சொல்லிவிடலாம். எடுத்துக்காட்டாக, 'செய்தான்' என்பது கடந்தகாலம், இதிலுள்ள இடைநிலையை 'கிறு' என்று மாற்றிப்பார்ப்போம்:

செய் + கிறு + ஆன் => செய்கிறான் (நிகழ்காலம்)

இப்போது, இந்த இடைநிலையை 'வ்' என்று மாற்றிப்பார்ப்போம்:

செய் + வ் + ஆன் => செய்வான் (எதிர்காலம்)

ஆக, இடைநிலையானது சொல்லின் காலத்தைக் காட்டுகிறது:

★ த், ட், ற், இன் ஆகியவை கடந்தகாலம் காட்டும் இடைநிலைகள் (எடுத்துக்காட்டுகள்: பார்த்தான், கண்டான், நின்றாள், வழங்கினாள்)

★ கிறு, கின்று, ஆநின்று ஆகியவை நிகழ்காலம் காட்டும் இடைநிலைகள் (எடுத்துக்காட்டுகள்: நிற்கிறான், நடக்கின்றான், செய்யாநின்றான்)

★ ப், வ் ஆகியவை எதிர்காலம் காட்டும் இடைநிலைகள் (எடுத்துக்காட்டுகள்: உண்பான், வருவாள்)

காலம் காட்டும் இந்த மூன்றுவகை இடைநிலைகளையும் 'வினை இடைநிலைகள்' என்பார்கள். ஏனெனில், இவை பார், காண், நில் போன்ற வினைச்சொற்களைத் தொடர்ந்து அமைகின்றன.

அவ்வாறன்றி, பெயர்ச்சொற்களைத் தொடர்ந்து அமையும் இடைநிலைகளைப் 'பெயர் இடைநிலைகள்' என்பார்கள். எடுத்துக்காட்டாக:

கலைஞன் => கலை + ஞ் + அன்; இதில் 'ஞ்' என்பது பெயர் இடைநிலை.

எதிர்மறைச் சொற்களில் இடைநிலையானது மாறுபட்டுக் காணப்படும். எடுத்துக்காட்டாக:

உண்ணான் => உண் + ஆ + ஆன்; இதில் 'ஆ' என்பது எதிர்மறை இடைநிலை.

உங்களுக்கொரு பயிற்சி. இந்தச் சொற்கள் ஒவ்வொன்றிலும்

உள்ள இடைநிலை எது என்று கண்டுபிடியுங்கள், அது எந்த வகையைச் சேர்ந்தது என்று குறிப்பிடுங்கள்:

1. பாடினான்

2. சிரிப்பான்

3. ஆடாது

4. இயக்குநர்

5. எழுதுகின்றாள்

விடைகள்:

1. ‘ட்’: கடந்தகால இடைநிலை

2. ‘ப்’: எதிர்கால இடைநிலை

3. ‘ஆ’: எதிர்மறை இடைநிலை

4. ‘ந்’: பெயர் இடைநிலை

5. ‘கின்று’: நிகழ்கால இடைநிலை

★★★

12. திசைச்சொற்கள்

நம்மைச் சுற்றியிருக்கும் திசைகள் எவை?

இந்தக் கேள்விக்குச் சிறு குழந்தையும் பதில் சொல்லிவிடும்: கிழக்கு, மேற்கு, வடக்கு, தெற்கு.

முதன்மையான இந்த நான்கு திசைகளுடன், இவற்றின் இடையிலிருக்கும் நான்கு திசைகளையும் பிரித்தறியலாம்; எடுத்துக்காட்டாக, வடக்குக்கும் கிழக்குக்கும் இடையிலிருப்பது வடகிழக்கு, இதேபோல் வடமேற்கு, தென்கிழக்கு, தென்மேற்கு என மொத்தம் எட்டுத் திசைகள்.

நாம் புதிதாக ஓர் இடத்துக்குச் செல்லும்போது, எது எந்தத் திசையில் இருக்கிறது என்ற குழப்பம் ஏற்படலாம். அதுபோன்ற நேரங்களில் சூரியன் உதிக்கும் திசையை வைத்துக் கிழக்கை அறியலாம், அதிலிருந்து மற்ற ஏழு திசைகளையும் கண்டறிந்துவிடலாம்.

இதற்காகச் சூரியன் உதிக்கும்வரை காத்திருக்கவேண்டுமா?

அவசியமில்லை; நம் கையில் 'காம்பஸ்' எனப்படும் திசைகாட்டி இருந்தால் போதும். அது சரியான திசையைக் காட்டிவிடும்.

இப்போது பெரும்பாலான செல்பேசிகளில் இந்தத் திசைகாட்டி உள்ளது. அதைக்கொண்டு திசைகளைத் துல்லியமாக அறிந்துகொள்ளலாம்.

நன்னூலின் சிறப்புப் பாயிரத்தில் இப்படியொரு வரி வருகிறது:

'குணகடல், குமரி, குடகம், வேங்கடம்

எனும் நான்கு எல்லையின் இரும் தமிழ்க் கடலுள்...'

தமிழகத்தின் நான்கு எல்லைகளைக் குறிப்பிடும் இந்த வரியில், 'குமரி' என்பது கன்னியாகுமரி, 'வேங்கடம்' என்பது திருவேங்கடமலை (தற்போது ஆந்திராவில் உள்ள திருப்பதி), மற்ற இரண்டும் என்ன?

'குணகடல்' என்பது, குணக்குத்திசையில் உள்ள கடலைக் குறிக்கிறது. 'குடகம்' என்பது குடக்குத்திசையில் உள்ள ஒரு நாட்டைக் குறிக்கிறது.

குணக்குத்திசையா? குடக்குத்திசையா? நாம் பார்த்த எட்டுத் திசைகளில் இவையெல்லாம் வரவில்லையே!

இன்றைக்கு நாம் 'கிழக்கு' என்று அழைக்கும் திசையின் பழைய பெயர் 'குணக்கு'. அந்தத் திசையில் உள்ள கடலைத்தான் 'குணகடல்' என்று குறிப்பிடுகிறது இந்தப் பாடல்.

அதேபோல், நாம் 'மேற்கு' என்று அழைக்கும் திசையின் பழைய பெயர் 'குடக்கு'. அந்தத் திசையிலுள்ள ஒரு நாடுதான் 'குடகம்'.

இன்றைக்குக் குணக்கும் குடக்கும் இலக்கியப் பயன்பாடுகளாகமட்டுமே உள்ளன. அவற்றின் இடத்தைக் கிழக்கும் மேற்கும் பிடித்துக்கொண்டுவிட்டன.

திசைப்பெயர்களை மையமாகக் கொண்டு இன்னும் பல சொற்கள் உருவாகியுள்ளன. எடுத்துக்காட்டாக, வடக்கிலிருந்து வரும் காற்றை 'வாடைக்காற்று' என்றார்கள், தெற்கிலிருந்து வரும் காற்றைத் 'தென்றல்' என்றார்கள், நமக்குக் கிழக்கில் உள்ள நாடுகளைக் 'கீழைநாடுகள்' என்றும், மேற்கில் உள்ள நாடுகளை 'மேலைநாடுகள்' என்றும் அழைப்பார்கள்.

இதேபோல், ஒரே ஊர் அல்லது நாடு அல்லது கண்டத்தின் வெவ்வேறு பகுதிகளைக் குறிப்பிடுவதற்கும் திசைச்சொற்களைப் பயன்படுத்துகிறோம். எடுத்துக்காட்டாக, தென்னிந்தியா, கிழக்கு ஐரோப்பா, வட அமெரிக்கா, மேற்கிந்தியத் தீவுகள்.

இப்படிப்பட்ட திசைப் பாகுபாடுகளைப்பற்றியெல்லாம் நாம் கவலைப்படவேண்டியதில்லை, எல்லாத் திசைகளிலும் சென்று கலைச்செல்வங்களைச் சேகரித்துவரவேண்டும் என்கிறார் பாரதியார்:

'சென்றிடுவீர் எட்டுத் திக்கும், கலைச்
செல்வங்கள் யாவும் கொணர்ந்து இங்கு சேர்ப்பீர்!'

ஆனால், எட்டுத் திசைகளிலும் நமக்கு வரவேற்பு இருக்குமா?

இதற்குப் புறநானூற்றில் ஔவையார் பதில் சொல்கிறார், 'கற்றவர்களுக்கு எல்லாத் திசைகளிலும் சிறப்பு உண்டு, துணிந்து செல்லுங்கள்' என்கிறார்:

'எத்திசை செலினும் அத்திசை சோறே!'

★★★

13. ஒவ்வொரு நூலாக...

புத்தகங்கள் மனித சமுதாயத்துக்கு அறிவைப் புகட்டும் ஓர் அரிய பணியைச் செய்கின்றன. குழந்தைகள் தொடங்கி முதியவர்கள்வரை அனைத்து வயதினருக்கும், எல்லாவிதமான ஆர்வங்களைக் கொண்டவர்களுக்கும் பலவிதமான புத்தகங்கள் பதிப்பிக்கப்படுகின்றன. இவை அச்சுப்புத்தகங்கள், மின்புத்தகங்கள், ஒலிப்புத்தகங்கள் என்று பலவிதங்களில் கிடைக்கின்றன. சமீபகாலமாக, அச்சுப்புத்தகத் தொழில்நுட்பத்தில் *'POD'*, அதாவது, *'Print On Demand'* எனப்படும் உத்தியொன்று புகழ்பெற்றுவருகிறது. இதன் பொருள், தேவைக்கேற்ப அச்சிடப்படும் புத்தகங்கள்.

முன்பெல்லாம் பதிப்பாளர்கள் தாங்கள் வெளியிடும் ஒவ்வொரு புத்தகத்தையும் சில நூறு பிரதிகளாவது அச்சிடுவார்கள்; அவை விற்றுத்தீர்ந்தபிறகு இன்னும் சில நூறு பிரதிகளை அச்சிடுவார்கள். இப்படி ஒவ்வொரு புத்தகமும் பெரும் எண்ணிக்கையில் அச்சிடப்படுவதால், அவர்கள் மிகுதியான பண முதலீட்டைச் செய்யவேண்டியிருக்கும், விற்காத பிரதிகளைச் சேமித்துவைப்பதற்குப் பெரும் இடவசதியும் தேவைப்படும். ஏன் ஒவ்வொரு புத்தகத்தையும் அத்தனைப் பிரதிகள் அச்சிடவேண்டும்? குறைவாக அச்சிடக்கூடாதா?

பழைய அச்சுத் தொழில்நுட்பத்தில் ஒவ்வொரு நூலையும் அச்சிடுவதற்கான தொடக்கநிலை வேலைகள் அதிகம் என்பதால்,

குறைவான எண்ணிக்கையில் பிரதிகளை அச்சிடுவதற்கு வசதி இல்லை; குறைந்தபட்சம் சில நூறு பிரதிகளையாவது அச்சிட்டாகவேண்டும், அதற்கான பணச்செலவு, இடவசதியைச் சமாளித்தாகவேண்டும்.

இந்தப் பிரச்னையைத் தீர்ப்பதற்குதான் *POD* உத்தி உதவுகிறது. இதில் வெளியாகும் புத்தகங்களைக் குறைந்தபட்சம் இத்தனைப் பிரதிகள் அச்சிட்டாகவேண்டும் என்று எந்தக் கட்டாயமும் இல்லை, தேவைப்பட்டால் ஒரே ஒரு பிரதியைக்கூட அச்சிடலாம், அது விற்றபின்னர் இன்னொரு பிரதியை அச்சிடலாம். பழைய அச்சுத் தொழில்நுட்பத்துடன் ஒப்பிடும்போது இதில் செலவு குறைவு என்பதால் நூலின் விலையும் குறையும், ஏராளமான நூல்களை அச்சிட்டுச் சேமிக்கவேண்டிய சிரமமும் இல்லை. பெரிய பதிப்பாளர்களில் தொடங்கிச் சிறிய பதிப்பாளர்கள், தங்கள் நூல்களைத் தாங்களே வெளியிடும் எழுத்தாளர்கள்வரை எல்லாரும் இதனைப் பயன்படுத்திக்கொள்ளலாம்.

'அட, அருமை' என்று வியக்கிறீர்களா? உங்களுக்கு ஒரு ரகசியம்: தொழில்நுட்பரீதியில் *POD* என்பது ஒரு புதிய முன்னேற்றமாக இருக்கலாம்; ஆனால் உண்மையில், அச்சுத் தொழில்நுட்பமெல்லாம் வருவதற்குமுன்பாகவே நம் ஊரில் *POD* அறிமுகமாகிவிட்டது. ஆமாம், அன்றைய பழந்தமிழ் நூல்கள் அனைத்தும் ஓலைச்சுவடிகளாக எழுதப்பட்டன; தேவைக்கேற்ப ஒவ்வொரு நூலாகதான் தயாரித்தார்கள், அப்போது அச்சு வசதி இல்லை என்பதால் கையால் எழுதினார்கள், அதாவது, *Write On Demand!*

இப்படி ஒவ்வொரு பிரதியாகத் தயாரிக்கப்பட்ட பல நூல்கள் இப்போதும் உள்ளன; அடுத்தமுறை ஏதேனும் ஓர் அருங்காட்சியகத்துக்குச் செல்லும்போது அங்குள்ள அரிய ஓலைச்சுவடிகளைக் கூர்ந்து கவனியுங்கள், அன்றைய நூல் தயாரிப்பு நுட்பம் எப்படி இருந்திருக்கும் என்று கற்பனை செய்து மகிழுங்கள்!

★★★

14. பெயர்களைப் பற்றி...

அந்தத் தமிழறிஞருக்கு மகள் பிறந்திருக்கிறாள். குழந்தைக்குத் 'தேன்மொழி' என்று பெயர் சூட்டியிருக்கிறார் அவர்.

'மிக அழகான பெயர்' என்று அவருடைய நண்பர்களெல்லாம் அவரைப் பாராட்டினார்கள், 'உங்கள் மகள் தேன்போன்ற சொற்களைப் பேசுபவள் என்ற பொருளில் சிறப்பாக அமைந்துள்ளது.' நம்மைச் சுற்றியிருக்கிறவர்களைக் கவனித்துப்பார்த்தால், அநேகமாக எல்லாருடைய பெயருக்கும் இப்படி ஓர் அழகான பொருள் இருக்கும். எடுத்துக்காட்டாக:

★ மலர்விழி: மலர்போல எழிலான கண்களைக் கொண்டவள்

★ அமுதன்: அமுதம்போல் இனியவன்

★ தமிழ்ச்செல்வன்: தமிழாகிய செல்வத்தை உடையவன்

★ அன்புமணி: அன்பாகிய மாணிக்கம்

இவையெல்லாம் தூய தமிழ்ப்பெயர்கள்; சிலருக்கு வடமொழிப்பெயர்களும் சூட்டப்படுகின்றன. எடுத்துக்காட்டாக, 'லலிதா' என்ற பெயரின் பொருள், பூங்கொடி.

பெயர்கள்தான் நம்முடைய முதன்மையான அடையாளங்கள்; ஆகவே, உலகெங்கும் பெற்றோர் தங்கள் குழந்தைக்குப் பெயர் சூட்டுமுன் பலப்பல பெயர்களைச் சிந்திக்கிறார்கள்; அவை

ஒவ்வொன்றுக்கும் என்ன பொருள் என்று ஆராய்ந்துபார்த்துச் சிறப்பான பெயரொன்றைத் தேர்ந்தெடுக்கிறார்கள்.

இதற்காகப் பல மொழிகளில் குழந்தைப்பெயர் நூல்கள், இணையத்தளங்கள் உள்ளன. இவற்றில் ஆண், பெண் குழந்தைகளுக்கேற்ற பெயர்கள் அகரவரிசையில் பட்டியலிடப் பட்டிருக்கும்; சிலவற்றில் அந்தந்தப் பெயர்களின் பொருளும் தரப்பட்டிருக்கும். எடுத்துக்காட்டாக, தமிழில் *http://www.peyar.in* என்ற இணையத்தளம் உள்ளது. தங்கள் குழந்தைக்குத் தூய தமிழில் பெயர் சூட்ட விரும்புவோர் தங்களுக்குப் பிடித்த பெயர்களைத் தேர்ந்தெடுத்துக்கொள்ளலாம்.

இப்படிப் புதிய பெயர்களைத் தேடித் தேர்ந்தெடுக்கும் பெற்றோர் ஒருபுறமிருக்க, உணர்வுபூர்வமான காரணங்களுக்காகச் சில குறிப்பிட்ட பெயர்களை விரும்பித் தேர்ந்தெடுக்கும் பெற்றோரும் உள்ளார்கள். எடுத்துக்காட்டாக, சிலர் தங்களுடைய தந்தை அல்லது தாயின் பெயரைக் குழந்தைக்குச் சூட்டுவார்கள், தனக்குப் பிடித்த தலைவர் அல்லது ஆளுமையின் பெயரைச் சூட்டுவார்கள், கடவுள் பெயரைச் சூட்டுவார்கள், கார்த்திகையில் பிறந்த பெண்ணுக்குக் 'கார்த்திகா' என்றும், தீபாவளி நேரத்தில் பிறந்த பையனுக்குத் 'தீபச்செல்வன்' என்றும் பெயர் சூட்டுவதுண்டு. உங்கள் பெயருக்கு என்ன பொருள்? உங்களுடைய பெற்றோர் அந்தப் பெயரை ஏன் தேர்ந்தெடுத்தார்கள்? அவர்களிடம் சென்று விசாரியுங்கள், சில சுவையான கதைகள் கிடைக்கும்.

அதேபோல், உங்கள் நண்பர்கள், புதிதாக அறிமுகமாகிறவர்கள் எல்லாருடைய பெயரையும் ஆராய்ந்துபாருங்கள்; குறிப்பாகப் பிற மாநிலங்கள், நாடுகளைச் சேர்ந்தோரின் பெயர்களுக்கான காரணத்தை, விளக்கத்தைக் கேட்டுத் தெரிந்துகொள்ளுங்கள். பெயர்களை ஆராய்வது ஓர் இனிமையான பொழுதுபோக்கு, அதன்மூலம் மொழி, வரலாறு, பண்பாடு, உணர்வுகள் என்று பல விஷயங்களை அறிந்துகொள்ளலாம்!

★★★

15. கற்றது மறவாமை

கல்வியின் பயன் என்ன?

நன்றாகப் படித்தால் நல்ல மதிப்பெண் வாங்கலாம், சிறந்த கல்லூரிக்குச் செல்லலாம், நல்ல வேலையில் சேரலாம். அவ்வளவுதானா? மதிப்பெண், வேலைக்காகதான் கல்வியா?

வகுப்பறையில் நாம் பல பாடங்களை ஊன்றிக் கற்கிறோம். தேர்வுகளைச் சிறப்பாக எழுதுகிறோம், நல்ல மதிப்பெண்களை வாங்குகிறோம், அடுத்த வகுப்புக்குத் தேர்ச்சி பெறுகிறோம், உடனே, முந்தைய வகுப்பில் படித்த எல்லாவற்றையும் மறந்துவிடலாமா?

கூடாது. ஏனெனில், புதிய வகுப்பில் நாம் படிக்கப்போகும் விஷயங்கள் அனைத்தும் முந்தைய வகுப்பில் படித்தவற்றை அடிப்படையாகக் கொண்டிருக்கின்றன; அந்தப் புரிந்துகொள்ளலின் பின்னணியில்தான் நாம் இந்த வகுப்பில் சொல்லித்தரப்படும் விஷயங்களைக் கற்றுக்கொள்கிறோம். அதை மறந்துவிட்டால் இது நிச்சயம் புரியாது. அப்படியானால், கல்லூரிப்படிப்பை நிறைவுசெய்து பட்டம் பெற்றபின்னர், அதுவரை படித்த விஷயங்களையெல்லாம் மறந்துவிடலாமா? அதுவும் கூடாது. ஏனெனில், பள்ளி, கல்லூரியில் படித்த அடிப்படை விஷயங்கள்தான் வாழ்நாள்முழுக்க நாம் செய்யப்போகும் ஒவ்வொரு வேலையிலும் உடன்வருகின்றன.

மொழியைப் பயன்படுத்தி அலுவலக ஆவணங்களைப் புரிந்துகொள்கிறோம், எழுதுகிறோம், பிறருடன் உரையாடுகிறோம், கணக்குப்போடுகிறோம், அறிவியல் நுட்பங்களைப் பயன்படுத்திப் புதிய விஷயங்களைக் கண்டறிகிறோம், இப்படி நாம் செய்யும் ஒவ்வொன்றிலும் நம்முடைய கல்வி பயன்படுகிறது.

ஆக, கல்வி என்பது ஒருவழிச்சாலையைப்போல, வெளியிலிருந்து உள்ளே அறிவைச் செலுத்தலாம், உள்ளேயிருந்து அறிவை வெளியே எடுத்துவிடக்கூடாது, நீக்கக்கூடாது, அப்படி நீக்கினால் இழப்பு நமக்குதான். முதுமொழிக்காஞ்சியில் 'மேதையின் சிறந்தன்று கற்றது மறவாமை' என்கிறார் மதுரைக் கூடலூர்கிழார். அதாவது, மேதையாக இருப்பதைவிட, தானே முயன்று ஒன்றை உருவாக்குவதைவிட, முன்பு கற்றதை மறக்காமல் இருப்பது நல்லது.

உண்மையில், கற்றதை மறக்காமல் இருப்பதன்மூலம்தான் ஒருவர் மேதையாகிறார். ஏற்கெனவே கற்றுக்கொண்ட விஷயங்களை நன்கு மனத்தில் இருத்துகிறார், புதிதாகக் கற்றுக்கொள்கிறவற்றை அந்தப் பழைய விஷயங்களுடன் தொடர்புபடுத்திப் புரிந்துகொள்கிறார், பின்னர் அன்றாடச் சவால்கள் வரும்போது இந்த அறிவைப் பயன்படுத்தி வெற்றிகாண்கிறார். இவை அனைத்துக்கும் அடிப்படை, கற்றவற்றை மறக்காமல் இருப்பதுதான்!

அதற்காக, எல்லாவற்றையும் வெறுமனே மனப்பாடம் செய்தால் போதாது. அவை மனத்தில் நெடுநாள் தங்காது, ஒருவேளை தங்கினாலும் தேவையான நேரத்தில் சரியானவிதத்தில் பயன்படாது. ஆகவே, எதையும் புரிந்துகொண்டு வாசிக்க வேண்டும், அப்போதுதான் அவை எளிதாக நினைவில் பதியும், நெடுநாட்களுக்குப் பயன்படும். நல்ல நினைவாற்றலின்மூலம் நீங்கள் உங்களுடைய அறிவைப் பெருக்கிக்கொள்ளலாம், பல விஷயங்களில் மேதைகளாகலாம்!

★★★

16. ஒலிப்புத்தகங்கள்

புத்தகங்களைப் படிப்பது தனி சுகம், தனி இன்பம், தனி அனுபவம். கையில் ஒரு புத்தகத்தோடு மரத்தடியிலோ நாற்காலியிலோ பேருந்தின் இருக்கையிலோ அமர்ந்தபடி தன்னை மறந்து அதில் ஊன்றிவிடுபவர்களை நாம் அடிக்கடி காணலாம். அதேசமயம், புத்தக வாசிப்பு என்பது பெரும் நேர முதலீட்டைக் கோருகின்ற ஒரு விஷயம். புத்தகத்தின் அளவைப் பொறுத்துச் சில மணிநேரங்களையோ, பல நாட்கள், வாரங்களையோகூட நாம் அதற்கு வழங்கவேண்டியிருக்கலாம்.

இன்றைய பரபரப்பான வாழ்க்கைமுறையில், 'புத்தகம் படிக்கறதுக்கெல்லாம் யாருக்கு நேரமிருக்கு?' என்கிறார்கள் பலர். இவர்கள் விழித்திருக்கும் நேரத்தையெல்லாம் அன்றாட வேலைகளே எடுத்துக்கொண்டுவிடுகின்றன, அதற்கு நடுவில் ஒரு புத்தகத்தை எடுத்துப் படிக்க நேரமிருப்பதில்லை.

ஒருவேளை, இவர்களுக்காக யாராவது புத்தகங்களை வாசித்துக் காண்பித்தால்?

அட, இது அருமையான யோசனையாயிற்றே. பள்ளி, கல்லூரி, அலுவலகங்களுக்குச் செல்கிறவர்கள் பேருந்திலோ உள்ளூர் ரயிலிலோ தங்களுடைய சொந்த வாகனத்திலோ நெடுநேரத்தைச் செலவிடுகிறார்கள், அல்லது, சமையல், உடற்பயிற்சி போன்றவற்றில் ஈடுபடுகிறார்கள், அப்போதெல்லாம் யாராவது இவர்களுக்குப் புத்தகங்களை வாசித்துக்காண்பித்தால், வேலையும் கெடாது, வாசிப்பும் வளரும்.

இந்தப் பணியைதான் ஒலிப்புத்தகங்கள் எனப்படும் *Audio Books* செய்கின்றன. அதாவது, புத்தகத்தைக் காகிதமாக, அதில் அச்சிட்ட எழுத்துகளாக வாங்காமல், ஒலி வடிவில் வாங்கிக்கொள்வது, அதைக் கையில் பிடித்து வாசிப்பதற்குப் பதிலாக, நேரமிருக்கும்போதெல்லாம் ஒலியாகக் கேட்டுக் காதில் வாங்கிக்கொள்வது. ஒலிப்புத்தகங்கள் எப்படித் தயாராகின்றன?

ஆங்கிலத்தில் ஒரு புத்தகம் அச்சுக்குத் தயாரானதும், அதை ஒலிப்புத்தகமாகத் தயாரிக்கும் பணி தொடங்கிவிடுகிறது. அந்நூலின் ஆசிரியர், அல்லது, பேச்சுத்திறன் மிக்க இன்னொரு தொழில்முறை நிபுணர் அதனை வாசிக்கிறார், அதனை ஒலிப்பதிவு செய்து, வேண்டிய பின்னணி இசை போன்றவற்றைச் சேர்த்து அழகுபடுத்துகிறார்கள். அச்சுப்புத்தகத்துடன் ஒலிப்புத்தகத்தையும் வெளியிடுகிறார்கள். இவை குறுந்தகடுகளாக, அல்லது இணையத்தில் நேரடியாகக் கேட்கக்கூடிய ஒலிக்கோப்புகளாக விற்கப்படுகின்றன.

தினமும் பல மணிநேரம் பயணம் செய்யவேண்டியிருக்கிறவர்கள் ஒலிப்புத்தகத்தை இருகரம் நீட்டி வரவேற்கிறார்கள். 'இதனால் எங்களுடைய பயண நேரமெல்லாம் பயனுள்ள நேரமாகிவிடுகிறது' என்கிறார்கள். அதேபோல், பார்வைக் குறைபாடுள்ளவர்களுக்கும் ஒலிப் புத்தகங்கள் பெரிய நன்மை செய்கின்றன. அவர்கள் பலவிதமான நூல்களை ஒலிவடிவில் கேட்டுப் பயனடைகிறார்கள்.

தமிழிலும் கடந்த சில ஆண்டுகளாக ஒலிப்புத்தகங்கள் கிடைக்கத் தொடங்கியுள்ளன. ஆனால், அச்சுப்புத்தகங்களுடன் ஒப்பிடும் போது இவற்றின் சதவிகிதம் மிகக்குறைவு. ஒலிப்புத்தகங்களின் நன்மைகளைக் கருத்தில் கொண்டு பார்க்கும்போது, தமிழ்ப் பதிப்பாளர்கள் இதில் அதிகக் கவனம் செலுத்தவேண்டும், அப்படிச்செய்தால், வருங்காலத்தில் தமிழின் முக்கிய நூல்கள் அனைத்தும் ஒலிவடிவிலும் கிடைக்கும் என்று நம்பலாம்.

★★★

17. விளம்பரங்கள்

செய்தித்தாள்கள், வார, மாத இதழ்கள், தொலைக்காட்சி, வானொலி, இணையம் என்று நாம் பல ஊடகங்களின்வழியாகத் தகவல்களை அறிகிறோம். இவை அனைத்திலும் பொதுவாக இடம்பெறுகின்ற இன்னோர் அம்சம், விளம்பரங்கள்.

எடுத்துக்காட்டாக, ஒரு செய்தித்தாளின் முதல் பக்கத்தில் கடையொன்றின் விளம்பரம் இடம்பெறுகிறது. அந்தக் கடையின் முகவரி, அங்கு இப்போது நடைபெற்றுக்கொண்டிருக்கும் சிறப்பு விற்பனையைப்பற்றிய தகவல்கள், தள்ளுபடிக் கணக்குகள், புதிதாகக் கடையில் சேர்க்கப்பட்டிருக்கும் பொருட்களுடைய பெயர்கள், புகைப்படங்கள்போன்றவற்றை இதில் காண்கிறோம்.

இதே விளம்பரத்தை வானொலியில் ஒலிவடிவமாகக் கேட்கலாம், தொலைக்காட்சியில், இணையத்தில் அசைபடங்களுடன் பார்க்கலாம், இப்படி வடிவம் மாறினாலும், இவை அனைத்தின் நோக்கம் ஒன்றுதான்: அந்தக் கடையை விளம்பரப்படுத்துவது.

‘விளம்பு’ என்ற சொல்லின் பொருள், சொல்லுதல், தெரிவித்தல், எடுத்துக்கூறுதல். எடுத்துக்காட்டாக, ‘விழாவுக்குத் தலைமையேற்ற மாவட்ட ஆட்சித்தலைவர் பல நல்ல கருத்துகளை விளம்பினார்’ என்று சொல்லலாம்.

இந்தச் சொல்லிலிருந்துதான் ‘விளம்பரம்’ வருகிறது என்கிறார் மொழிஞாயிறு ஞா. தேவநேயப்பாவாணர். அதாவது, ஒரு கடை அல்லது தயாரிப்பின் நன்மைகளைப் பலருக்கும் விளம்புவது, எடுத்துச்சொல்வது விளம்பரம். பாவாணருடைய ‘வேர்ச்சொற்

கட்டுரைகள்' என்ற நூலில் 'விளம்பரம்' என்ற சொல்லுக்கு வழங்கப்பட்டுள்ள பொருள்கள்: எல்லார்க்கும் அறிவிக்கை, பறைசாற்றுகை.

ஊடகங்களில் மட்டும்தான் விளம்பரங்கள் இடம்பெறவேண்டும் என்றில்லை; அன்றாட வாழ்க்கையிலும் நாம் பல விளம்பரங்களைக் காண்கிறோம். எடுத்துக்காட்டாக, நாம் காணும் பெரும்பாலான கடைகளுக்குப் பெரிய பெயர்ப் பலகைகள் வைக்கப்பட்டுள்ளன; அவையெல்லாம் விளம்பரங்கள்தான், எங்கள் கடையில் இந்தமாதிரியான பொருட்கள் தரமாகவும் சரியான விலையிலும் கிடைக்கும் என்று அவை அறிவிக்கின்றன.

சில கடைகளின் வாசலில் ஒருவர் நின்றுகொண்டு, 'வாங்க வாங்க, நல்ல துணிமணிகள் குறைஞ்ச விலையில கிடைக்கும்' என்று அறிவிப்பதைப் பார்க்கிறோம். அவையும் விளம்பரங்கள்தான். உங்கள் ஊரில் ஒரு பேச்சுப்போட்டி நடைபெறவுள்ளது. அதுபற்றிய தகவல்களைப் பள்ளியில் ஆங்காங்கே அச்சிட்டு ஒட்டியுள்ளார்கள், ஆசிரியர்களும் மாணவர்களிடம் இதைப் பற்றிப் பேசி, 'நீங்க இந்தப் போட்டியில கண்டிப்பாக் கலந்துக்கணும்' என்று சொல்கிறார்கள், இவையெல்லாம் விளம்பரங்கள்தான்.

அவ்வளவு ஏன், கல்லூரிப் படிப்பை நிறைவுசெய்த ஒருவர் தன்னுடைய தகுதிகள், திறமைகளைப் பட்டியலிட்டுப் பல நிறுவனங்களில் வேலை கோருகிறாரே, அதுகூட ஒருவகையில் விளம்பரம்தான். தன்னுடைய தகுதியை அவர் 'விளம்புகிறார்', நிறுவனங்கள் அதைக் கேட்டு அவருக்கு வேலை தருகின்றன.

ஆக, விளம்பரங்களைத் தவறானவையாகக் கருத வேண்டியதில்லை, அதேசமயம், பொய்யான தகவல்களை விளம்பரப்படுத்தி யாரையும் ஏமாற்றக்கூடாது. உண்மையை உரக்கச் சொல்லிப் பலரை ஈர்ப்பதற்கு விளம்பரங்களைப் பயன்படுத்திக் கொள்ளலாம்.

★★★

18. பெரியோர் சொல்

‘ஒரு நாட்டின் கலாச்சாரம் எங்கு இருக்கிறது தெரியுமா?’ என்று கேட்கிறார் ஒருவர்.

‘எனக்குத் தெரியவில்லை, நீயே சொல்’ என்கிறார் இன்னொருவர்.

‘எந்தவொரு நாட்டின் கலாச்சாரமும், அதன் குடிமக்களுடைய இதயங்களிலும் ஆன்மாவிலும்தான் இருக்கிறது’ என்கிறார் முதல் நபர்.

‘அப்படியா? இது எப்படி உனக்குத் தெரியும்?’ என்று சவால் விடுகிறார் இவர்.

‘இதை நான் சொல்லவில்லை. மகாத்மா காந்தி சொல்லியிருக்கிறார்’ என்று விளக்குகிறார் அவர்.

‘ஓ, அப்படியானால் நான் இதை ஏற்றுக்கொள்கிறேன்!’ என்கிறார் இவர். ஆரம்பத்தில் இந்தக் கருத்தை ஏற்றுக்கொள்ளாமல் சவால்விட்ட இவர், பின்னர் அதே கருத்தை ஏற்றுக்கொண்டது ஏன்?

காரணம், அந்தக் கருத்தைச் சொன்னவர் மகாத்மா காந்தி. ஆகவே, காந்தி சொன்னால் சரியாகதான் இருக்கும் என்று இவர் அதை ஏற்றுக்கொள்கிறார்.

அதனால்தான், அன்றாட உரையாடல்களில் தொடங்கி மேடைப்பேச்சுகள், கட்டுரைகள் எனப் பல இடங்களில் அறிஞர்களுடைய கருத்துகள் மேற்கோள் காட்டப்படுகின்றன. அவற்றைக் கேட்கிறவர்கள், வாசிக்கிறவர்கள், அத்தனைப் பெரிய அறிஞர் சொல்வது சரியாகதான் இருக்கும் என ஏற்றுக்கொள்கிறார்கள்.

உண்மையில், நல்ல கருத்தை யார் சொன்னாலும் மதிக்கவேண்டும். எனினும், சொன்னவருடைய தகுதியும் சிறப்பானதாக இருந்தால், அதற்குக் கூடுதல் மதிப்பு கிடைக்கிறது. தலைவர்கள், எழுத்தாளர்கள், சிந்தனையாளர்கள், விளையாட்டு வீரர்கள், தொழில்துறைத் தலைவர்கள், சமூகசேவகர்கள் போன்றோர் சொல்கிற வெவ்வேறு அரிய கருத்துகளை நாம் மிகவும் மதிக்கிறோம். நம்முடைய வாழ்க்கைக்கான வழிகாட்டிகளாகக் கொள்கிறோம்.

இத்தனைக்கும், அந்தக் கருத்தைச் சொன்னவர் வாழ்ந்த இடம், சூழ்நிலை, காலகட்டம் போன்றவை நம்முடைய ஊர், சூழல், காலகட்டத்துக்கு மிகவும் மாறுபட்டுள்ளன. எனினும், அந்தக் கருத்துகள் இப்போதும் பொருத்தமானவையாக உள்ளன. அதுதான் அவற்றின் தனிச்சிறப்பு.

இக்கருத்துகளின் இன்னொரு சிறப்பு, அவை சுருக்கமானவை. ஒரு நீண்ட கட்டுரை அல்லது கதையை வாசித்துப் புரிந்துகொள்ள வேண்டிய விஷயத்தைச் சில சொற்களில், சில விநாடிகளில் விளக்கிவிடுபவை.

இதனால், பல துறைகளைச் சார்ந்த அறிஞர்கள், ஆளுமை களுடைய குறிப்பிடத்தக்க கருத்துகள் தொகுக்கப்படுகின்றன. ஆங்கிலம், தமிழ் உள்ளிட்ட பல மொழிகளில் இதுபோன்ற தொகுப்பு நூல்கள் உண்டு. பேச்சாளர்கள், எழுத்தாளர்கள் இந்நூல்களைப் புரட்டித் தங்களுடைய வாதங்களுக்கு வலுச்சேர்க்கும் கருத்துகளைப் பயன்படுத்திக்கொள்வார்கள்.

நீங்களும் உங்களுக்குப் பிடித்த கருத்துகளைத் திரட்டிவைக்கலாம். அதற்கான வழிமுறைகள்:

1. கருத்துகளைத் திரட்டுவதற்கென்று ஒரு குறிப்பேட்டை ஒதுக்கிவையுங்கள்; அது எப்போதும் உங்கள் அருகில் இருக்கும்படி பார்த்துக்கொள்ளுங்கள்
2. ஏதாவது ஒரு சுவையான, பயனுள்ள விஷயத்தை வாசிக்கும்போது, அல்லது கேட்கும்போது, சட்டென்று அந்தக் குறிப்பேட்டை எடுத்து அந்தக் கருத்தை அப்படியே எழுதிக்கொள்ளுங்கள்
3. அதை யார் எழுதினார்கள் அல்லது சொன்னார்கள் என்பதையும் கீழே குறிப்பிடுங்கள்
4. இயன்றால், அந்தக் கருத்து எந்த நூலில் அல்லது கட்டுரையில் இடம்பெற்றது, எந்த ஆண்டில் சொல்லப்பட்டது என்பதையும் குறித்துவையுங்கள், இந்தப் பின்னணியுடன் பார்க்கும்போது பல கருத்துகள் இன்னும் சுவையாகும்
5. உங்கள் நண்பர்களையும் இதேபோல் கருத்துகளைத் திரட்டச்சொல்லுங்கள், மாதம் ஒருமுறை நீங்கள் திரட்டிய கருத்துகளைப் பகிர்ந்துகொள்ளுங்கள், அதன்மூலம் எல்லாரும் நல்ல விஷயங்களைக் கற்றுக்கொள்ளலாம்

★★★

19. நால்வகைப் புள்ளிகள்

கால், அரை, முக்கால், ஒன்று... இவற்றைக் கணிதப்பாடத்தில் படித்திருப்பீர்கள்:

★ ஒன்று என்பது ஒரு முழுமையான பொருள்

★ கால் என்பது அந்தப் பொருளில் நான்கில் ஒரு பகுதி, அதாவது 1/4

★ அரை என்பது இரண்டு 'கால்'களின் தொகுப்பு, அதாவது, அந்தப் பொருளில் இரண்டில் ஒரு பகுதி, 1/2

★ முக்கால் என்பது மூன்று 'கால்'களின் தொகுப்பு, அதாவது, அந்தப் பொருளில் நான்கில் மூன்று பகுதிகள், 3/4

ஆக, "ஒன்று" என்பதுதான் முழுமை, மற்றவை அதன் பகுதிகள், பின்னங்கள்.

இந்தப் பின்னங்களை மொழி இலக்கணத்திலும் நிறுத்தற்குறிகளாகக் காணலாம்: காற்புள்ளி, அரைப்புள்ளி, முக்காற்புள்ளி, முற்றுப்புள்ளி.

முற்றுப்புள்ளி என்பது ஒரு சொற்றொடரின் நிறைவில்

இடம்பெறுகிறது, அந்தச் சொற்றொடர் ஒரு முழுமையான கருத்தைத் தெரிவிக்கிறது, அந்தக் கருத்து நிறைவடைந்துவிட்டது என்பதைச் சுட்டிக்காட்டுகிறது. எடுத்துக்காட்டாக:

★ விமலா நன்றாகப் பாடுவார்.

★ தமிழகத்தின் தலைநகரம் சென்னை.

ஒரு வாகனம் காந்தி தெருவிலிருந்து நேரு தெருவுக்குச் செல்கிறது என்று வைத்துக்கொள்வோம். நேரு தெருவுக்குச் சென்றதும் அந்த வாகனத்தின் ஓட்டுநர் வண்டியை நிறுத்திவிடுவார், காரணம், அவருடைய பயணம் நிறைவடைந்துவிட்டது.

"." என்கிற முற்றுப்புள்ளியும் அதுபோல்தான், சிந்தனை முழுமையடைந்துவிட்டது என்பதைச் சுட்டிக்காட்டும்வண்ணமாகச் சொற்றொடரை நிறைவுசெய்கிறது.

இப்போது, அதே ஓட்டுநர் நேரு தெருவிலிருந்து காந்தி தெருவுக்குத் திரும்பி வந்துகொண்டிருக்கிறார், வழியில் அவர் ஒரு கடையைப் பார்க்கிறார், வண்டியை நிறுத்தி இளநீர் வாங்கிக்கொள்கிறார், பிறகு காந்தி தெருவை நோக்கித் தொடர்ந்து செல்கிறார்.

இந்தச் சூழ்நிலையில் அவர் கடை வாசலில் பயணத்தை நிறுத்திவிடவில்லை, சற்று இளைப்பாறி ஏதோ வேலையைச் செய்கிறார், பின்னர் பயணத்தைத் தொடர்கிறார்.

"," என்கிற காற்புள்ளி, ";" என்கிற அரைப்புள்ளி, ":" என்கிற முக்காற்புள்ளி ஆகியவையும் அதுபோல்தான்: சொல்லவந்த கருத்து இன்னும் நிறைவடையவில்லை, முந்தைய பகுதிக்கும் அடுத்த பகுதிக்கும் தொடர்பு இருக்கிறது என்பதைச் சுட்டிக்காட்டுகின்றன. எடுத்துக்காட்டாக:

★ கமலா, விமலா இருவரும் நன்றாகப் பாடுவார்கள். (காற்புள்ளி)

★ கமலா நன்றாகப் பாடுவார்; அருமையாக ஆடுவார். (அரைப்புள்ளி)

★ *கமலாவின் பாடல் திறமைக்கு முதல் பரிசு கிடைத்தது: ஓர் அழகிய பேனா. (முக்காற்புள்ளி)*

இந்தச் சொற்றொடர்கள் ஒவ்வொன்றிலும் நிறைவில் முற்றுப் புள்ளி இருப்பதைக் கவனியுங்கள், அதுதான் சொற்றொடரின் நிறைவுப்பகுதி. ஆனால், அங்கு செல்வதற்குமுன்னால் காற்புள்ளி, அரைப்புள்ளி, முக்காற்புள்ளி ஆகியவை அதனைச் சரியானமுறையில் வழிநடத்துகின்றன; அச்சொற்றொடரைச் சரியாகப் புரியவைக்கின்றன.

இப்போது, உங்களுக்கு ஒரு பயிற்சி: உங்களுடைய புத்தகத்தில் ஏதேனும் ஒரு பாடத்தை எடுத்துக்கொள்ளுங்கள், அதில் காற்புள்ளி, அரைப்புள்ளி, முக்காற்புள்ளி, முற்றுப்புள்ளி ஆகியவை எங்கெங்கு இடம்பெற்றுள்ளன என்று காணுங்கள், அவை ஏன் அவ்வாறு பயன்படுத்தப்பட்டிருக்கின்றன என்று யோசியுங்கள், நிறுத்தற்குறிகளுக்குரிய இலக்கணங்களை விரிவாகப் படித்துப் புரிந்துகொள்ளுங்கள்.

★★★

20. சொற்களின் கூட்டணி

விண் என்றால் வானம். மீன் என்றால் நீரில் நீந்துகின்ற ஓர் உயிரினம். விண்மீன் என்றால்?

ஒன்றுக்கொன்று தொடர்பற்றதாகத் தோன்றும் இந்த இரு சொற்களும் ஒன்றாகச் சேரும்போது, விண்ணில் நீந்திச்செல்லும் ஒளிக்கோளம் என்கிற பொருளைத் தருகின்றன.

இதைப்போல் தமிழில் பலவிதமான சொற்களை ஒன்றாகச் சேர்த்துப் புதிய சொற்களை உருவாக்கலாம், ஏற்கெனவே நாம் நன்கறிந்த சொற்களைப் பிரித்துப்பார்த்தால், அந்தச் சொற்களே அவற்றின் பொருளை உணர்த்துவதைக் காணலாம்.

எடுத்துக்காட்டாக, ‘மணிமாலை’ என்ற சொல் மணி, மாலை என்று பிரிகிறது, மணிகளைக் கோத்த மாலை என்னும் பொருளைத் தருகிறது. இதில் ‘மாலை’ என்ற சொல்லை அப்படியே வைத்துக்கொண்டு அதற்குமுன் வெவ்வேறு சொற்களைச் சேர்த்து முத்துமாலை, காசுமாலை, மரகதமாலை, பூமாலை என்று பல புதிய சொற்களை உருவாக்கலாம்.

இந்தச் சொற்கள் அனைத்திலும் ‘மாலை’ என்பது கழுத்தில் அணிந்துகொள்கின்ற ஒரு நகையை, அதாவது, ஓர் உண்மையான பொருளைக் குறிக்கிறது. மாறாக, ‘பாமாலை’, ‘புகழ்மாலை’ போன்ற சொற்களில் ‘மாலை’ என்பது பொருளில்லை, அது ஒரு கருத்தைத் தெரிவிக்கிறது: ‘பாமாலை’ என்றால், பாடல்களைத் தொகுத்து உருவாக்கிய மாலையைப்போன்ற ஒரு நூல்,

'புகழ்மாலை' என்றால், ஒருவரைப்பற்றிய புகழ்மொழிகளைத் தொகுத்துப் பேசுதல். சொற்களை இந்த வரிசையில்தான் இணைக்கவேண்டும் என்று எந்தக் கட்டாயமும் இல்லை, முன்பின்னாகவும் பின்முன்னாகவும் இருவிதமாகவும் இணைத்துப்பார்க்கலாம், வெவ்வேறு பொருள்கள் கிடைக்கும். எடுத்துக்காட்டாக, 'சிவப்புக்கொடி' என்பதும் 'கொடிச்சிவப்பு' என்பதும் ஒன்றில்லை. இரு சொற்களை இணைத்து மூன்றாவதாக ஒரு சொல்லை உருவாக்கும்போது, அதில் பல வகைகள் அமைகின்றன:

★ இரு பெயர்ச்சொற்கள் சேரலாம். எடுத்துக்காட்டு: விண்வெளி

★ பெயர்ச்சொல்லும் வினைச்சொல்லும் சேரலாம். எடுத்துக் காட்டு: எழுதுகோல்

★ இரு வினைச்சொற்கள் சேரலாம். எடுத்துக்காட்டு: சுற்றிவளை

ஏற்கெனவே மக்கள் நன்கு அறிந்த சொற்களை இணைத்து மூன்றாவதாக இன்னொரு புதிய சொல்லை உருவாக்குவது அறிவியல், தொழில்நுட்பத்துறைகளில் கலைச்சொற்களைக் கண்டறிவதற்குத் துணைபுரிகிறது. எடுத்துக்காட்டாக, கையால் தட்டித்தட்டி அச்சிடும் பணியைத் 'தட்டச்சு' என்று அழைக்கிறோம். இது, 'தட்டுதல்', 'அச்சிடுதல்' என்ற இரு சொற்களின் தொகுப்பாக அமைந்து பொருத்தமான பொருளைத்தருகிறது.

நீங்களும் வெவ்வேறு சிறுசொற்களை இணைத்துப் புதிய சொற்களை உருவாக்கிப்பார்க்கலாம். அது ஒரு நல்ல மொழிப்பயிற்சியாக அமையும். எடுத்துக்காட்டாக, இங்குள்ள சொற்களைப் பலவிதமாக இணைத்துப்பாருங்கள், அதனால் உருவாகும் புதிய சொற்கள் உங்கள் மனத்தில் எப்படிப்பட்ட காட்சிகளை உருவாக்குகின்றன என்று சிந்தியுங்கள்:

வலை, மரம், நிலம், கல், கொடி, மலர், மதி, ஆறு, பழம், குணம், விலை, நட, மிகை, அதிகம், குறைவு, இனிமை, பண்பு, தெளிவு

★★★

21. மூடிய அடுக்கும் திறந்த அடுக்கும்

உங்கள் வீட்டுக்குத் தேவையான மளிகைச் சாமான்களை எப்படி வாங்குவீர்கள்?

தெருமுனையில் ஒரு மளிகைக்கடை இருக்கிறது. அங்கு சென்று எந்தெந்தப் பொருட்கள் வேண்டும், என்ன அளவில் வேண்டும் என்று கேட்டால் கடைக்காரரே எடுத்துத் தந்துவிடுவார், உரிய விலையைக் கொடுத்து வாங்கிக்கொள்ளலாம்.

அல்லது, சற்றுத்தொலைவிலுள்ள நவீன கடையொன்றுக்குச் செல்லலாம். அங்குள்ள அடுக்குகளில் பலவிதமான பொருட்கள் வைக்கப்பட்டிருக்கும், நமக்கு வேண்டியதை நாமே எடுத்துக்கொள்ளலாம், பின்னர் ஒருவர் அவற்றைப் பார்த்து நம்மிடம் உரிய பணத்தைப் பெற்றுக்கொள்வார்.

இந்த இரு கடைகளிலும் நமக்கு வேண்டிய பொருட்கள் கிடைத்துவிடுகின்றன; ஆனால், வாங்கும் முறையில் சிறு வேறுபாடு இருக்கிறது:

★ முதல் கடையில் கடைக்காரர் நமக்குச் சேவை புரிகிறார்; அதாவது, நாம் கேட்கும் பொருட்களைத் தேடி எடுத்துத்தருகிறார்

★ இரண்டாம் கடையில் நமக்கு நாமே சேவை புரிந்துகொள்கிறோம்; ஆங்கிலத்தில் இதனை *self-service* என்பார்கள்; அதாவது, நமக்கு வேண்டியதை நாமே தேடி எடுத்துக்கொள்கிறோம்

ஒப்பீட்டளவில் பார்க்கும்போது முதல்முறை வசதியாக இருப்பதுபோல் தோன்றினாலும், இரண்டாவதுமுறைதான் வாடிக்கையாளருக்குச் சிறந்தது; ஏனெனில், அவர் பல பொருட்களை எடுத்துப்பார்த்து ஒப்பிட்டுத் தனக்கு வேண்டியதைத் தேர்ந்தெடுக்க இது உதவுகிறது.

சரி, நூலகம் என்பது இவற்றில் எந்த வகை?

ஒவ்வொரு நூலகத்திலும் நூற்றுக்கணக்கான நூல்கள் வெவ்வேறு அடுக்குகளில் வைக்கப்பட்டுள்ளன; அவற்றில் நமக்கு வேண்டிய தலைப்பில் வேண்டிய நூலை நாமே தேடி எடுத்துக்கொள்கிறோம்; நின்றபடி சில பக்கங்களைப் புரட்டிப்பார்க்கிறோம், பிடித்திருந்தால் அங்கேயே அமர்ந்து வாசிக்கிறோம், அல்லது, வீட்டுக்கு வாங்கிவருகிறோம். ஆகவே, நூலகங்கள் *self-service* எனப்படும் முறையில்தான் இயங்குகின்றன.

ஆனால், சுமார் ஒரு நூற்றாண்டுக்குமுன்னால் தமிழக நூலகங்கள் இப்படி இயங்கவில்லை. அன்றைய நூலகங்களில் இருந்த நூல்களெல்லாம் பூட்டிவைக்கப்பட்டிருந்தன. மக்கள் விரும்பியபடி அவற்றைத் தேடி எடுத்துப் புரட்டிப்பார்த்துத் தேர்ந்தெடுக்க இயலாது.

அப்படியானால், மக்கள் எப்படிதான் நூல்களை வாசிப்பது?

அந்த நூலகங்களில் நூலகர் ஒருவர் இருப்பார். அவரிடம் சென்று நமக்கு வேண்டிய நூலின் பெயரைச் சொல்லவேண்டும். அவர் பூட்டைத் திறந்து அந்த நூலை எடுத்து நமக்குத் தருவார், பின்னர் பழையபடி நூல்களைப் பூட்டிவைத்துவிடுவார்.

அடடா, இப்படிச் செய்தால் அறிவு வளருமா? மக்களை விருப்பம்போல் நூல்களை எடுத்துப் புரட்டிப்பார்க்க அனுமதித்தால்தானே அவர்கள் பலவிதமான ஆசிரியர்களை,

தலைப்புகளை வாசித்துத் தெளிவுபெறுவார்கள்! புத்தகங்களை ஏன் பூட்டிவைக்கவேண்டும்?

1930ம் ஆண்டில், சென்னையிலுள்ள கன்னிமாரா நூலகத்தின் நூலகரான ரா. ஜனார்த்தனம் அவர்களுக்கு இந்த எண்ணம் வந்தது. ஆகவே, 'இனி இந்த நூலகத்தில் எல்லா அடுக்குகளும் திறந்தே வைக்கப்படும், வேண்டியவர்கள் வேண்டிய நூலைப் புரட்டிப்பார்த்து எடுத்துக்கொள்ளலாம்' என்று அறிவித்தார். இந்த முறைக்குத் 'திறந்த அடுக்கு முறை' என்று பெயர் சூட்டப்பட்டது, 'மூடிய அடுக்கு முறை' முடிவுக்கு வந்தது.

இன்றைக்கு அநேகமாக எல்லா நூலகங்களும் திறந்த அடுக்கு முறையைதான் பின்பற்றுகின்றன. இதன்மூலம் ஒவ்வொரு நாளும் ஏராளமானோர் அறிவுச்செல்வத்தைப் பெறுகிறார்கள்.

★★★

22. ஒப்பற்ற சுடருக்கு எண்ணற்ற பெயர்கள்

பொழுது விடிகிறது, ஒரு புதிய நாள் தொடங்குகிறது, இதை நாம் எப்படி அறிந்துகொள்கிறோம்?

வானில் சூரியன் எழுகிறது, வெளிச்சம் எங்கும் பரவுகிறது, ஆகவே, நாம் தூங்கி எழுந்து சுறுசுறுப்பாக வேலைகளைத் தொடங்குகிறோம். சூரியனின் பணி, வெளிச்சம்தருவதுமட்டுமில்லை, உலகுக்குத் தேவையான வெம்மையையும் சூரியன்தான் தருகிறது, சில நேரங்களில் அது சுட்டெரிக்கும் வெய்யிலாகக் காய்ந்தாலும், அந்த வெம்மை இல்லாவிட்டால் மனிதர்கள், பயிர்கள் என அனைத்துக்கும் சிரமம்தான்.

வெப்பம் தருவதால், சூரியனை 'வெய்யோன்', 'வெயிலோன்' என்றெல்லாம் தமிழர்கள் அழைத்தார்கள். இதே பொருள்தரும் வேறு சில பெயர்கள், 'வெங்கதிரோன்' (வெம்மையான கதிர்களைப் பரப்புபவன்), 'வெஞ்சுடர்' (வெம்மைச் சுடர்) போன்றவை. சுடர் வடிவாகத் தோன்றுவதால் சூரியனைச் 'சுடரவன்' என்று அழைப்பார்கள். அச்சுடரின் வடிவம் சிவந்திருப்பதால் 'செஞ்சுடர்', 'செங்கதிர்', 'செய்யவன்' போன்ற பெயர்கள் அமைந்தன.

சூரியனைக் குறிப்பிடும் இன்னோர் அழகிய தமிழ்ச்சொல்,

‘ஞாயிறு’. சூரியனிலிருந்து கதிர்கள் பரவி உலகெங்கும் செல்வதால் ‘கதிரவன்’ என்றும் அதனை அழைப்பதுண்டு. பகல் நேரத்தில் தோன்றுவதால் ‘பகலவன்’ என்ற பெயரும் அதற்குண்டு. இருளை விரட்டுவதால் சூரியனை ‘இருட்பகைவன்’ என்றும் அழைப்பார்கள். பனியை விரட்டுவதால் அதற்குப் ‘பனிப்பகை’ என்ற பெயரும் உள்ளது.

‘அழல்’ என்றால் நெருப்பு, சூரியன் நெருப்பைப்போல் சுடுவதால் அதனை ‘அழலவன்’ என்பார்கள். இதே காரணத்தால் ‘அனல்’ என்ற சொல்லிலிருந்து ‘அனலி’ என்ற பெயரும் அதற்கு அமைந்தது. மனிதர்கள் கண்டிருக்கக்கூடிய ஒளிவடிவங்களிலெல்லாம் மிகப்பெரியது என்பதால், ‘பேரொளி’ என்ற பெயரும் சூரியனுக்குண்டு.

கூம்பியிருக்கும் தாமரையானது சூரியனைக் கண்டவுடன் மலரும். ஆகவே, அதனைத் ‘தாமரைநாயகன்’ என்ற பெயராலும் குறிப்பிடுவார்கள். நாள்தோறும் உலகெங்கும் தன்னுடைய கரங்களை நீட்டிப் பரவிச்செல்வதால் ‘தினகரன்’ என்பார்கள்.

காலை நேரத்தில் உதித்து மேலெழுவதால் சூரியனுக்கு ‘உதயன்’ என்ற பெயர் உண்டு, சூரியன் ஏழு குதிரைகளைக் கொண்ட ஒற்றைச்சக்கரத் தேரில் வருவதாகப் புராண நம்பிக்கை இருக்கிறது, அதைக் குறிப்பிடும்வகையில் சூரியனை ‘எழுபரியோன்’ (பரி = குதிரை), ஒற்றையாழித்தேரான் (ஆழி = சக்கரம்) என்றெல்லாம் அழைப்பார்கள்.

இதேபோல் சூரியனைக் குறிப்பிடும் வேறு பல பெயர்கள் உண்டு, அருக்கன், அருணன், ஆதித்தியன், இரவி, பரிதி, பானு என்று அடுக்கிக்கொண்டே செல்லலாம்.

ஒளியை, வெம்மையைத் தந்து உலகை வாழவைக்கும் சூரியனை வணங்கி நன்றிசெலுத்தும் பழக்கம் நம்மிடம் உள்ளது, பொங்கல் திருநாளில் மக்கள் சூரியனை வாழ்த்தி வழிபடுகிறார்கள், அதே நன்றியுணர்வுடன் சூரியனுடைய பல பெயர்களைத் தங்கள் குழந்தைகளுக்கும் சூட்டுகிறார்கள்.

★★★

23. சோலையில் சில அதிசயங்கள்

அழகிய பூஞ்சோலை. அங்கே ஒரு பெண் நுழைகிறாள். செடிகள், பூக்கள், ஆங்காங்கே பறக்கும் பட்டாம்பூச்சிகள், தாவும் மான்களை வேடிக்கை பார்த்தபடி நடக்கிறாள்.

அங்கே ஒரு நாவற்பழம் கிடந்தது. ஆவலுடன் அதை எடுத்துப்பார்த்தாள் அவள். மறுகணம், அந்த நாவற்பழத்துக்குச் சிறகு முளைத்தது. ரீங்காரமிட்டபடி அங்கிருந்து பறந்துசென்றது அது. அந்தப்பெண் திகைத்தாள், 'இதென்ன, பழம் பறக்கிறதே!' என்று வியந்தாள்.

சிறிது நேரம் கழித்து, அவள் ஒரு குளத்தை வந்தடைந்தாள். தாகமெடுத்தது, நீர் அருந்தலாம் என்று குளத்தில் இறங்கினாள், இரு கைகளாலும் நீரை அள்ளியெடுத்துக் குடிக்க முயன்றாள்.

மறுகணம், அவள் வாய்விட்டு அலறினாள், காரணம், அவளுடைய கையிலிருந்த நீரில் இரு கெண்டைமீன்கள் இருந்தன. சட்டென்று நீரைக் குளத்திலேயே விட்டுவிட்டாள்.

ஆனால், இப்போது அந்தக் கெண்டைமீன்களைக் காணவில்லை. அவள் திகைத்து நின்றாள். பழம் எங்கேயாவது பறக்குமா? கையிலிருந்த கெண்டைமீன்கள் காணாமல் போகுமா? இதென்ன அறிவியல் புனைகதையா?

கதையில்லை, இந்த இரு நிகழ்வுகளும் 'விவேக சிந்தாமணி' என்னும் நூலில் இடம்பெற்றுள்ளன, இந்தப் பாடல்களை எழுதிய புலவருடைய பெயர் தெரியவில்லை. ஆனால், இவற்றிலுள்ள கற்பனை நம்மை மயக்குகிறது.

அது சரி, பழம் பறந்த மர்மம் என்ன? கெண்டைமீன்கள் எங்கே சென்றன? அதைத் தெரிந்துகொள்ள நாம் சற்று பின்னோக்கிச் செல்லவேண்டும்.

சிறிது நேரத்துக்குமுன் அதே பூஞ்சோலைக்குள் ஒரு வண்டு நுழைந்தது. பல பூக்களில் தேன் அருந்தியது. அதனால் மயங்கிக் கீழே விழுந்தது.

அந்த வண்டைத்தான் இந்தப் பெண் நாவற்பழமென்று நினைத்துவிட்டாள், கையில் எடுத்துவிட்டாள்.

இவளுடைய கையோ தாமரையைப்போன்றது, முகமோ நிலவைப்போன்றது. ஆகவே, அந்த வண்டு பயந்துவிட்டது, 'நாம் தாமரையில் கிடக்கிறோம், இரவு வந்துவிட்டது, நிலவு தோன்றியதும் தாமரை மூடிக்கொண்டுவிடும், நாம் உள்ளே சிக்கிக்கொண்டுவிடுவோம்' என்று நினைத்துவிட்டது. ஆகவே, மயக்கத்திலிருந்து விடுபட்டுப் பறந்துவிட்டது.

பின்னர் இவள் நீரைக் கையில் ஏந்தியபோது, அதில் இவளுடைய கண்களின் பிம்பம் தெரிந்தது, கெண்டைமீன்போன்ற தன்னுடைய அழகிய கண்களைதான் உண்மையான மீன்கள் என்று நினைத்துப் பயந்துவிட்டாள் இவள்.

சோலையில் வண்டுகள் தேனருந்தி மயங்குவதும், மனிதர்கள் தொட்டதும் விழிப்பு வந்து பறப்பதும், பெண்களுடைய கண்கள் மீனைப்போல் அழகாக நீண்டு காணப்படுவதும் இயல்பான விஷயங்கள்தாம், ஆனால், ஒரு கவிஞருடைய பார்வையில் அவற்றுக்குப் புதிய அழகு சேர்ந்துவிடுகிறது, அந்த இயல்பான நிகழ்வுகளுக்கு புதுமையான காரணத்தைக் கற்பித்து அழகான பாடல்களாக்கிவிடுகிறார்கள்!

★★★

24. அதிசய இதழாளர்

நாளிதழ்கள், வார இதழ்கள், மாத இதழ்கள் போன்றவை கடைகளில் விற்பனையாகின்றன. ஆர்வமுள்ளோர் உரிய விலையைத் தந்து அவற்றைப் பெற்றுக்கொள்கிறார்கள்.

இப்படி வாங்கி வாசிக்கிற இதழ்கள் அவர்களுக்கு மிகவும் பிடித்துவிட்டால், அவர்கள் அவற்றுக்குச் சந்தா செலுத்தி விடுகிறார்கள். அதாவது, ஒரு குறிப்பிட்ட இதழை இத்தனை நாட்களுக்குத் தொடர்ந்து வாங்கிக்கொள்கிறோம் என்று சம்மதித்து, அதற்காக முன்கூட்டியே பணத்தையும் கட்டி விடுகிறார்கள்.

இதன்மூலம் வாசகர்களுக்குப் பல நன்மைகள் உண்டு: ஒவ்வோர் இதழையும் கடையில் சென்று தேடிப்பிடித்து வாங்கவேண்டியதில்லை, இதழ் அச்சானதும் வீட்டு வாசலுக்கே வந்துவிடும், பல நேரங்களில், அந்த இதழைக் கடையில் வாங்குவதைவிட சந்தாவில் வாங்குவது மலிவாகவும் இருக்கும்.

இன்னொருபக்கம், அந்த இதழ்களை வெளியிடுவோருக்கும் இதனால் நன்மையுண்டு: இத்தனைப் பேர் சந்தா செலுத்தி யிருக்கிறார்கள், இவர்களெல்லாம் தொடர்ந்து தங்களுடைய இதழை வாங்கப்போகிறார்கள் என்ற நம்பிக்கையில் அவர்கள் துணிந்து இதழை நடத்திச்செல்லலாம். அந்தவிதத்தில், இதழ்களின் ஆதாரமே சந்தாதாரர்கள்தான் என்று சொல்லிவிடலாம்.

அதனால்தான், அநேகமாக எல்லா இதழ்களிலும் 'சந்தா படிவ'ங்கள், விளம்பரங்கள் தொடர்ந்து அச்சிடப்படுகின்றன; சந்தா செலுத்துவோருக்குப் பல சலுகைகள் வழங்கப்படுகின்றன; ஒவ்வோர் இதழும் இன்னும் அதிகச் சந்தாதாரர்களைச் சேர்க்கவேண்டும் என்று ஆர்வத்துடன் முனைகிறது.

ஆனால், அந்தக்காலத்தில் ஒருவர் 'எங்கள் இதழுக்கு இனிமேல் புதிய சந்தாதாரர்கள் வேண்டாம்' என்று பகிரங்கமாக அறிவித்தாராம், யாரேனும் அவருடைய இதழுக்குச் சந்தா செலுத்தவேண்டும் என்று வந்தால் அப்படியே திருப்பி அனுப்பிவிடுவாராம், 'இப்போது சந்தா எதுவும் இல்லை, யாராவது சந்தாதாரர்கள் விலகிக்கொண்டால் உங்களைச் சேர்த்துக்கொள்கிறோம், போய்வாருங்கள்!'

அதேபோல், அவருடைய பத்திரிக்கைக்கு விளம்பரம் தருவதாக யாராவது சொன்னாலும் ஏற்றுக்கொள்ளமாட்டாராம், 'ஏற்கெனவே உள்ள விளம்பரங்கள் போதும், புதிய விளம்பரங்கள் வேண்டாம்' என்று சொல்லிவிடுவாராம்.

அந்த அதிசய இதழ், 'குமரிமலர்', அதனை நடத்தியவர், புகழ்பெற்ற எழுத்தாளர், 'உலகம் சுற்றிய தமிழர்' என்று போற்றப்பட்ட பயணக்கட்டுரையாளர், காந்தியைப் பற்றி முதன்முதலாக ஓர் ஆவணப்படத்தை எடுத்துச் சாதனை படைத்த ஏ. கே. செட்டியார். அவர் ஏன் புதிய சந்தாதாரர்களை, விளம்பரதாரர்களைத் திருப்பியனுப்பவேண்டும்? இதழுக்குக் கூடுதல் பணம் வந்தால் நல்லதுதானே?

ஏ. கே. செட்டியார் அப்படி எண்ணவில்லை, 'போதுமென்ற மனமே பொன்செய்யும் மருந்து' என்ற நம்பிக்கை கொண்டவர் அவர், 'குமரிமலருக்கு வருகிற பணம் போதும், அதன் அருமை உணர்ந்து ஏற்கெனவே சந்தாதாரர்களாகச் சேர்ந்திருக்கிறவர்கள், விளம்பரம் தருகிறவர்கள் போதும், புதிதாக யாரும் வேண்டியதில்லை' என்றார், முழு அர்ப்பணிப்புடன் அவ்விதழைத் தொடர்ந்து சிறப்பாக வெளியிட்டார்.

★★★

25. பொருந்தாச்சொல் எது?

இந்தியா, அமெரிக்கா, மதுரை, ஆஸ்திரேலியா

இந்தப் பட்டியலை வாசிக்கும்போதே உங்களுக்குள் ஓர் உறுத்தல் உண்டாகும். ஏனெனில், இந்தியா, அமெரிக்கா, ஆஸ்திரேலியா ஆகிய மூன்றும் நாடுகள், ஆனால், மதுரை என்பது நகரம். நாடுகளுக்குமத்தியில் ஒரு நகரம் ஏன் வரவேண்டும்?

ஆங்கிலத்தில் இப்படிப் பொருந்தாமல் நிற்கும் சொற்களை "*odd man*" என்பார்கள், அதாவது, பொருந்தாத மனிதர்.

எடுத்துக்காட்டாக, ஒரு திருமண நிகழ்வுக்கு வருகிறவர்களெல்லாம் சேலை, வேட்டி எனப் பாரம்பரியமுறையில் உடுத்தியிருக்கிறார்கள், அவர்கள்மத்தியில் ஒருவர்மட்டும் மேற்கத்திய ஆடைகளை அணிந்திருக்கிறார் என்றால், அவர்தான் பொருந்தாத மனிதர். அதைப்போல, ஒரு தொகுப்பில் உள்ள சொற்கள் அனைத்தும் ஏதோ ஒருவிதத்தில் ஒன்றுபடுகின்றன, அவற்றோடு பொருந்தாமல் ஒரு சொல்மட்டும் தனித்து நிற்கிறது என்றால், அதைப் "பொருந்தாச்சொல்" என்கிறோம்.

பொருந்தாச்சொற்களைக் கண்டுபிடிப்பது ஒரு சுவையான விளையாட்டு; அது ஒரு நல்ல மொழிப்பயிற்சியாகவும்

சிந்தனைப்பயிற்சியாகவும்கூட அமைகிறது. காரணம், ஒரு தொகுப்பில் நான்கு சொற்கள் இருக்கின்றன என்றால், அவை ஒவ்வொன்றையும் மற்ற மூன்றுடனும் பொருத்திப்பார்க்கவேண்டும், என்ன ஒற்றுமை, என்ன வேற்றுமை என்று சிந்திக்கவேண்டும், அதன் அடிப்படையில் பொருந்தாச்சொல்லைப் பிரித்துக்காணவேண்டும்.

சில நேரங்களில் பொருந்தாச்சொல் எளிதில் தெரிந்துவிடும். எடுத்துக்காட்டாக, யானை, கோழி, புலி, வேங்கை என்ற தொகுப்பில் மூன்று விலங்குகள் உள்ளன, கோழிமட்டும் பறவை. ஆகவே, 'கோழி'தான் பொருந்தாச்சொல்.

வேறு சில தொகுப்புகளில் அத்தனை எளிதில் பொருந்தாச்சொற்களைக் கண்டறிய இயலாது; அதற்குப் பலவிதமான கோணங்களில் சிந்திக்கவேண்டியிருக்கலாம். சில நேரங்களில் வெவ்வேறு கோணத்தில் வெவ்வேறு பொருந்தாச்சொற்கள்கூடக் கிடைக்கலாம். எடுத்துக்காட்டாக, தில்லி, பெங்களூரு, சென்னை, லக்னௌ என்கிற தொகுப்பில் எது பொருந்தாச்சொல்?

★ இவை நான்கும் இந்திய நகரங்கள். அந்த அடிப்படையில் பொருந்தாச்சொல்லைக் கண்டறிய இயலாது.

★ பெங்களூரு, சென்னை தென்னிந்தியாவில் உள்ளன, மற்ற இரண்டும் வட இந்தியாவில் உள்ளன, அந்த அடிப்படையிலும் பொருந்தாச்சொல்லைக் கண்டறிய இயலவில்லை

★ நான்கு நகரங்களிலும் வெவ்வேறு மொழிகள் பேசப்படுகின்றன, இவை வெவ்வேறு மாநிலங்களில் அமைந்துள்ளன, அந்த அடிப்படையிலும் பொருந்தாச்சொல்லைக் கண்டறிய இயலவில்லை

★ பெங்களூரு, சென்னை, லக்னௌ மூன்றும் மாநிலத் தலைநகரங்கள், தில்லியோ நாட்டின் தலைநகரம். அந்த அடிப்படையில் (கோணம் 1) 'தில்லி' பொருந்தாச்சொல்

★ பெங்களூரு, லக்னௌ, தில்லி ஆகிய இடங்களில் கடற்கரை இல்லை, ஆகவே, துறைமுகம் இல்லை, சென்னையோ துறைமுக நகரம், அந்த அடிப்படையில் (கோணம் 2) ‘சென்னை’ பொருந்தாச்சொல் ஆகிறது

இப்படிச் சொற்களைக்கொண்டு பலவிதமான சிந்தனைகளைத் தூண்டும் அருமையான விளையாட்டு, பொருந்தாச்சொல்லைக் கண்டறிதல். நீங்களும் விளையாடிப்பாருங்கள், மணிக்கணக்காகப் பொழுதுபோகும், சொல்வளமும் சிந்தனைவளமும் பெருகும்.

★★★

26. மொழி விருந்து

ஒரு விருந்தில் கலந்துகொள்கிறோம்; சுவையான பல உணவுவகைகளைப் பரிமாறுகிறார்கள்; அனைத்தும் ருசியாக உள்ளன; ரசித்துச் சாப்பிடுகிறோம்.

மறுநாள் இன்னொரு விருந்து; அங்கும் பல உணவுவகைகள் பரிமாறப்படுகின்றன; ஆனால் சிலவற்றில் உப்பு குறைவு; சிலவற்றில் காரம் அதிகம்; சில அதிகமாக வெந்துவிட்டன; சில சரியாக வேகவில்லை; இதனால், இந்த விருந்தைச் சாப்பிடுகிறவர்களுக்கு மனநிறைவு கிடைக்கவில்லை.

எழுத்தும் அப்படிதான். சில கதைகள், கவிதைகள், கட்டுரைகளைப் படிக்கும்போது நீரோட்டம்போன்ற நடையும் பிழையில்லாத சொல்லமைப்புகளும் அருமையான உணர்வை உண்டாக்கும், வேறு சில படைப்புகள் ஆங்காங்கே பிழைகளோடு எரிச்சலூட்டும். 'இந்த எழுத்தாளர் சரியான நடையில் பிழையில்லாமல் எழுதக் கற்றுக்கொள்ளலாமே' என்று ஆலோசனை சொல்லத்தோன்றும்.

நம்முடைய எழுத்திலும் அப்படிப் பிறர் குறைகாணாமல் இருக்க வேண்டுமென்றால், நல்ல நடையைக் கற்றுக்கொள்ளவேண்டும்,

தமிழைப் பிழையில்லாமல் எழுதப் பழகிக்கொள்ளவேண்டும். அந்தவிதத்தில் நாம் கவனமாக இருக்கவேண்டிய முதன்மையான அம்சங்களின் சரிபார்ப்புப் பட்டியல் இதோ:

★ அவசரமாக எழுதும்போது நம்மையும் அறியாமல் எழுத்துப்பிழைகள் உண்டாவது இயல்புதான்; எழுதியபின் இன்னொருமுறை வாசித்து அந்த எழுத்துப்பிழைகளை கவனித்துத் திருத்திவிட்டோமா?

★ குறிப்பாக, மயங்கொலிப்பிழைகள் (மனம், மணம் போன்றவை) திருத்தப்பட்டு விட்டனவா?

★ வல்லினத்தில் தொடங்கும் சொற்களுக்கு முன்பாக வரக்கூடிய ஒற்றுப்பிழைகளைச் சரிசெய்து விட்டோமா?

★ சொற்றொடர்களில் திணை ஒழுங்கு உள்ளதா? (எ.கா: உயர்திணையில் தொடங்கும் சொற்கள் அஃறிணையில் முடிவடையக்கூடாது)

★ சொற்றொடர்களின் எண் ஒழுங்கு உள்ளதா? (எ.கா: ஒருமையில் தொடங்கும் சொற்கள் பன்மையில் முடிவடையக் கூடாது)

★ சொற்றொடர்களில் பால் ஒழுங்கு உள்ளதா? (எ.கா: ஆண்பாலில் தொடங்கும் சொற்கள் பெண்பாலில் முடிவடையக் கூடாது)

★ நிறுத்தற்குறிகளைச் சரியான இடங்களில் பயன்படுத்தியுள்ளோமா?

★ எழுத்தில் மரபுப் பிழைகள் ஏதும் உள்ளனவா? (எ.கா: குதிரை குரைத்தது)

★ முழுமையடையாமல் பாதியில் நிற்கும் சொற்றொடர்கள் எவையேனும் உள்ளனவா?

★ எதை, யார் செய்தார்கள் அல்லது சொன்னார்கள் என்கிற குழப்பம் ஏற்படும்வகையான பயன்பாடுகள் உள்ளனவா?

★ இயன்றவரை பிறமொழிப் பயன்பாடுகளைத் தவிர்த்துள் ளோமா? தூய தமிழ்ச்சொற்களைப் பயன்படுத்தியுள்ளோமா?

★ சொற்றொடர் அமைப்பு தமிழின் இயல்போடு அமைந்துள்ளதா, வேறு மொழியில் சிந்தித்துத் தமிழுக்கு மொழிபெயர்த்தது போன்ற பயன்பாடுகளை மாற்றிவிட்டோமா?

★ ஒரே சொல்லைத் திரும்பத்திரும்பப் பயன்படுத்துவதை இயன்ற அளவு தவிர்த்துள்ளோமா?

தொடக்கத்தில், இந்தச் சரிபார்ப்புப் பட்டியல் நீளமாகத் தோன்றலாம்; ஆனால், இது முழுக்கமுழுக்கப் பழக்கத்தில் வருவதாகும்; பிழையின்றி தெளிவாக எழுதிப் பழகப்பழக, இந்தப் பட்டியல் உங்களுக்குள் பதிந்துவிடும்; அதன்பிறகு, எழுதும்போதே சரியாக எழுதிவிடுவீர்கள்; அதை வாசிப்போர் உங்களை மகிழ்ந்து பாராட்டுவார்கள், 'விருந்து அருமை!' என்பார்கள்.

★★★

27. பக்தி இலக்கியம்

கடவுளை வணங்குவதற்கு எத்தனையோ வழிகள் உள்ளன. மலர்கள் தூவலாம், அவருடைய திருப்பெயர்களைச் சொல்லிப் போற்றலாம், கரம் குவிக்கலாம், தரையில் பணிந்து கும்பிடலாம், இப்படி இன்னும் பல.

பூமாலைகளைப்போலவே, பாமாலையும் இறைவருக்கு உவப்பானது. அதாவது, அவருடைய புகழைப் பாடும் பாடல்களைக் கோத்து மாலையாகப் படைத்து வணங்கலாம், இசையோடு பாடி உருகலாம், பக்தர் குழாத்தோடு சேர்ந்து ஆடலாம்.

தமிழில் கடவுள் புகழ்பாடும் ஏராளமான பாடல்கள் உள்ளன. இவற்றைப் 'பக்தி இலக்கியம்' என்ற பெரும்பிரிவின்கீழ் வகைப்படுத்தியுள்ளார்கள். அன்பு, நெகிழ்வு, வியப்பு, மகிழ்ச்சி, கொண்டாட்டம், ஏக்கம், பெருமிதம், நன்றி எனப் பலவிதமான உணர்வுகளை வெளிப்படுத்தும் பாடல்கள் இவை. பன்னிரு ஆழ்வார்கள், அப்பர், திருஞானசம்பந்தர், சுந்தரர், மாணிக்கவாசகர், வள்ளலார், கம்பர், அருணகிரிநாதர் எனத் தொடங்கி இன்றுவரை நீண்டுவரும் கவிதைப் பரம்பரை இது.

கிறித்துவ, இஸ்லாமியப் பக்தி இலக்கியமும் தமிழில் நன்கு செழித்துள்ளது. இரட்சணிய யாத்திரிகம் (ஆல்பிரட் கிருட்டிணபிள்ளை), தேம்பாவணி (வீரமாமுனிவர்), சீறாப்புராணம் (செய்குத்தம்பிப்பாவலர்) ஆகிய நூல்களை இதற்கு எடுத்துக்காட்டாகக் குறிப்பிடலாம்.

பக்தி இலக்கியப் பாடல்களில் தமிழின் செழுமையையும் உணர்ந்து வியக்கலாம். வெண்பா, ஆசிரியப்பா, கட்டளைக் கலித்துறை என்று தொடங்கித் தமிழின் அனைத்துவகை மரபுக்கவிதைகளையும் இங்கு காண்கிறோம். உவமை நயமும் எதுகை, மோனை, இயைபு நிறைந்த சந்த அழகும் அணிச்சிறப்பும் இப்பாடல்களில் நிறைந்துள்ளன. இவை அனைத்தும், பக்தி என்கிற முதன்மையான உணர்ச்சியை மையமாகக்கொண்டு அமைந்திருப்பதுதான் இப்பாடல்களின் தனிச்சிறப்பு.

ஆகவே, பக்தி இலக்கியங்களின் பொருள் தெரியாதவர்கள்கூட அவற்றைப் பாடி உருகுவதைக் காண்கிறோம்; சொற்கள் விளங்காவிட்டாலும் அவை சொல்லும் உணர்வு அவர்களைச் சென்று சேர்ந்துவிடுகிறது; வேண்டிய தாக்கத்தை ஏற்படுத்திவிடுகிறது.

பல பக்தி இலக்கியப் பாடல்கள் பண்ணோடு அமைந்திருக்கின்றன. அதாவது, அந்தப் பாடலை எப்படிப் பாடவேண்டும் என்கிற முறைமை வகுக்கப்பட்டிருக்கிறது. ஆலயங்களில் வழிபாடுகளின்போதும் சிறப்பு நிகழ்வுகளின்போதும் இவை முறையாகப் பாடப்படுகின்றன. பக்தர்களும் குழுவாகச் சேர்ந்து இவற்றைப் பாடி, ஆடி மகிழ்கிறார்கள்.

ஆலயங்களில் பக்தி இலக்கியங்கள் கல்வெட்டுகளாகச் செதுக்கப்பட்டிருப்பதையும் காண்கிறோம். கடவுளைத் தரிசிக்க வருகிறவர்கள் இந்தப் பாடல்களைப் படித்துப் போற்றியபடி ஆலயத்தைச் சுற்றிவருகிறார்கள்.

ஆழ்வார்கள் அருளிச்செயல், பன்னிரு சைவத் திருமுறைகள், கம்ப ராமாயணம் உள்ளிட்ட பக்தி இலக்கியத்தின் முக்கியமான நூல்கள் அனைத்தும் எளிய உரையுடன்

அச்சிலும் மின்னூல்களாகவும் கிடைக்கின்றன. இத்துடன், சில குறிப்பிட்ட பாடல்களை எடுத்துக்கொண்டு நயமாகவும் விரிவாகவும் அவற்றை விளக்கிச்செல்கிற நூல்களும் உண்டு. ஒரே பாடலைப் பலமணிநேரம் சிந்திக்கிற, பக்தியில் தோய்கின்ற அனுபவத்தை இவை வழங்குகின்றன.

பக்தி இலக்கியங்கள், தமிழின் குறிப்பிடத்தக்க பெருமை, சுவைத்து மகிழவேண்டிய இனிமை.

★★★

28. அரசஞ்சண்முகனார்

மதுரையில் ஒரு விழா. பல ஊர்களிலிருந்தும் தமிழறிஞர்களும் புலவர்களும் அதில் கலந்துகொண்டார்கள். பலவிதமான அரிய தலைப்புகளில் உரையாடினார்கள், அறிவைப் பகிர்ந்துகொண்டார்கள். அந்த விழாவில் பங்கேற்ற ஒரு புலவருடைய பெயர் சண்முகம். அவர் திருமயிலையைச்சேர்ந்தவர்.

அதே விழாவில் இன்னொரு சண்முகமும் பங்கேற்றார். அவர் சோழவந்தானைச்சேர்ந்தவர். என்னதான் ஊர் மாறினாலும், பெயர் ஒன்றுதானே. இது குழப்பத்துக்கு வழிவகுக்குமல்லவா?

சோழவந்தான் சண்முகத்தின் தந்தை பெயர் அரசப்பர். அதிலிருந்து 'அரசன்' என்ற சொல்லை எடுத்துத் தன் பெயருக்கு முன்னால் வைத்துக்கொண்டார், அவருடைய பெயர் 'அரசஞ்சண்முகம்' என மாறியது.

1868 செப்டம்பர் 15ம்நாள் பிறந்த அரசஞ்சண்முகனார் சிறுவயதிலேயே இலக்கிய நூல்களையும் இலக்கண நுட்பங்களையும் நன்கு கற்றுத்தேர்ந்தவர். தமிழாசிரியராகப் பணிபுரிந்தவர், சிதம்பர விநாயகர் மாலை, இன்னிசை இருநூறு, வள்ளுவர் நேரிசை, மதுரை மீனாட்சியம்மன் சந்தத் திருவடிமாலை உள்ளிட்ட பல நூல்களை எழுதிப் புகழ்பெற்றவர், தொல்காப்பியப் பாயிரம், திருக்குறளுக்கு விருத்தியுரை(விரிவான உரை)களையும் எழுதியுள்ளார்.

தொல்காப்பியப் பாயிரத்தின் நீளம் 15 வரிகள்தாம். அதற்கு அரசஞ்சண்முகனார் எழுதிய விருத்தியுரையோ 246 பக்கங்களுக்கு நீண்டது. அதில் 164 குறட்பாக்களைப் பயன்படுத்திப் பல நுட்பங்களை விளக்கியிருக்கிறார் இவர். இதன்மூலம் திருக்குறளில் அவருக்கிருந்த ஆழமான அறிவும் பற்றும் தெரியவருகிறது. ஒருமுறை, திருவாவடுதுறை மடத்தின் தலைவரான அம்பலவாண தேசிகரும் அரசஞ்சண்முகனாரும் உரையாடிக் கொண்டிருந்தார்கள். அப்போது, அரசஞ்சண்முகனாருடைய பெயரைப்பற்றி ஒரு சுவையான கேள்வியைக் கேட்டார் அம்பலவாண தேசிகர், 'சண்முகம் என்பது முருகருடைய பெயர், அரசஞ்சண்முகம் என்றால் முருகருக்கே அரசர் என்ற பொருள் வருகிறதே. இது சரிதானா?'

அரசஞ்சண்முகனார் புன்னகையுடன் அவருக்குப் பதில் சொன்னார், 'ரசம் என்றால் வீரம், சுவை, ஒளி, ஞானம் என்றெல்லாம் பொருள், முருகப்பெருமானுக்கு இந்தச் சிறப்புகளெல்லாம் உண்டு, ஆகவே, அவரை ரசஞ்சண்முகர் என அழைக்கலாம். சரிதானே?'

'நியாயம் என்பதற்குமுன் அகரத்தைச் சேர்த்தால் அநியாயம் என்றாகும், அதாவது, நியாயமற்ற நிலை, அதேபோல் ரசஞ்சண்முகர் என்பதற்குமுன்னால் அகரத்தைச் சேர்த்தால் அரசஞ்சண்முகர் என்றாகும், அதாவது, முருகப்பெருமானுடைய சிறப்புகள் எவையும் இல்லாதவன் நான், அதனால்தான் அரசஞ்சண்முகன் என்ற பெயரைச் சூட்டிக்கொண்டேன்.'

திறமை மிகுந்த அரசஞ்சண்முகனாரிடம் அகந்தை சிறிதுமில்லை என்பதை இந்தப் பணிவான பதிலின்மூலம் தெரிந்துகொண்டார் அம்பலவாண தேசிகர். அவருடைய கவித்திறமையை மிகவும் பாராட்டி மகிழ்ந்தார். தமிழுக்குப் பல அரிய கொடைகளை வழங்கியுள்ள அரசஞ்சண்முகனார் 1915ல் மறைந்தார். அவருடைய நூல்களும் ஆய்வுகளும் இன்றும் அவர் பெயரைச் சொல்லிக் கொண்டிருக்கின்றன!

★★★

29. வலமும் இடமும்

மாலை நேரத்தில் பூங்காவில் பலர் நடந்துகொண்டிருக்கிறார்கள். அவர்கள் எல்லாரும் ஒரேமாதிரியாகவா நடக்கிறார்கள்?

சிலர் பூங்காவினுள் நுழைந்ததும் வலப்பக்கமாகத் திரும்பி நடக்கத்தொடங்குகிறார்கள். வேறு சிலர் அதே பூங்காவினுள் நுழைந்து இடப்பக்கமாகத் திரும்பி நடக்கிறார்கள். ஆக, பூங்கா ஒன்றுதான், ஆனால் அதை இருவகைகளில் சுற்றிவரலாம். வலப்புறமாகச் சுற்றிவருவதை 'வலஞ்சுழி' என்பார்கள், இடப்புறமாகச் சுற்றிவருவதை 'இடஞ்சுழி' என்பார்கள்.

இதை இன்னும் தெளிவாகப் புரிந்துகொள்ளவேண்டுமென்றால், கடிகாரத்தைப் பாருங்கள். அதில் 1லிருந்து 12வரை எண்கள் எழுதப்பட்டுள்ளன. அங்குள்ள முட்கள் 1லிருந்து 2, 3 என முன்னேறி 12ஐத் தொடுகின்றன, பிறகு மீண்டும் 1, 2 என்று தொடர்ந்து சுழல்கின்றன. இதனைக் 'கடிகாரச்சுழற்சி' (Clockwise Rotation) என்பார்கள். இது வலஞ்சுழிக்குச் சமம்.

ஒருவேளை, இந்தக் கடிகாரத்தில் இருக்கும் முட்கள் 12லிருந்து புறப்பட்டு 11, 10 என்று வருவதாக வைத்துக்கொள்வோம், அது கடிகாரச்சுழற்சிக்கு எதிரானது, ஆகவே, 'எதிர்கடிகாரச்சுழற்சி' (Anti-clockwise Rotation) என்பார்கள். இது இடஞ்சுழிக்குச் சமம். எழுத்துகளை எழுதும்போதும் நாம் இந்தக் கடிகாரச் சுழற்சியையோ, எதிர்கடிகாரச்சுழற்சியையோ

பயன்படுத்துகிறோம். எடுத்துக்காட்டாக, ‘இ’ என்ற எழுத்தை எடுத்துக்கொள்வோம். அதனை ஒரு தாளில் மெதுவாக எழுதிப்பாருங்கள், உங்களுடைய எழுதுகோல் முழுக்க முழுக்க கடிகாரச் சுழற்சியில் (வலஞ்சுழி)தான் செல்லும், எதிர் கடிகாரச் சுழற்சியே இருக்காது.

மாறாக, ‘ம’ என்ற எழுத்தை எடுத்துக்கொள்வோம். அதனை ஒரு தாளில் மெதுவாக எழுதிப்பாருங்கள், உங்களுடைய எழுதுகோல் முழுக்கமுழுக்க எதிர்கடிகாரச்சுழற்சி(இடஞ்சுழி) யில்தான் செல்லும், கடிகாரச்சுழற்சியே இருக்காது.

இதேபோல் உங்களுடைய பெயரை மெதுவாக எழுதிப்பாருங்கள், அதில் எவையெல்லாம் வலஞ்சுழி எழுத்துகள், எவையெல்லாம் இடஞ்சுழி எழுத்துகள் என்று கண்டுபிடியுங்கள்.

அன்றாட வாழ்க்கையில் வலஞ்சுழி, இடஞ்சுழியை இன்னும் பல இடங்களில் காணலாம். எடுத்துக்காட்டாக, ‘திருகாணி’ எனப்படும் ‘*Screw*’க்களைக் கவனியுங்கள். அவற்றை வலப்புறமாகத் திருப்பினால் மரத்தினுள் செல்லும், இடப்புறமாகத் திருப்பினால் மரத்திலிருந்து வெளியே வந்துவிடும்.

அதேபோல், சில பாத்திரங்களின் மூடிகளை வலப்புறமாகத் திருகினால் அவை மூடிக்கொள்ளும், இடப்புறமாகத் திருகினால் திறந்துகொள்ளும். இதை ஏன் இப்படி அமைத்தார்கள்? இடப்புறமாகத் திருகினால் மூடுவதுபோலவும், வலப்புறமாகத் திருகினால் திறப்பதுபோலவும் அமைத்திருக்கலாமே.

உலகில் வலக்கைப்பழக்கம் கொண்டவர்கள்தான் அதிகம். ஆகவே, அவர்களுக்கு எளிதாக இருக்கும்படி இந்தப் பொருட்களை இப்படி வடிவமைக்கிறார்கள். இதற்கு நேர் எதிராக, இடக்கைப்பழக்கம் கொண்டவர்களுக்கு ஏற்றவகையில் வடிவமைக்கப்படும் பொருட்களும் உள்ளன. ஆனால், அவை பரவலாகக் கிடைப்பதில்லை.

★★★

30. திரட்டு, தொகுப்பு, தொகை, கோவை

'பால் திரட்டு' என்றோர் இனிப்பு உண்டு; இதையே 'திரட்டிப்பால்' என்று அழைப்பதும் உண்டு. இந்தப் பெயர்கள் எப்படி அமைந்தன, தெரியுமா?

'திரள்தல்' என்ற சொல்லின் பொருள், 'ஒன்றுசேர்த்தல்', 'உறைதல்', 'கெட்டியாதல்'. பாலைத் திரளச்செய்து, திரட்டி உருவாக்கப்படும் இனிப்பு என்பதால்தான் அதனைப் 'பால் திரட்டு'/'திரட்டிப்பால்' என்கிறார்கள்.

இதேபோல், பல பாடல்களை, கட்டுரைகளை ஒன்றுசேர்த்துப் பதிப்பிக்கப்படும் நூல்களையும் 'திரட்டு' என்பார்கள். இதனைத் 'தொகுப்பு', 'தொகை', 'கோவை' என்று குறிப்பிடுவதும் உண்டு.

எடுத்துக்காட்டாக, ஓர் எழுத்தாளர் தன்னுடைய சிறுகதைகளைச் சேர்த்து நூலாக்குகிறார், அதனைச் 'சிறுகதைத்தொகுப்பு' என்கிறார். இதேபோல் 'கவிதைத்தொகுப்பு', 'கட்டுரைத்தொகுப்பு', 'தகவல்தொகுப்பு' என்று பலவகையான தொகுப்புநூல்கள் உண்டு. அதேபோல், 'குறுந்தொகை' என்ற சங்க இலக்கிய நூல், குறைந்த எண்ணிக்கையிலான அடிகளைக் கொண்ட

பாடல்களின் தொகுப்பு (குறுகிய அளவிலான பாடல்களின் தொகை), ‘ஆசாரக்கோவை’ என்ற நூல் நல்ல பழக்கங்களைத் தொகுத்துக்காட்டுகிறது (ஆசாரங்களின் கோவை).

இந்தத் தொகுப்பு, தொகை அல்லது கோவையை யார் உருவாக்குவார்கள்?

மாடுதான் பாலைத் தருகிறது, ஆனால், அதைத் திரட்டி இனிப்பாக்குவது இன்னொருவர், அதுபோல, பெரும்பாலான நேரங்களில் எழுதுபவரும் தொகுப்பவரும் வெவ்வேறு நபர்களாகதான் இருப்பார்கள்.

எடுத்துக்காட்டாக, குறுந்தொகையில் பல புலவர்களுடைய பாடல்கள் இடம்பெற்றுள்ளன. அவற்றைத் தொகுத்து நூலாக்கியவர் பூரிக்கோ. அவர்தான் இந்நூலின் ‘தொகுப்பாளர்’ ஆகிறார்.

இன்றைக்கு ஒரு கவிஞர் தான் எழுதிய கவிதைகளையெல்லாம் தானே தொகுத்து நூலாக்கலாம்; அதாவது, அவரே எழுத்தாளராகவும் தொகுப்பாளராகவும் பணியாற்றலாம். அல்லது, தொகுக்கும் பொறுப்பை இன்னொருவரிடம் ஒப்படைக்கலாம்.

தொகுப்பாளருடைய பொறுப்பு என்ன?

அவர் நூலின் கருப்பொருளை நன்கு புரிந்துகொள்ளவேண்டும், அதாவது, இந்நூலில் இடம்பெறவிருக்கும் கதைகள், கவிதைகள், கட்டுரைகள் எந்த அடிப்படையில் தொகுக்கப்படவேண்டும் என்பதை அறிந்திருக்கவேண்டும். அந்த அடிப்படைக்குப் பொருந்தும் படைப்புகளைத் தேடிச் சேர்க்கவேண்டும்.

தொகுப்பு என்பது வெறுமனே அடுக்கிவைக்கிற வேலை இல்லை. பல நேரங்களில் தொகுப்பாளர்கள் வரலாற்றாளர்களாகவும் ஆய்வாளர்களாகவும் இருக்கிறார்கள். எடுத்துக்காட்டாக, பாரதியாரின் படைப்புகள் அனைத்தையும் திரட்டித் தொகுத்துள்ள சீனி. விசுவநாதன் அவர்கள் அரிய பாடல்கள் பலவற்றை ஆராய்ந்து கண்டறிந்திருக்கிறார், கால வரிசைப்படி

அவற்றைத் தொகுத்திருக்கிறார், பல முந்தைய பதிப்புகளை ஒப்பிட்டுப்பார்த்துப் பிழைகளைச் சுட்டிக்காட்டித் திருத்தியிருக்கிறார், ஒவ்வொரு படைப்பைப்பற்றிய கூடுதல் தகவல்களை (அது எப்போது எழுதப்பட்டது, எங்கு எழுதப்பட்டது, எந்தப் பின்னணியில் எழுதப்பட்டது, எப்போது முதன்முதலாக நூலாக்கப்பட்டது போன்றவை) இணைத்திருக்கிறார்.

ஆக, தொகுப்பாளருடைய உழைப்புதான் ஒரு தொகுப்பைச் சீராக்குகிறது, பலருக்குப் பயனுள்ளதாக்குகிறது, தொகுப்பாளர்கள் வாழ்க!

★★★

31. மாலை

காழ், தொடை, அணி, கண்ணி, தாமம், கோதை, பிணை, பிணையல், ஆரம், சரம், தார், கொந்து, துணையல், படலை, தெரியல்... இந்தச் சொற்களுக்கெல்லாம் என்ன பொருள் என்று தெரியுமா?

உடனே அகரமுதலியைத் தேடி ஓடவேண்டாம், இவை அனைத்துக்கும் ஒரே பொருள்தான்: 'மாலை'!

மல்லிகை, முல்லை, ரோஜா, சாமந்தி போன்ற நறுமணம் மிக்க பூக்களை நெருக்கமாகவும் அழகாகவும் தொடுத்துக் கட்டுகிற வண்ணமயமான அணிகலனைத்தான் 'மாலை' என்கிறோம். ஆலயங்களில் கடவுளுக்கு மாலை சாத்துவார்கள், திருமணத்தின்போது மணமகனும் மணமகளும் மாலை மாற்றிக்கொள்வார்கள், பொதுக்கூட்டங்களின்போது விழா நாயகர்களுக்கு மாலை அணிவித்துப் பெருமைப்படுத்துவார்கள்.

மாலை தொடுப்பது ஒரு நுணுக்கமான கலை; பூக்களை ஒழுங்கோடும் நேர்த்தியாகவும் அமைத்து, அவற்றின் மென்மையான காம்புப்பகுதிகள் உடைந்துவிடாதபடி கவனமாகத் தொடுக்கவேண்டும்; இப்போதெல்லாம்

அதற்கு நூலைப் பயன்படுத்துகிறார்கள், முன்பு நார் பயன்படுத்தப்பட்டது; 'பூவோடு சேர்ந்த நாரும் மணக்கும்' என்ற பழமொழி இப்படி அமைந்ததுதான்.

பூக்களைப் போலவே, முத்துக்கள், மணிகள், விலைமதிப்புமிக்க கற்களைத் தொடுத்து மாலையாக்குவதும் உண்டு. இன்னும் வித்தியாசமாகப் பழங்கள், இனிப்புகளைக் கோத்து மாலையாக்குகிறவர்களும் இருக்கிறார்கள்.

அது சரி, மாலையைக் குறிப்பதற்கு இத்தனைச் சொற்கள் எதற்கு?

இச்சொற்கள் அனைத்தும் பொதுவாக மாலையைக் குறிப்பிட்டாலும், இவற்றில் சிலவற்றுக்குத் தனிப்பட்ட சிறப்புப் பொருள் உண்டு; எடுத்துக்காட்டாக, மாலையானது தொடுக்கப்பட்டுக் கட்டப்படுவதால் அதற்குத் 'தொடை' என்ற பெயர் அமைந்தது, அதில் பூக்கள் அல்லது மணிகள் ஒன்றோடொன்று பிணைக்கப்பட்டிருப்பதால் அதனைப் 'பிணை', 'பிணையல்' என்கிறோம்.

சில சொற்கள் ஒரு குறிப்பிட்ட வகை மாலையைச் சுட்டுகின்றன. எடுத்துக்காட்டாக, 'கண்ணி' என்ற மாலை இரண்டிரண்டு பூக்களைச் சேர்த்துத் தொடுக்கப்படும் மாலையைக் குறிப்பிடுகிறது.

மனிதனுக்குக் கண்கள் இரண்டு, அதுபோல, இந்த மாலையிலும் இரண்டிரண்டு பூக்கள் தொடுக்கப்பட்டிருப்பதால் 'கண்ணி' என்ற பெயர் அமைந்தது.

இதேபோல், இரண்டிரண்டு அடிகளாகத் தொடுக்கப்படுகின்ற ஒரு செய்யுள்வகையும் இருக்கிறது; அதையும் கண்ணி என்கிறோம்.

எடுத்துக்காட்டாக, தாயுமானவர் இயற்றிய 'பராபரக் கண்ணி'யிலிருந்து இரண்டு கண்ணிகள்:

> ஆரா அமுதே, அரசே, ஆனந்த வெள்ளப்
> பேராறே, இன்பப் பெருக்கே, பராபரமே,

★

முத்தே, பவளமே, மொய்த்த பசும் பொற்சுடரே,
சித்தே, என் உள்ளத் தெளிவே, பராபரமே,

வாசிப்பதற்கும் பாடுவதற்கும் இனிமையான ‘கண்ணி’யைப் போலவே இரண்டிரண்டு அடிகளைக் கொண்ட பாடல்வகையொன்று வடமொழியிலும் உண்டு. அதனைத் ‘தோஹா’ என்கிறார்கள். கபீர், ரஹீம், சுர்தாசர் உள்ளிட்ட பல புகழ்பெற்ற கவிஞர்கள் அருமையான ‘தோஹா’க்களை எழுதியுள்ளார்கள்.

★★★

32. எழுத்துகளும் படங்களும்

'ஒரு படம், ஆயிரம் சொற்களுக்குச் சமம்' என்று ஒரு புகழ்பெற்ற ஆங்கிலப் பழமொழி இருக்கிறது. இதன் பொருள், ஆயிரம் சொற்களால் விவரித்துப் புரியவைக்க இயலாத விஷயத்தைக்கூட, ஒரே ஒரு படம் தெளிவாக விளக்கிவிடும்.

எடுத்துக்காட்டாக, மரம் வளர்ப்பதன் நன்மைகளைப்பற்றி நாம் நீண்ட கட்டுரைகளை எழுதலாம்; அல்லது, மரங்கள் அதிகமுள்ள ஓர் ஊர் நன்கு செழித்திருப்பதையும், அருகில் மரங்கள் இல்லாத இன்னோர் ஊர் வறண்டிருப்பதையும் ஓவியமாகவோ புகைப்படமாகவோ காட்டிவிடலாம். இவற்றில் எது அதிகத் தாக்கத்தை உண்டாக்கும் என்று சிந்தியுங்கள்.

அதற்காக, மொழியோ சொற்களோ பயனற்றவை என்று எண்ணிவிடக்கூடாது; மனிதர்களுடைய தகவல்தொடர்பில் இவை அனைத்தும் முக்கியப் பங்கை ஆற்றுகின்றன. தேவையான நேரத்தில் சொற்களைப் பயன்படுத்தவேண்டும், தேவையான நேரத்தில் படங்களைப் பயன்படுத்தவேண்டும், இசை, நடனம் போன்ற மற்ற வடிவங்களையும்கூடத் தேவைக்கேற்ப பயன்படுத்திக் கொள்ளலாம். இவை அனைத்தின்மூலம் நமக்கு வேண்டிய தாக்கத்தைச் சிறப்பாகப் பெறவேண்டும். அதாவது, சொல்/எழுத்து என்கிற ஒரே ஊடகத்தின்மூலம் எல்லாவற்றையும் தெரிவிக்காமல், ஓவியங்கள், புகைப்படங்கள், அசைபடங்கள், ஒலி என்று பலவற்றையும் கலந்து பயன்படுத்த வேண்டும், ஓர்

ஓவியர் பலவிதமான வண்ணங்கள், தூரிகைகளைச் சரியான முறையில் கலந்து பயன்படுத்தித் தான் விரும்பும் ஓவியத்தைப் படைப்பதுபோல.

சுருக்கமாகச் சொன்னால்,

> 'இதனை இதனால் இவன் முடிக்கும் என்றாய்ந்து
> அதனை அவன்கண் விடல்'

என்று வள்ளுவர் சொன்னதைப்போல்,

> 'இதனை இதனால் இவ்வூடகம் தெரிவிக்கும் என்றாய்ந்து
> அதனை அவ்வூடகத்தால் சொலல்!'

எடுத்துக்காட்டாக, நீங்கள் செயற்கைக்கோள்களைப் பற்றி ஒரு கட்டுரை எழுதுகிறீர்கள் என்று வைத்துக்கொள்வோம். அந்தக் கட்டுரையின் நடுவில் செயற்கைக்கோள் என்பது எப்படியிருக்கும் என வரைந்து காட்டலாம்; அல்லது, அதன் பாகங்களைக் குறிப்பிட்டுக் காட்டலாம்; இதன்மூலம், அந்தக் கட்டுரையை வாசிப்பவருக்குச் செயற்கைக்கோளை நேரில் பார்த்துப் புரிந்துகொண்டதுபோன்ற உணர்வு கிடைக்கும்.

இதற்கு இன்னோர் உளவியல் காரணமும் உண்டு; நீங்கள் என்னதான் செயற்கைக்கோளைப்பற்றி ஆழமாக ஆராய்ந்து உங்களுடைய கட்டுரையை எழுதியிருந்தாலும், வாசிப்போருக்கு 'இதெல்லாம் உண்மையா? அல்லது, இவருடைய கற்பனையா?' என்கிற ஐயம் இருக்கும், முழு நம்பிக்கை வராது. அந்தக் கட்டுரையின் நடுவில் ஆங்காங்கே விளக்கப்படங்கள், உண்மையான செயற்கைக்கோளின் புகைப்படங்களைப் பார்க்கும்போது அந்த ஐயம் தீரும், 'அட, இதுதான் செயற்கைக் கோளா, இதைப்பத்தி இன்னும் தெரிஞ்சுக்கணுமே' என்று ஆர்வத்துடன் உங்களுடைய கட்டுரையை ஆழ்ந்து படிப்பார்கள்.

ஆகவே, நீங்கள் எழுதும் தலைப்புக்கேற்ற நல்ல ஓவியங்கள், புகைப்படங்களை ஆங்காங்கே சேர்ப்பது ஒரு நல்ல உத்தியாகும். அந்தப் படங்களுக்கு உரிய தலைப்புகள், விளக்கக்குறிப்புகளைச் சேர்த்தால் இன்னும் நல்லது!

★★★

33. புகைவண்டியில் ஒரு புதிர்

அந்தப் புகைவண்டி திருச்சியிலிருந்து ஈரோட்டுக்குச் சென்று கொண்டிருந்தது. அதில் ஒரு தமிழறிஞர், சிறந்த சொற்பொழிவாளர் அமர்ந்திருந்தார். வண்டி கிளம்பி சிறிது நேரத்துக்குப்பிறகு, ஓர் இளைஞர் அந்தத் தமிழறிஞரை நெருங்கி வணங்கினார், 'ஐயா, தங்களிடம் ஒரு கேள்வி கேட்க விரும்புகிறேன்' என்றார்.

'கேளுங்கள்' என்றார் தமிழறிஞர்.

'ஐயா, தாங்கள் ஒரு விருந்துக்குச் செல்கிறீர்கள், அங்கு வடையும் பாயசமும் சோறும் குழம்பும் பரிமாறுகிறார்கள். அப்போது, அந்த விருந்தை வழங்குபவர் தங்களை எப்படி உபசரிப்பார்?'

'வடை சாப்பிடுங்கள், பாயசம் சாப்பிடுங்கள், சோறு சாப்பிடுங்கள், குழம்பு சாப்பிடுங்கள் என்றுதான் உபசரிப்பார்.'

'சாப்பிட்டு முடித்தபிறகு, அவர் உங்களுக்கு வெற்றிலை, பாக்கைத் தருகிறார். அப்போது அவர் என்ன சொல்வார்?'

'வெற்றிலை, பாக்கு போட்டுக்கொள்ளுங்கள் என்று சொல்வார்.'

'அது ஏன் ஐயா? மற்ற உணவுப்பொருட்களையெல்லாம் சாப்பிடுங்கள் என்று சொல்கிறோம், ஆனால், வெற்றிலை, பாக்கைமட்டும் போட்டுக்கொள்ளுங்கள் என்கிறோம், போட்டுக்கொள்வதற்கு அது என்ன சட்டையா, மாலையா? வெற்றிலை, பாக்கு சாப்பிடுங்கள் என்று ஏன் சொல்வதில்லை?'

சுவையான இந்தக் கேள்வியைக் கேட்ட மற்றவர்கள் திகைத்தார்கள்; ஆனால், அந்தத் தமிழறிஞர் உடனே அதற்குப் பதிலளிக்கத் தொடங்கினார். 'போட்டுக்கொள்ளுங்கள் என்ற சொல், நமக்கு அலங்காரமாக அமையும் விஷயங்களைக் குறிக்கிறது. எடுத்துக்காட்டாக, சட்டை போட்டுக்கொள்ளுங்கள், மாலை போட்டுக்கொள்ளுங்கள் என்றெல்லாம் சொல்கிறோம். இல்லையா?'

'ஆமாம் ஐயா!' என்றார் அந்த இளைஞர்.

'வெற்றிலை, பாக்கு என்பது பசியைத் தீர்க்கிற பொருளில்லை; வயிறு நிறையச் சாப்பிட்டபிறகுதான் நாம் அதைத் தொடுகிறோம். எனவே, அது உணவில்லை, வாய்க்கு அலங்காரம்' என்று விளக்கினார் அவர்.

'ஆக, பசியோடிருக்கும்போது பசியை ஆற்றுகின்ற உணவுப் பொருட்களையெல்லாம் சாப்பிடுகிறோம், பசி தீர்ந்தபின்னர் வாய்க்கு அலங்காரமாக வெற்றிலை, பாக்கைப் போட்டுக்கொள்கிறோம். சரிதானே?'

'அருமை ஐயா' என்று நெகிழ்ந்தார் அந்த இளைஞர், 'நான் இதுவரை ஆயிரம் பேரிடமாவது இந்தக் கேள்வியைக் கேட்டிருப்பேன், யாரும் சரியாகப் பதில் சொல்லவில்லை, தாங்கள் சொன்ன பதில் எனக்கு முழு நிறைவை அளிக்கிறது!'

தமிழறிஞர் புன்னகை செய்தார், 'நம்முடைய பெரியவர்களுடைய பேச்சில் இப்படிப் பல நுட்பங்கள் இருக்கின்றன, நீங்கள் கேட்ட கேள்வியினால் அவற்றை ஆராய்வதற்கு ஒரு சிறிய வாய்ப்பு கிடைத்தது, மகிழ்ச்சி' என்றார். புகைவண்டிப் பயணத்தின்போது சந்தித்த புதிருக்கு இப்படியொரு சிறந்த பதிலைச் சொல்லி எல்லாரையும் வியக்கவைத்த அந்தத் தமிழறிஞர், புகழ்பெற்ற சொற்பொழிவாளரும் சிறந்த எழுத்தாளருமான திருமுருக. கிருபானந்த வாரியார்.

★★★

34. பா நயம் பாராட்டல்

சாப்பிடுகிறவர்கள் இருவிதம்: பசிக்குச் சாப்பிடுகிறவர்கள், ருசிக்குச் சாப்பிடுகிறவர்கள்.

முதல்வகையினரின் நோக்கங்கள், வயிறு நிரம்பவேண்டும், பசி தீரவேண்டும், தங்களுடைய பணிகளைச் செய்வதற்கான ஆற்றல் வேண்டும், அவ்வளவுதான், மற்றபடி உணவில் சுவை இருக்கிறதா, இல்லையா என்பதைப்பற்றியெல்லாம் அவர்கள் கவலைப்படமாட்டார்கள், கடகடவென்று சாப்பிட்டுவிட்டு எழுந்துவிடுவார்கள்.

இரண்டாம்வகையினர் உணவை ரசிக்கிறவர்கள்: காரம், மணம், குணம், இனிப்பு, கசப்பு, புளிப்பு என்று ஒவ்வொரு ருசியாகக் கவனித்து மகிழ்ந்து அனுபவிப்பார்கள். இதற்குமுன் உண்டவற்றுடன் இந்த உணவை ஒப்பிட்டுப் பாராட்டுவார்கள், அல்லது, 'முன்னமாதிரி இல்லை' என்று விமர்சிப்பார்கள்.

வாசிப்பிலும் இதேபோல் இரண்டு வகைகள் உண்டு: பொழுதுபோகவேண்டும் என்பதற்காக, அல்லது, விஷயத்தைத் தெரிந்துகொள்ளவேண்டும் என்பதற்காக விறுவிறுவென்று வாசிப்பது ஒருவகை, அந்தப் படைப்பின் அழகை ரசித்து ருசித்து அனுபவித்துப் பாராட்டுவது அல்லது விமர்சிப்பது இன்னொருவகை.

முன்பெல்லாம் ஊருக்கு ஊர் வாசிப்பு மன்றங்கள் இருந்தன. இலக்கியத்தை, குறிப்பாகக் கவிதைகளை ரசித்து அனுபவிக்கவல்லவர்கள் இவற்றில் பங்கேற்பார்கள். தேர்ந்த இலக்கிய விரும்பிகள் இவற்றை வழிநடத்திவந்தார்கள்.

எடுத்துக்காட்டாக, 'ரசிகமணி' என்ற சிறப்புப்பெயரையுடைய டி.கே.சி. அவர்கள் திருநெல்வேலியில் நடத்திய 'வட்டத்தொட்டி' என்ற இலக்கிய அமைப்பு மிகவும் புகழ்பெற்றது. இதில் பல தமிழறிஞர்களும் எழுத்தாளர்களும் கலந்துகொண்டு பல்வேறு இலக்கியங்களை ருசித்து அனுபவித்திருக்கிறார்கள்.

கவிதைகளை, அதாவது, தமிழ்ப்பாக்களைக் கடகடவென்று படித்துவிட்டுச் சென்றுவிடாமல், இப்படி நுணுக்கமாக ஆராய்ந்து, அனுபவித்து மகிழ்வதைப் 'பா நயம் பாராட்டல்' என்கிறார்கள். இதன் பொருள், பாடலில் இருக்கும் பலவிதமான நயங்களைக் கவனித்துப் பாராட்டி மகிழ்தல்.

நான்கு வரிகளையுடைய ஒரு கவிதையைப் படிக்க நமக்கெல்லாம் இரண்டு நிமிடம் போதும். ஆனால், 'பா நயம் பாராட்டும்' பழக்கமுள்ளவர்கள் அந்த நான்கு வரிகளைப் பல மணிநேரத்துக்கு அனுபவிக்கக்கூடும், ஒவ்வொரு சொல்லின் பொருள், அதன் பொருத்தம், அதேபோன்ற பிற இலக்கியப் பயன்பாடுகள், பாடலின் கருத்து நயம், அணி அழகு உள்ளிட்ட பல விஷயங்களை இவர்கள் உன்னிப்பாகப் பேசுவார்கள், பிறருடன் தங்களுடைய கருத்துகளைப் பகிர்ந்துகொள்வார்கள்.

பா நயம் பாராட்டுதலில் பொதுவாக இடம்பெறும் அம்சங்கள்:

★ பாடல் எழுதப்பட்ட பின்னணிக்கதை

★ ஆசிரியரைப்பற்றிய சிறு அறிமுகம்

★ பாடலை ஏற்ற இறக்கத்துடன், சந்த அழகுடன் வாசிப்பது

★ பாடலின் ஒட்டுமொத்தப் பொருளை அறிவது

★ தனிப்பட்ட சொற்களின் பயன்பாட்டை ஆராய்ந்து ரசிப்பது

★ பாடலில் பயன்படுத்தப்பட்டுள்ள உவமைகள், பிற அணி அழகுகளை ரசிப்பது

★ பாடலின் தலைப்பு அதற்குப் பொருத்தமாக உள்ளதா என்று சிந்திப்பது

★ இதேபோன்ற பிற பாடல்கள், இலக்கியங்களை ஒப்பிட்டுச் சிந்தனைப் பொருத்தங்கள், மாறுபாடுகளை அறிவது

★ ஒட்டுமொத்தமாகப் பாடலைப் பற்றிய தங்கள் எண்ணங்களைத் தொகுத்துச்சொல்வது

★★★

35. ஈகையும் குறியெதிர்ப்பும்

கமலா வீட்டு வாசலில் ஒரு வறியவர் வந்து நின்றார். 'ஐயா, சாப்பிட்டு நாலு நாளாச்சு, ரொம்பப் பசிக்குது' என்றார், 'உங்கவீட்ல ஏதாவது பழைய சாப்பாடு இருந்தாக் கொடுங்களேன், நீங்க நல்லாயிருப்பீங்க!'

இதைக் கேட்டதும், கமலா விரைந்து வந்தார். அந்த வறியவருக்கு உணவைத் தந்து உதவினார். ஒருவர் பசியில் இருக்கிறார் என்று தெரிந்ததும், கமலாவுடைய மனம் துடிக்கிறது. தன்னால் இயன்ற உதவியைச் செய்கிறார். இதுதான் மனிதப்பண்பு.

அதே நேரம், விமலா வீட்டுக்குச் சில விருந்தினர்கள் வருகிறார்கள்; அவர்களுக்குத் தேநீர் தயாரிக்கத் தொடங்குகிறார் விமலா. அடுப்பில் பாலைக் கொதிக்கவைத்துவிட்டுச் சர்க்கரைப் பாத்திரத்தைத் திறக்கிறார், அது காலியாக இருக்கிறது. 'அடடா, சர்க்கரை தீர்ந்துவிட்டதே' என்கிறார் விமலா. 'கடைக்குச் சென்று சர்க்கரை வாங்கிவர நேரமில்லையே. என்ன செய்யலாம்?'

சிறிது யோசித்தபின், அவருக்கு ஒரு யோசனை தோன்றுகிறது. சட்டென்று பக்கத்து வீட்டுக்குச் செல்கிறார். அங்குள்ள தன்னுடைய நண்பர் கமலாவிடம் உதவி கேட்கிறார், 'எனக்குக் கொஞ்சம் சர்க்கரை கொடுங்க, நாளைக்குத் திருப்பிக் கொடுத்துடறேன்.'

உடனே, கமலா ஒரு பாத்திரத்தை எடுக்கிறார்; அதில் சர்க்கரையை நிரப்பிக் விமலாவுக்குத் தருகிறார். அதைக்கொண்டு தேநீர் தயாரித்து விருந்தினர்களுக்கு வழங்குகிறார் விமலா.

மறுநாள், விமலா கடைக்குச் சென்று சர்க்கரை வாங்குகிறார். அதே பாத்திரத்தில் அதே அளவு சர்க்கரையை நிரப்பி கமலாவுக்குத் திருப்பித்தந்துவிடுகிறார். இந்த இரு நிகழ்வுகளையும் ஒப்பிட்டுப்பாருங்கள்; இவற்றினிடையே ஒரு முக்கியமான வேறுபாடு இருப்பது புரிகிறதா?

கமலா வறியவருக்கு உணவு வழங்கி உதவியபோது, பதிலுக்கு எதையும் எதிர்பார்க்கவில்லை. 'நான் உனக்கு உணவு தருகிறேன்; பதிலுக்கு நீ என்ன தருவாய்?' என்று கேட்கவில்லை, 'நாளைக்கு இதே உணவை நீ திருப்பித் தந்துடணும்' என்று சொல்லவில்லை.

ஆனால், அதே கமலா தன்னுடைய நண்பர் விமலாவுக்குச் சர்க்கரை வழங்கி உதவியபோது, அதே அளவு சர்க்கரையை அவர் தனக்குத் திருப்பித்தருவார் என்று எதிர்பார்க்கிறார். இதனைக் 'குறியெதிர்ப்பு' என்று அழைத்தார்கள் பழந்தமிழர்கள்.

'குறியெதிர்ப்பு' என்ற சொல்லுக்குப் பரிமேலழகர் தரும் விளக்கம்: 'அளவுகுறித்து வாங்கி, வாங்கியவாறே எதிர்கொடுப்பது.' அதாவது, ஒரு குறிப்பிட்ட அளவில் உதவியைப் பெற்றுக்கொண்டு அதே அளவில் திரும்பத் தந்துவிடுவது.

ஈகை என்பதும் குறியெதிர்ப்பு என்பதும் ஒன்றில்லை என்கிறார் திருவள்ளுவர்:

> 'வறியார்க்கு ஒன்று ஈவதே ஈகை; மற்று எல்லாம்
> குறியெதிர்ப்பை நீரது உடைத்து.'

அதாவது, வறியவர்களுக்கு எந்தப் பலனையும் எதிர்பார்க்காமல் உதவுவதுதான் ஈகை; மற்றபடி, 'இதனால் எனக்கு என்ன நன்மை வரும்?' என்று சிந்தித்துப் பலனை எதிர்பார்த்துச் செய்வதெல்லாம் வெறும் குறியெதிர்ப்புதான்.

★★★

36. அழகு தரும் நூல்

'நீங்கள் அழகாக விரும்புகிறீர்களா?' என்று கேட்டார் தமிழறிஞர் திரு.வி.க. அந்த அறையில் கூடியிருந்த இளைஞர்கள் சிரித்தார்கள். அழகை விரும்பாதவர்கள் யார்? 'ஆம், நாங்கள் அழகாக விரும்புகிறோம்' என்றார்கள்.

'அப்படியானால், நீங்கள் எல்லாரும் திருவாசகம் படிக்க வேண்டும்' என்றார் திரு.வி.க. அங்கிருந்தவர்கள் வியந்து போனார்கள். ஒருவர் அழகாக வேண்டுமென்றால் நல்ல ஆடைகளை, அணிகலன்களை அணியலாம்; முகத்தைக் கழுவிச் சுத்தமாக வைத்துக்கொள்ளலாம்; ஒப்பனைப் பொருட்களைப் பூசலாம்; புன்னகை என்னும் இயற்கையான நகையை அணியலாம்... இப்படிப் பல வழிகள் இருக்கின்றன. அதையெல்லாம் விட்டுவிட்டு இவர் திருவாசகம் வாசிக்கச் சொல்கிறாரே; அது என்ன அழகுசாதனமா?

'திருவாசகத்துக்கு உருகாதார் ஒருவாசகத்துக்கும் உருகார்' என்பார்கள். அப்படியானால், திருவாசகத்தைப் படித்தால் மனம் உருகி அழுகைதானே வரும்? அழகு எப்படி வரும்?

அந்த இளைஞர்களுடைய குழப்பத்தைப் புரிந்துகொண்ட திரு.வி.க. புன்னகையோடு விளக்கினார், 'மேலைநாட்டில், படித்தால் அழகு தரும் நூல்கள் எனச் சில நூல்களைத் தேர்ந்தெடுத்துள்ளார்கள். அந்த நூல்களையெல்லாம் யார் வாசிக்கிறார்களோ அவர்கள் அழகுபெறுவார்களாம்.'

'அப்படி அவர்கள் தேர்ந்தெடுத்த நூல்களின் அடிப்படையில் பார்க்கும்போது, படிப்போருக்கு அழகு தரும் நூலொன்று தமிழில் உண்டா என்று சிந்தித்தேன். திருவாசகம்தான் அந்த நூல் என்று கண்டறிந்தேன்!' என்றார் திரு.வி.க. 'ஆகவே, திருவாசகத்தை வாசியுங்கள், திரும்பத்திரும்ப வாசியுங்கள், நீங்கள் அழகாவீர்கள்!'

காரைக்குடியில் திரு.வி.க. வழங்கிய இந்த அறிவுரையை நேரில் கேட்டவர் கவிஞர் முடியரசன். தன்னுடைய 'பாட்டுப் பறவையின் வாழ்க்கைப்பயணம்' என்ற தன்வரலாற்று நூலில் அவர் இதனைப் பதிவுசெய்துள்ளார். சிவபெருமானைப் போற்றிப் பாடிய பெருமக்களில் 'நால்வர்' என்று பெருமையுடன் அழைக்கப்படும் சிறந்த புலவர்களில் ஒருவரான மாணிக்கவாசகர் எழுதிய நூல் 'திருவாசகம்'. பன்னிரு சைவத் திருமுறைகளில் எட்டாம் திருமுறையில் இடம்பெற்றுள்ள நூல் இது.

661 பாடல்களைக் கொண்ட திருவாசகம் ஐம்பதுக்கும் மேற்பட்ட பகுதிகளாக அமைந்துள்ளது. சிவபுராணம், கீர்த்தித் திரு அகவல், திரு அண்டப் பகுதி, போற்றித் திரு அகவல் ஆகியவை நீண்ட தனிப்பாடல்கள், திருச்சதகத்தில் 100 பாடல்களும், நீத்தல் விண்ணப்பத்தில் 50 பாடல்களும் இடம்பெற்றுள்ளன, மற்ற பகுதிகளில் பெரும்பாலும் 10 முதல் 20 பாடல்கள் உள்ளன. எடுத்துக்காட்டாக: திருவெம்பாவை, திரு அம்மானை, திருச்சாழல், அருட்பத்து, பிரார்த்தனைப்பத்து போன்றவை.

பக்தியுணர்வும் தமிழழகும் சந்தமும் ஆழமான சிந்தனைகளும் நிறைந்த திருவாசகத்தின் தனிச்சிறப்பு, ஒவ்வொரு பாடலில் நிறைந்துள்ள உருக்கவுணர்வுதான். அந்தத் திருப்பாடல்களை வாசிக்கும்போது, நாமும் சிவபெருமான்முன்னர் அவருடைய கருணையை எண்ணி நெகிழ்ந்து நிற்பதுபோன்ற எண்ணம் உண்டாகும். அவ்வாறு மனம் உருகும்போது முகம் அழகாகும் என்று திரு.வி.க. எண்ணியிருப்பாரோ!

★★★

37. மேற்கோள் கதைகள்

வரலாற்று வகுப்பில் ஆசிரியர் சுவையாகப் பாடம் நடத்திக்கொண்டிருந்தார். இடையில் ஒரு தலைவரைப்பற்றி விவரித்தபோது, 'அவர் அறிவுடைநம்பியைப்போல் திகழ்ந்தார்' என்றார். மாணவர்கள் குழம்பிப்போனார்கள், 'அறிவுடைநம்பியா? யார் அவர்?'

அவர்களுடைய குழப்பத்தை ஆசிரியர் புரிந்துகொண்டார், 'அடடா, உங்களுக்கு அறிவுடைநம்பியைப்பற்றித் தெரியாதில்லையா?' என்று சிரித்தார், 'முதலில் அதை விளக்குகிறேன், அதன்பிறகு, நீங்களே இந்தத் தலைவரைப் பற்றிப் புரிந்துகொள்வீர்கள்.'

'அறிவுடைநம்பி என்பவர் ஒரு பழங்கால மன்னர். பல நூல்களைக் கற்றறிந்தவர், சிறந்த புலவர்களோடு பழகியவர், அவரே பல செய்யுள்களையும் எழுதியிருக்கிறார்.'

'அந்த அறிவுடைநம்பிக்குப் பல எதிரிகள் இருந்தார்கள்; அவர்கள் அவரை எப்படியாவது அழித்துவிடவேண்டும் என்று துடித்தார்கள்.'

'அறிவுடைநம்பி எப்போதும் நூல்களைக் கற்றுக் கொண்டிருப்பதால், அவருக்குப் போர்க்கலை தெரியாது

என்று இந்த எதிரிகள் எண்ணிவிட்டார்கள். அவர் வெறும் புத்தகப்புழு, அவரை எளிதில் அழித்துவிடலாம் என்று படையெடுத்து வந்தார்கள்.'

'ஆனால், அறிவுடைநம்பிக்குப் புத்தகமும் தெரியும், போரிடவும் தெரியும், தன்னை எதிர்த்துவந்த மன்னர்களையெல்லாம் ஓட ஓட விரட்டினார், பெரிய வெற்றி பெற்றார், அதன்பிறகு, அவருடைய புகழ் இன்னும் பெரிதாகப் பரவியது.'

'ஆக, நூலறிவு, செயல்திறன் என இரண்டிலும் சிறந்துவிளங்கினார் அறிவுடைநம்பி. அவரைப்போல இந்தத் தலைவரும் புத்தகங்களை நன்கு கற்றறிந்தவர், அதேசமயம் தன்னுடைய மக்களை நன்கு வழிநடத்திப் பல சிறப்பான பணிகளையும் செய்திருக்கிறார். அதனால்தான் இவர் அறிவுடைநம்பியைப்போல் திகழ்ந்தார் என்று சொன்னேன்' என விளக்கினார் ஆசிரியர். 'இப்போது புரிகிறதா?'

'நன்கு புரிகிறது ஐயா' என்று மாணவர்கள் மகிழ்ந்து தலையாட்டினார்கள்.

வரலாற்றுப் பாடத்தின் நடுவில் 'அறிவுடைநம்பி' என்ற அரசருடைய பழங்காலக் கதையை மேற்கோள் காட்டுகிறார் இந்த ஆசிரியர். அந்தக் கதையை அறியாத மாணவர்களுக்கு அந்த மேற்கோள் விளங்குவதில்லை. ஆகவே, அவர் அக்கதையை விவரிக்கிறார். மாணவர்கள் கதையைப் புரிந்துகொண்டு பாடத்தையும் நன்கு கற்றுக்கொள்கிறார்கள்.

இதுபோல, பழந்தமிழ்ப் பாடல்களில் பல மேற்கோள் கதைகள் வருகின்றன. அந்தக் கதைகளெல்லாம் அந்தக் காலகட்டத்தில், அதாவது, புலவர் வாழ்ந்தபோது மக்கள்மத்தியில் நன்கு புகழ்பெற்றவையாக இருந்திருக்கும், அவற்றை எல்லாரும் அறிந்திருப்பார்கள், ஆகவே, கதைகளைப் புரிந்துகொண்டு பாடலை நன்கு சுவைத்திருப்பார்கள்.

ஆனால் நாமோ, பாடல் எழுதப்பட்டுப் பல நூற்றாண்டுகளுக்குப் பிறகு அப்பாடலை வாசிக்கிறோம். நமக்கு அந்தக் கதைகள் தெரியாது. எனவே, புலவர் என்ன சொல்லவருகிறார்

என்று குழம்புகிறோம், அறிவுடைநம்பியைப்பற்றித் தெரியாத மாணவர்கள் குழம்பியதைப்போல!

இந்தப் பிரச்னையைத் தீர்ப்பதற்காக, பழந்தமிழ்ப் பாடல்களுக்கு உரையெழுதுவோர் இதுபோன்ற கதைகளை ஆங்காங்கே விவரித்துச்சொல்வார்கள். அதன்மூலம் நாம் அந்தப் பாடல்களை நன்கு புரிந்துகொள்ள உதவுவார்கள்.

ஒருவேளை, உரையாசிரியர் ஒரு கதையை விவரிக்க மறந்துவிட்டால்?

கவலை வேண்டாம். கருப்பக்கிளர் சு. அ. இராமசாமிப் புலவர் என்பவர் இதுபோல் தமிழ்ப்பாடல்களில் அடிக்கடி மேற்கோள் காட்டப்படும் கதைகளைச் சேகரித்துத் தொகுத்து அகரவரிசையில் வெளியிட்டிருக்கிறார். 1200க்கும் மேற்பட்ட சுவையான கதைகளைக் கொண்ட இந்நூல் கையில் இருந்தால் போதும், எந்தப் பழம்பாடலில் எந்த மேற்கோள் வந்தாலும் உடனே அறிந்துகொண்டு பலன் பெறலாம்.

அந்நூலின் இரு தொகுதிகளையும் இப்போது இணையத்தில் இலவசமாகத் தரவிறக்கம் செய்துகொள்ளலாம். அதற்கான முகவரிகள்:

http://tinyurl.com/qstry01

http://tinyurl.com/qstry02

★★★

38. வள்ளல்கள்

வள்ளல் என்ற சொல் யாரைக் குறிக்கிறது?

'வள்ளன்மை' என்ற சொல், பிறருக்கு வாரி வழங்குதலைக் குறிக்கிறது. அவ்வாறு கொடைக்குணத்துடன் வழங்குகிறவர்களை 'வள்ளல்' என்கிறோம். எடுத்துக்காட்டாக, ஒரு பெரிய செல்வர் தன்னிடம் இருக்கும் பொருளைக்கொண்டு வறியவர்களுக்கு உதவுகிறார், பல நலத்திட்டங்கள், சமூகப்பணிகளுக்குக் கொடையளிக்கிறார், இப்படி அவர் தன்னலம் கருதாமல் பிறருக்கு உதவுவதால், பிறர் அவரை 'வள்ளல்' என்று போற்றுகிறார்கள்.

அன்றைய தமிழகத்தில் அரசர்கள் பலர் வள்ளல்களாகத் திகழ்ந்தார்கள், சிறுபாணாற்றுப்படையில் ஏழு வள்ளல்களுடைய சிறப்பு விரிவாகப் பேசப்படுகிறது:

★ மயில் குளிரில் நடுங்கிக்கொண்டிருந்தபோது, அதற்குத் தன்னுடைய போர்வையை வழங்கிய 'பேகன்'

★ முல்லைக்குத் தன்னுடைய தேரை வழங்கிய 'பாரி'

★ தன்னை நாடி வந்தவர்களுக்குக் குதிரைகளை வழங்கிய 'காரி'

★ சிவபெருமானுக்கு ஆடை வழங்கிய 'ஆய்'

★ *அரிய நெல்லிக்கனியை ஔவைக்கு வழங்கிய 'அதியமான்'*

★ *தன்னுடைய நண்பர்கள் வாழ்க்கைக்குத் தேவையானவற்றை வழங்கிய 'நள்ளி'*

★ *போரில் வென்ற நாட்டைத் தன்னுடைய புகழ் பாடிய பாணர்களுக்கு வழங்கிய 'ஓரி'*

இப்படித் தமிழ் மரபில் வள்ளல்களாகப் போற்றப்படுகிறவர்கள் இன்னும் பலர் உண்டு. அவர்களில் 21 பேரைச் சூடாமணி நிகண்டு குறிப்பிடுகிறது, ஏழுபேர் கொண்ட மூன்று தொகுதிகளாக அவர்களை வகுத்துக் காட்டுகிறது:

★ *முதலெழு வள்ளல்கள்: செம்பியன், காரி, விராடன், நிருதி, துந்துமாரி, சகரன், நளன்*

★ *இடையெழு வள்ளல்கள்: அக்குரன், சந்திமான், அந்திமான், சிசுபாலன், வக்கிரன், கன்னன், சந்தன்*

★ *கடையெழு வள்ளல்கள்: பாரி, ஆய், எழிலி, நள்ளி, மலயன், பேகன், ஓரி*

மன்னர்கள், பெரிய செல்வர்கள்தான் வள்ளல்களாக முடியுமா?

நிறைய செல்வத்தை வைத்துக்கொண்டு சிறிதும் பிறருக்கு உதவாதவர்கள் உண்டு; தன்னிடம் இருப்பதை அனைவருக்கும் வழங்கி மகிழ்கிறவர்களும் உண்டு; ஆகவே, வள்ளலாகப் பணம் வேண்டியதில்லை, மனம் இருந்தால் போதும். எடுத்துக் காட்டாக, சாலையில் ஒருவர் பசியில் வாடுவதைக் கண்டு வருந்தித் தன்னிடம் இருக்கும் உணவைத் தருபவர் வள்ளல்தான்; விபத்தில் சிக்கிச் சிகிச்சை பெறுகிறவருக்குத் தன்னுடைய ரத்தத்தை வழங்கிக் குருதிக்கொடை செய்பவரும் வள்ளல்தான்.

இவ்வுலகில் ஏற்றத்தாழ்வுகள் உள்ளவரை, வள்ளல்களுக்கான தேவை இருக்கும். ஒவ்வொருவரும் சக மனிதர்களுக்குத் தன்னால் இயன்ற உதவிகளைச் செய்துவந்தால் அவர்களுக்கும் மகிழ்ச்சி, உலகுக்கும் நற்பயன். ஆகவே, வள்ளல்கள் அதிகரிக்கட்டும், வளம் பெருகட்டும், வாழ்க்கை இனிக்கட்டும்!

★★★

39. பண்புகள்

ஒருவர் புதிய மிதிவண்டியொன்றை வாங்க விரும்புகிறார். கடைக்குச் சென்று அதுபற்றி விசாரிக்கிறார். பல மிதிவண்டிகளை ஆராய்ந்துபார்த்து அவற்றில் ஒன்றைத் தேர்ந்தெடுத்து வாங்குகிறார்.

'எந்த அடிப்படையில் நீங்கள் இந்த மிதிவண்டியைத் தேர்ந்தெடுத்தீர்கள்?' என்று ஒரு நண்பர் அவரிடம் விசாரிக்கிறார்.

'இந்த வண்டி திடமாக உள்ளது; அதேசமயம் அதிக இடத்தையும் அடைக்கவில்லை; பார்ப்பதற்கு அழகாக இருக்கிறது; இதனை மிதித்து ஓட்டுவது எளிதாக உள்ளது; அதேசமயம் விரைவாகவும் செல்கிறது; ஓட்டும்போது களைப்பு ஏற்படுவதில்லை; விலையும் சரியாக அமைந்திருக்கிறது; அதனால்தான் இதனை வாங்கினேன்' என்கிறார் அவர்.

அதாவது, அந்தக் கடையில் அவர் கண்ட பல மிதிவண்டிகளின் நற்பண்புகளையும் (வலிமை, அழகு, விரைவு) தீயபண்புகளையும் (இடத்தை அடைத்தல், களைப்பை ஏற்படுத்துதல்) அவர் எடைபோட்டுப் பார்த்திருக்கிறார்; நன்கு சிந்தித்து, நற்பண்புகள் மிக அதிகமாகவும், தீயபண்புகள் மிகக்குறைவாகவும் உள்ள ஒரு வண்டியைத் தேர்ந்தெடுத்திருக்கிறார். நாமும் நம்மைச் சுற்றியிருக்கிறவர்களும்கூட இப்படிதான். நம்மிடம் அன்பு, இரக்கம், சுறுசுறுப்பு, பிறருக்கு உதவும் விருப்பம், உண்மை என நற்பண்புகள் உள்ளன; கோபம், பொறாமை, கடுமை போன்ற

தீயபண்புகளும் உள்ளன; இவை அனைத்தின் கலவைகள்தான் மனிதர்கள்.

அதேசமயம், அந்தக் கலவையின் சதவிகிதம் ஒவ்வொருவருக்கும் மாறுபடும். ஒருவரிடம் நற்பண்புகள் அதிகமிருக்கும்; ஆங்காங்கே சிறு தீயபண்புகளும் இருக்கும். இன்னொருவரிடம் தீயபண்புகள் அதிகம் தெரியும்; எப்போதாவது சில நல்லபண்புகளையும் அவர் வெளிப்படுத்துவார். இதையெல்லாம் கவனித்துதான் நாம் நம்முடைய நண்பர்களைத் தேர்ந்தெடுக்கிறோம், அவர் மிதிவண்டியைத் தேர்ந்தெடுத்ததுபோல.

தமிழில் 'பண்பாளர்' என்ற சொல்லின் உண்மைப்பொருள், 'நற்பண்பாளர்' என்பதுதான். அதாவது, நல்லபண்புகளை அதிகம் கொண்டவர். அப்படிப்பட்ட மனிதர்களை உலகம் வியந்து போற்றும், அவர்களுடன் பழக விரும்பும், அவர்கள் தலைமையை ஏற்றுக்கொண்டு பின்பற்றும்.

மாறாக, ஒருவரிடம் தீயபண்புகள் அதிகமிருந்தால், அந்தப் பண்புகளே அவரைக் கொஞ்சம்கொஞ்சமாகச் சிதைக்கத் தொடங்கும். இதனால் மற்றவர்கள் அவரைவிட்டு விலகத் தொடங்குவார்கள். அவர்கள் விலகிச்செல்லக் காரணம், அவர்மீதுள்ள வெறுப்பில்லை. தீயபண்புகள் எளிதில் பிறரிடம் தொற்றிக்கொள்ளக்கூடியவை. ஆகவே, தங்களைக் காப்பாற்றிக்கொள்வதற்காகதான் அவர்கள் விலகுகிறார்கள். வேறு சிலர், அவ்வாறு விலகாமல் தொடர்ந்து அந்த மனிதருடன் பழகி அவருடைய தீயபண்புகளைத் திருத்தி நல்வழியில் செலுத்த முயல்கிறார்கள். இதற்குக் காரணம், இவர்களிடமிருக்கும் அக்கறை, நேயம், விடாமுயற்சி, நம்பிக்கை போன்ற நற்பண்புகள்தாம்.

ஒரு சமூகத்தில் நற்பண்புகள் அதிகம் காணப்பட்டால், அந்தச் சமூகம் மகிழ்ச்சியுடன் செழிக்கும். ஆங்காங்கே தென்படும் தீயபண்புகளும் கொஞ்சம்கொஞ்சமாகத் திருத்தப்பட்டுவிடும். அப்படிப்பட்ட ஒரு சமூகம்தான் நம் எல்லாருடைய எதிர்பார்ப்பும்!

★★★

40. மிகைச்சுவை

அந்தத் தெருவில் ஒரு புதிய கடை திறக்கப்பட்டிருந்தது. அங்கு விற்பனையாகும் பொருட்களை வாங்குவதற்காக மக்கள் பெரும் எண்ணிக்கையில் வந்தார்கள்.

இதைப்பார்த்த ஒரு சிறுவன் தன்னுடைய தாயிடம் ஓடினான், ‘அம்மா, நம்ம ஊர்ல ஒரு புதுக்கடை வந்திருக்கு, அதைப் பார்க்கறதுக்கு லட்சம் பேர் வந்து குவிஞ்சிருக்காங்க’ என்றான்.

உண்மையில் அங்கு லட்சம் பேர் இல்லை; சொல்லப்போனால், அந்தக் கடைக்குள் லட்சம் பேர் நுழைவது சாத்தியமே இல்லை; ஆனாலும் அச்சிறுவன் அவ்வாறு கூறுகிறான். ஏன்?

அவன் பொய் சொல்லவில்லை; 'நிறையப் பேர் வந்தார்கள்’ என்பதைத்தான் அப்படி லட்சம் என்ற எண்ணால் மிகைப்படுத்திக் கூறுகிறான்.

‘மிகுதி’, ‘மிகை’ என்ற சொற்கள் வழக்கமான எண்ணிக்கை அல்லது அளவைவிட அதிகம் என்ற பொருளில் பயன்படுத்தப் படுகின்றன. எடுத்துக்காட்டாக, ‘ஒவ்வொரு மாதமும் வீட்டுக்குச் செலவழித்ததுபோக மிகுதியான பணத்தைச் சேமித்துவைக்கவேண்டும்’ என்கிறார்கள் பொருளாதார நிபுணர்கள், இங்கு ‘மிகுதி’ என்பது, செலவு செய்தபின் எஞ்சியுள்ள கூடுதல் பணத்தைக் குறிக்கிறது.

இதேபோல், 'வங்கத்தில் ஓடிவரும் நீரின் மிகையால், மையத்து நாடுகளில் பயிர் செய்குவோம்' என்று எழுதினார் பாரதியார். இதன் பொருள், வங்க மாநிலத்தில் உள்ள ஆறுகளில் வழக்கத்தைவிடக் கூடுதலான நீர் ஓடிவரும்போது, அதைப் பிற மாநிலங்களில் உழவுத்தொழிலுக்கு வழங்கலாம்.

பணத்தில் மிகை, நீரில் மிகைபோலவே, பேச்சிலும் மிகை உண்டு, அதாவது, இயல்பாக நடக்கிற ஒரு விஷயத்தை இயல்பற்ற நிலைக்கு உயர்த்திச்சொல்லுதல். 'உயர்வு நவிற்சி' என்று அழைக்கப்படுகின்ற இந்த உத்தியின்மூலம் உரைநடை, கவிதைக்கும் சுவை கூடும்.

அதேசமயம், மிகைப்பேச்சு உண்மையைப் பிரதிபலிப்பதில்லை. ஆகவே, அதனை நேரம் தெரிந்து பயன்படுத்தவேண்டும்.

எடுத்துக்காட்டாக, கடைக்குச் சென்று ஒரு பேனாவின் விலையைக் கேட்கிறோம், 'லட்ச ரூபாய்' என்று கடைக்காரர் அதை மிகைப்படுத்திச் சொன்னால் நமக்கு எரிச்சல்தானே வரும்?

ஆக, துல்லியமாகப் பேசவேண்டிய இடத்தில் மிகைப்பேச்சைப் பயன்படுத்தக்கூடாது. அது தகவல் தொடர்பில் இடைவெளியை உண்டாக்கிவிடும்.

அதேபோல், மிகைப்புகழ்ச்சியையும் கவனமாகத் தவிர்க்க வேண்டும். ஒருவர் மேடையில் சிறப்பாகப் பேசினார் என்றால், 'அருமையாப் பேசினீங்க' என்று பாராட்டலாம், 'உலகின் மிகச்சிறந்த பேச்சாளர்களெல்லாம் உங்களுக்குமுன்னால் தலைகுனிந்து நிற்கவேண்டும்' என்று சொன்னால் மிகைப்புகழ்ச்சியாகிவிடும்.

பிறர் நம்மை மிகையாகப் புகழும்போது, ஆரம்பத்தில் இனிப்பாக இருக்கும், மனம் குளிரும், ஆனால், அப்படிப்பட்ட பாராட்டுகள் நம்மை உயர்த்துவதற்குப்பதில் கர்வத்தை உண்டாக்கித் தாழ்த்திவிடுகின்றன என்பது புரிந்தால், இயல்பான பாராட்டுகளே போதும் என்று நினைக்கத் தொடங்கி விடுவோம்.

சில நேரங்களில் நாம் உண்மையிலேயே ஒருவரை உயர்ந்த அளவுக்குப் பாராட்ட எண்ணுவோம்; ஆனால், அதைப் பிறர் மிகைப்புகழ்ச்சி என்று எண்ணிவிட வாய்ப்புண்டு; அதுபோன்ற சூழ்நிலைகளில், நாம் சொல்வது மிகைப்புகழ்ச்சி இல்லை என்பதைத் தெளிவாக்குவதற்காக, 'மிகையாகாது' என்ற சொல்லைப் பயன்படுத்தலாம். எடுத்துக்காட்டாக, 'அவருடைய உழைப்பினால்தான் இந்த நிறுவனம் இவ்வளவு சிறப்பாக வளர்ந்திருக்கிறது என்றால் அது மிகையாகாது.'

★★★

41. இறைவர் நடனமாடும் இடம்

'நடராசர்ன்னா யாரு?' என்கிற கேள்வியோடு வகுப்பை ஆரம்பித்தார் தமிழாசிரியர்.

உடனே எழுந்து நின்றான் ஒரு சிறுவன், 'ஐயா, சிவபெருமான்தான் நடராசர்' என்றான்.

'சரி. நாம ஏன் அவரை நடராசர்ன்னு சொல்றோம்?'

இன்னொரு சிறுமி கையைத் தூக்கினாள், 'ஐயா, நடம்ன்னா நடனம், சிவபெருமான் நடனத்துக்கு அரசர், அதனாலதான் அவருக்கு நடராசர்ன்னு பேர் அமைஞ்சது.'

'நல்லது. சிவன் எங்கெல்லாம் நடனமாடுவார், தெரியுமா?'

'நான் சொல்றேன், ஐயா' என்றான் இன்னொரு சிறுவன், 'சிவபெருமான் நடனமாடற இடங்களை சபை அல்லது அம்பலம்ன்னு சொல்வாங்க, அதனாலதான் சிவனுக்கு அம்பலவாணர், சபாபதின்னெல்லாம் பெயர்கள் இருக்கு.'

'அருமை' என்றார் தமிழாசிரியர், 'அநேகமா எல்லாச் சிவன் கோயில்கள்லயும் அவரை நடராசர் திருக்கோலத்துல பார்க்கலாம்; ஆனா, ஐந்து குறிப்பிட்ட சிவாலயங்கள்ல உள்ள

அம்பலங்கள்ல அவர் நடனமாடறதா நம்பிக்கை உண்டு. அந்த ஐந்து ஆலயங்களையும் ஐம்பெரும் அம்பலங்கள் அல்லது ஐம்பெரும் மன்றங்கள்ன்னு சொல்வாங்க. யாராவது அந்த ஐந்து ஆலயங்களோட பெயர்களைச் சொல்லமுடியுமா?'

'எனக்குத் தெரியும், ஐயா' என்றாள் ஒரு சிறுமி, 'சிதம்பரத்தில் பொன்னம்பலம், மதுரையில் வெள்ளியம்பலம், திருவாலங்காட்டில் ரத்தின அம்பலம், திருநெல்வேலியில் தாமிர அம்பலம், திருக்குற்றாலத்தில் சித்திர அம்பலம்ன்னு ஐந்து இடங்கள்ல அவர் நடனமாடறதா நம்ம ஊர்க் கோயில்ல எழுதிப்போட்டிருக்காங்க.'

'உனக்கு நல்ல நினைவாற்றல்' என்று அச்சிறுமியைப் பாராட்டினார் தமிழாசிரியர், 'ஆனா, சிவபெருமான் இன்னோர் இடத்திலும் நடனமாடறதா வள்ளலார் சொல்றார், அது எந்த இடம் தெரியுமா?'

மாணவர்கள் வரிசையாகப் பல சிவத்தலங்களின் பெயர்களைச் சொன்னார்கள். ஆசிரியர் அவற்றையெல்லாம் ஏற்றுக் கொள்ளவில்லை. தலையசைத்து மறுத்துக்கொண்டே இருந்தார். பின்னர் புன்னகையுடன் அவரே விடையைச் சொன்னார், 'மனுஷங்களோட மனசுதான் சிவபெருமான் நடனமாடற இடம்ன்னு சொல்றார் வள்ளலார்.'

'மனுஷங்களோட மனசா?', மாணவர்கள் திகைப்புடன் அவரைப் பார்த்தார்கள், 'அது எப்படி ஐயா?'

'எல்லா மனுஷங்களோட மனசுலயும் கடவுள் நடனமாட மாட்டார்; சில குறிப்பிட்ட மனுஷங்களுக்குள்ளதான் நடனமாடுவார்' என்று விளக்கினார் ஆசிரியர், 'யாரெல்லாம் மத்த உயிர்கள்மேல அன்பு செலுத்தறாங்களோ, எல்லா உயிரையும் தன் உயிர்போல நினைச்சுத் தொண்டுசெய்யறாங்களோ, அவங்க மனசுக்குள்ள சிவபெருமான் நடனமாடுவார்.'

'அதாவது, உண்மையான அன்பு பொங்கற மனம் சிவனுக்கு ரொம்பப் பிடிக்குமாம், அங்கு அவர் மகிழ்ந்து நடனமாடுவாராம்' என்றார் தமிழாசிரியர், 'அதனால, நாமும் யார்மேலயும்

வெறுப்பை வளர்த்துக்காம எல்லா உயிர்களையும் சமமா நினைச்சு நேசிக்கணும்' என்றபடி வள்ளலாரின் அந்தத் திருவருட்பாவைப் பாடத் தொடங்கினார்:

'எத்துணையும் பேதம் உறாது, எவ் உயிரும்
தம் உயிர்போல் எண்ணி உள்ளே
ஒத்து உரிமை உடையவராய் உவக்கின்றார்
யாவர், அவர் உளம்தான் சுத்த
சித்துருவாய் எம்பெருமான் நடம்புரியும்
இடம்.'

★★★

42. கிணறுகள்

நீரின்றி அமையாது உலகு. தாகம் தணிப்பதில் தொடங்கி, நமக்கு உணவை வழங்குகின்ற உழவுத்தொழிலுக்கு அடித்தளமாக அமைவதுவரை பலவிதங்களில் நீர் நமக்கு உதவுகிறது.

ஆனால், நீர் நமக்கு எப்படிக் கிடைக்கிறது?

விண்ணிலிருந்து மழை பொழியும்போது நீரை நேரடியாகப் பெறலாம், ஆறு, ஏரி, குளம் போன்றவற்றிலிருந்தும் நீரைப் பெறலாம்; அதனால் இவற்றை 'நீர்நிலைகள்' என்கிறோம்.

கடலிலும் நீர் உள்ளது. ஆனால், அதில் உப்புச்சுவை அதிகமுள்ளதால் அதனைக் குடிப்பதற்குப் பயன்படுத்த இயலாது.

நிலத்துக்கடியிலும் நீர் இருக்கிறது. இது 'ஊற்று'களாக மேலே வருகிறது. சில நேரங்களில் மனிதர்கள் செயற்கையாகத் தோண்டி நீரூற்றுகளை உண்டாக்குவதும் உண்டு.

தரைக்கடியிலிருக்கும் நீரை மேலே கொண்டுவருவதற்கான இன்னொரு வழி, கிணறுகளைத் தோண்டுவது.

கிணறு அல்லது கேணி என்பது, அடிப்படையில் ஓர் அகன்ற குழி. முன்பெல்லாம் மனிதர்களே மண்ணில் பெரிய குழிகளைத் தோண்டிக் கிணறு வெட்டி நீரைப் பெற்றார்கள்.

கையால் இறைத்தோ, இயந்திரங்களின்மூலமோ அந்த நீரை மேலே கொண்டுவந்து குடிக்கவும் உழவுத்தொழிலுக்கும் பயன்படுத்தினார்கள்.

சில பெரிய கிணறுகளில் படிகள் இருக்கும். உள்ளே இறங்கி நீரை முகந்துகொள்ளலாம், அல்லது நீந்திக் குளிக்கலாம்.

முன்பெல்லாம் வீடுகளில்கூடக் கிணறுகள் இருந்தன. அவற்றில் ராட்டினங்கள் பொருத்தப்பட்டுக் கயிறு அல்லது நீண்ட ரப்பரில் வாளியொன்று கட்டப்பட்டிருக்கும். நீர் தேவைப்படும்போது அந்த வாளியைக் கிணற்றினுள் இறக்கித் தண்ணீரை முகந்துகொள்வார்கள், பின்னர் ராட்டினத்தின் துணையோடு கயிற்றை இழுத்து வாளியிலுள்ள நீரை மேலே கொண்டுவருவார்கள்.

கிணற்றில் நீர் இறைப்பது சற்றே கடினமான பணிதான். ஆனால், அது ஓர் அருமையான உடற்பயிற்சியும்கூட. அன்றைய மனிதர்கள் நலத்துடன் வாழ்ந்ததற்கு இதுபோல் அன்றாடப் பணிகளில் கலந்திருந்த உடற்பயிற்சிகளும் ஒரு காரணம்.

ஒருவேளை, கிணற்றைத் தோண்டியபிறகு, சுற்றியுள்ள மண்ணானது அந்தக் குழியில் சரிந்துவிழுந்து அதை மூடி விட்டால்?

இதைத் தடுப்பதற்காக, கிணற்றைச் சுற்றிலும் கற்கள் அடுக்கப் பட்டன; இப்போதெல்லாம் இதற்குக் காங்க்ரீட் கலவை பயன்படுத்தப்படுகிறது.

கிணறுகள் பெரும்பாலும் வட்ட வடிவத்திலோ சதுர, செவ்வக வடிவங்களிலோ தோண்டப்படுகின்றன. இவை அனைத்தும் அகன்று காணப்படுவதால் இவற்றை ‘அகழ்கிணறு’ என்பார்கள்.

இதற்குமாறாக, அகலம் குறைவான, ஆழம் அதிகமான கிணறுகள் உண்டு. இவை இயந்திரங்களின்மூலம் தோண்டப்படுகின்றன. இவற்றை ‘ஆழ்துளைக்கிணறுகள்’ என்பார்கள்.

தமிழ்ப் பண்பாட்டில் கிணறுகள் எந்த அளவுக்குக் கலந்துள்ளன என்பதற்கு ஒரு சான்று, கிணற்றை மையமாகக் கொண்டு

அமைந்த இந்தப் பழமொழிகள்தாம்:

★ கிணற்று நீரை வெள்ளமா கொண்டுபோய்விடும்?

★ கிணற்றுத் தவளையைப்போல...

★ கிணற்றைக் கண்டு கடல் ஒதுங்கிப்போகுமா?

★ கிணற்றில் போட்ட கல்போல...

★★★

43. வகைதொகை

கண்ணன் ஒருநாள் வெளியூர் சென்றிருந்தான். திரும்பிவந்ததும் அவனுடைய தந்தை அவனிடம் கேட்டார், 'நீ வெளியூர் சென்றுதிரும்புவதற்காக எவ்வளவு செலவுசெய்தாய்?'

'இருநூறு ரூபாய் செலவுசெய்தேன்' என்றான் கண்ணன். அதற்கு விரிவான கணக்கையும் காட்டினான்:

பேருந்துக் கட்டணம்: ரூ.100
மதிய உணவு: ரூ.70
உள்ளூர்ப் பேருந்து: ரூ.10
இளநீர்: ரூ.20

சில நாட்கள் கழித்துக் கண்ணனுடைய தம்பி வாசு வெளியூருக்குச் சென்றான். திரும்பிவந்ததும் அவர்களுடைய தந்தை அவனிடம் கேட்டார், 'உன் அண்ணன் வெளியூர் சென்றுதிரும்புவதற்காக இருநூறு ரூபாய் செலவுசெய்தான். நீ எவ்வளவு செலவுசெய்தாய்?'

'நானும் அதே இருநூறு ரூபாய்தான் செலவுசெய்தேன்' என்றான் வாசு. 'இப்படிப் பொதுவாகச் சொன்னால் எப்படி? விரிவான கணக்கைக் காட்டு' என்றார் தந்தை. 'அதெல்லாம் எனக்கு நினைவில்லை' என்று சொல்லிவிட்டுச் சென்றுவிட்டான் வாசு. இந்த நிகழ்வுகளை வைத்துப் பார்க்கும்போது, கண்ணன்,

வாசு ஆகிய இருவரில் யார் பண விஷயத்தில் சரியாக நடந்துகொள்கிறார்கள் என்று நினைக்கிறீர்கள்?

கண்ணனைப்போல் எதற்காக எவ்வளவு செலவுசெய்தோம் என்பதை நினைவில் வைத்திருப்பது நல்லது. இயன்றால் அதை எழுதியும் வைக்கலாம். பின்னர் ஒப்பிட்டுப்பார்க்க வசதியாக இருக்கும். தமிழில் இதனை 'வகைதொகை' என்பார்கள். அதாவது, எந்த வகையில் என்ன தொகை செலவுசெய்தோம் என்கிற கணக்கு.

'பேருந்துக் கட்டணம்' என்பது வகை, 'ரூ.100' என்பது தொகை. இப்படி நாம் செய்கிற எல்லாச் செலவுகளையும் வகை, தொகை என்று தெளிவாக அறிந்துகொண்டால் நம் பணம் எங்கு செல்கிறது என்பதை அறியலாம், சிக்கனம் பழகலாம்.

அப்படியில்லாமல் வாசுவைப்போல் எதில் எவ்வளவு செலவிட்டோம் என்பதை அறியாமலிருப்பது ஆபத்து. அப்படிப்பட்டவர்களுடைய நிதி நிலைமையில் ஏதேனும் பிரச்னை வந்தால் அதை எப்படிச் சரிசெய்வது என்று தெரியாமல் தவிப்பார்கள். இதைத்தான் 'வகைதொகை தெரியாமல் செலவுசெய்கிறவர்களுடைய எதிர்காலம் சிறப்பாக இருக்காது' என்பார்கள்.

'வகைதொகை' என்பது பணத்துக்குமட்டுமில்லை. மற்றவற்றுக்கும் உண்டு. எடுத்துக்காட்டாக, உயிரெழுத்துகளில் குறில் ஐந்து, நெடில் ஏழு. இங்கு குறில், நெடில் என்பவை வகைகள், ஐந்து, ஏழு என்பவை தொகைகள். ஆக, எதையும் ஆவணப்படுத்தும்போது வகைதொகை அறிந்து பதிவுசெய்தால் அது முழுமையான புரிந்துகொள்ளலாக இருக்கும். வாசிப்போருக்கு நன்கு பயன்படும்.

உங்களுக்கு ஒரு பயிற்சி: திருக்குறள் புத்தகத்தை எடுத்துக் கொள்ளுங்கள்; அதிலுள்ள 1330 குறட்பாக்களையும் வகைதொகையோடு பட்டியலிடுங்கள்.

★★★

44. சுருக்கப் பெயர்கள்

திருவி.க., மு.வ., நா.பா., கி.வா.ஜ., டி.கே.சி., வை.மு.கோ., எஸ்.ரா....

மேலோட்டமாகப் பார்த்தால் இவை வெறும் எழுத்துகள்; ஆனால் தமிழ் நூல்களை நன்கு கற்றறிந்தவர்கள் இவற்றை வெவ்வேறு எழுத்தாளர்களாகவே காண்பார்கள்: திருவி.க. என்பது திரு. வி. கலியாணசுந்தரனாருடைய சுருக்கம்; மு.வ. என அன்போடு அழைக்கப்பட்டவர் மு. வரதராசனார்; நா.பா. என்பது நா. பார்த்தசாரதியுடைய சுருக்கப்பெயர்; கி.வா.ஜ. என்பது கி.வா.ஜகந்நாதனைக் குறிக்கிறது; டி.கே.சி. என்பது டி.கே.சிதம்பரனாருடைய பெயரின் சுருக்கம்; வை.மு. கோ. என்பது வை.மு.கோதைநாயகியாரைக் குறிப்பிடுகிறது; எஸ்.ரா. என்பது எஸ்.ராமகிருஷ்ணனைச் சுட்டுகிறது.

இப்படிப் பல காலகட்டங்களில் பல எழுத்தாளர்கள் சுருக்கப் பெயர்களால் அறியப்பட்டிருக்கிறார்கள். இவற்றில் பலவும் அந்தந்த எழுத்தாளர்களே விரும்பி உருவாக்கியவை, அல்லது, அவர்களுடன் நெருங்கிப் பழகிய நண்பர்கள் அமைத்தவை. வாசகர்களே சேர்ந்து எழுத்தாளருக்கு உரிமையோடு சுருக்கப்பெயர் வைத்து அழைப்பதும் உண்டு.

இந்தப் பெயர்களெல்லாம் அதிகாரப்பூர்வமற்றவை என்று எண்ணிவிடக்கூடாது. பல நூல்களின் அட்டைப்படங்களிலேயே

இவை இடம்பெற்றதுண்டு. எடுத்துக்காட்டாக, 'சிரிக்கவைக்கிறார் கி.வா.ஜ.' என்றொரு நூல் இருக்கிறது.

தமிழ் எழுத்தாளர்களிலேயே மிகவும் சுருக்கமான பெயரைக் கொண்டவர் சோ. அவருடைய உண்மைப்பெயர் 'எஸ்.ராமசாமி.'

ஆனால், இதில் 'சோ' என்ற எழுத்தே இல்லையே. பிறகு எப்படி அவருக்கு இந்தப் பெயர் அமைந்தது?

'தேன்மொழியாள்' என்ற நாடகத்தில் 'சோ' என்ற பாத்திரத்தை ஏற்று நடித்தார் ராமசாமி. அந்த நாடகம் பெரும் புகழ்பெற்றதால் அவருடைய பெயரே 'சோ' என்று மாறிவிட்டது.

சில பெயர்கள் பார்ப்பதற்கு முழுப்பெயர்களைப்போலவே தோன்றும். ஆனால் உண்மையில் அவை சுருக்கங்களாக இருக்கும். எடுத்துக்காட்டாக, 'சுரதா' என்ற கவிஞருடைய பெயர் 'சுப்புரத்தினதாசன்' என்பதன் சுருக்கம்.

அதேபோல், 'சுபா' என்ற பெயர் இரண்டு பெயர்களின் சுருக்கம்: சுரேஷ், பாலா என்ற இரு எழுத்தாளர்கள் இந்தப் பொதுவான பெயரில் எழுதுகிறார்கள். ஒருமுறை, பாரதிதாசன் சில கவிதைகளைப் படித்துக் கொண்டிருந்தார். அவை அனைத்தும் அருமையாக இருந்தன. எழுதியவருடைய பெயரைப் பார்த்தார், 'அகல்யா' என்றிருந்தது. 'ஆஹா, இந்தப் பெண் கவிஞர் அருமையாக எழுதியிருக்கிறாரே' என்று பாராட்டினார்.

ஆனால் உண்மையில், அந்தக் கவிஞர் பெண்ணில்லை, ஆண். அவருடைய முழுப்பெயர் அ.கல்யாணசுந்தரம், அதைச் சுருக்கி 'அகல்யா' என்ற புனைபெயரைத் தேர்ந்தெடுத்துக் கொண்டிருந்தார். பின்னர் 'பட்டுக்கோட்டை கல்யாணசுந்தரம்' என்ற பெயரில் பெரும் புகழ் பெற்றார் அவர். எழுத்தாளர்களுடைய பெயர்கள் சுருங்கினாலென்ன? சிந்தனை விரிவாக இருந்தால் போதும், அவர்களுடைய நூல்கள் சிறப்பாகவே இருக்கும்!

★★★

45. கண்ணே!

'என் கண்ணே, மணியே, மாணிக்கமே, முத்தே, அமுதே, செல்வமே' என்று பலவிதமாகத் தன் குழந்தையைக் கொஞ்சுகிறார் ஒரு தாய். மணி, மாணிக்கம், முத்து, அமுதம், செல்வம் என்பவை மிக உயர்ந்த பொருட்கள். அவற்றைச் சொல்லிக் குழந்தையைப் பாராட்டுவதில் ஒரு பொருள் இருக்கிறது, 'கண்ணே' என்று அழைப்பது ஏன்?

மனித உடலில் எத்தனையோ உறுப்புகள் இருக்கின்றன, 'மூக்கே, நாக்கே, காதே, கையே, காலே' என்றெல்லாம் யாரும் கொஞ்சுவதில்லை. 'கண்ணே' என்றுதான் அழைக்கிறார்கள்.

ஒருவர் ஏதேனும் ஒரு மதிப்புமிக்க பொருளைப் பெற்றுக் கொள்ளும்போது, 'என் கண்ணைப்போல இதைப் பாதுகாப்பேன்' என்கிறார், 'கண்ணை இமை காப்பதுபோல் காப்பேன்' என்கிறார், மூக்கைப்போல், நாக்கைப்போல் என்பதில்லை.

ஆக, கண் என்பது மனிதனுக்கு மிகவும் மதிப்புமிக்க ஓர் உறுப்பு. அதன்வழியாகதான் அவன் உலகத்தைக் காண்கிறான்; தன்னுடைய பணிகளைச் செய்கிறான்; இயற்கைக் காட்சிகளைக் கண்டு மகிழ்கிறான். அதனால்தான் தன்னுடைய குழந்தையைக்கூடக் 'கண்ணே' என்று அழைக்கிறான். இதையே சிலர் 'கண்ணின் ஒளியே' என்று அழைப்பார்கள். இது இன்னும் நுணுக்கமான பாராட்டு.

ஏனெனில், என்னதான் கண் முக்கியமான பகுதியாக இருந்தாலும், அதில் காட்சியை உருவாக்குவது ஒளிதான். அதாவது, பொருட்களின்மீது பட்டுப் பிரதிபலிக்கும் ஒளி கண்ணுக்குள் நுழைகிறது; அதன்மூலம் நாம் அந்தப் பொருட்களைக் காண்கிறோம். ஆகவே, 'கண்ணின் ஒளியே' என்றால், என்னுடைய கண்ணில் ஒளியாகத் திகழ்ந்து அந்தக் கண்ணைச் செயல்படச் செய்பவரே என்று பொருள்.

இலக்கியங்களில் கண்களைப்பற்றிய விவரிப்புகள் ஏராளம். அழகிய கண்களையுடைய ஆணைக் 'கண்ணன்' என்பார்கள். இதையே 'தாமரைக்கண்ணன்', 'கமலக்கண்ணன்' என்றெல்லாம் விளக்கிச்சொல்வதும் உண்டு.

பல பாடல்களில் பெண்களுக்குக் 'கண்ணம்மா' என்கிற விளிப்பைப் பயன்படுத்துவார்கள். 'கண்போல் உயர்வானவள்' என்று இதற்குப் பொருள். இதேபோல், 'கண்ணாளன்', 'கண்ணாட்டி' என்ற சொற்கள் முறையே ஆணுக்கும் பெண்ணுக்கும் பயன்படுத்தப்படுகின்றன.

பெண்களுடைய கண்கள் பொதுவாக மீனுக்கு ஒப்பிடப்படும், அவற்றின் வடிவம் மீனைப்போலிருப்பதால். 'அங்கயற்கண்ணி' என்ற பெயர் அம்+கயல்+கண்ணி, அழகிய மீனைப்போன்ற கண்களையுடையவர் என்ற பொருளில் அமைகிறது.

கண்ணின் வடிவம் வேலைப்போலவும் அமைகிறது. ஆகவே, அதை வேலுக்கும் ஒப்பிடுவார்கள். 'வேற்கண்ணி' என்ற பெயர் இதைத்தான் குறிக்கிறது. மானுக்கு அழகிய கண்கள் உண்டு. ஆகவே, பல இலக்கியங்கள் பெண்களின் கண்களை மானுக்கும் ஒப்பிடுகின்றன. இதேபோல் கண்ணுக்கு உவமையாகக் குறிப்பிடப்படும் வேறு சில பொருட்கள்: அம்பு, மலர், பிளந்த மாவடு. கண்கள் நமக்குப் பார்வைச்செல்வத்தை வழங்குவதுடன், நம் முகத்துக்கும் அழகைச் சேர்க்கின்றன. மற்ற புலன்களைவிடக் கண்கள் அதிகம் புகழப்படுவது அதனால்தான்.

★★★

46. தமிழ் வீணை

பேருந்து நெடுஞ்சாலையில் விரைந்துகொண்டிருந்தது. நடத்துநரிடம் பயணச்சீட்டு வாங்கிச் சட்டைப்பையில் போட்டுக் கொண்டான் மலர்வண்ணன். பின்னர் தன்னுடைய பெட்டியிலிருந்து ஒரு புத்தகத்தை எடுத்துப் படிக்கத் தொடங்கினான்.

அருகில் அமர்ந்திருந்தவர் மலர்வண்ணனை விநோதமாகப் பார்த்தார். 'இத்தனை பேர் செல்பேசியில் மூழ்கியிருக்கிற பேருந்தில் இவன் மட்டும் புத்தகம் படிக்கிறானே!'

சில நிமிடங்களுக்குப் பிறகு, புத்தகத்தை மூடிக் கீழே வைத்துவிட்டுத் தான் படித்ததைச் சிந்திக்கத் தொடங்கினான் மலர்வண்ணன். அருகிலிருந்தவர் அவனைப் பார்த்துச் சிரித்து, 'என்ன புத்தகம்ங்க?' என்றார்.

'செயற்கைக்கோள்கள் எப்படி இயங்குதுங்கறதைப்பத்தின புத்தகம்' என்றான் மலர்வண்ணன்.

'அட, தமிழ்லயா?' என்றார் அவர் வியப்புடன்.

'ஆமாங்க, இதுல என்ன வியப்பு?'

'பொதுவா இந்தமாதிரி புத்தகமெல்லாம் ஆங்கிலத்துலதானே கிடைக்கும்?'

'அதெல்லாம் அந்தக்காலம்' என்று சிரித்தான் மலர்வண்ணன். 'இப்பல்லாம் எல்லாமே தமிழ்ல கிடைக்குது. புதிய தொழில்நுட்பங்கள், பொருளாதாரக் கொள்கைகள், உலக வரலாறு, இலக்கியங்கள்ன்னு அத்தனையையும் நம்ம மொழியில படிச்சுத் தெரிஞ்சுக்கலாம்.'

அவன் சொன்னதைப் பக்கத்திலிருந்தவர் இன்னும் நம்பவில்லை. மலர்வண்ணனிடமிருந்த புத்தகத்தை வாங்கிப் பார்த்தபிறகுதான் நம்பினார். 'உண்மையிலயே ரொம்ப எளிமையா, சிறப்பா இருக்குங்க, நம்ம மொழியில அருமையா விளக்கியிருக்காங்க' என்று பாராட்டினார், 'இந்த மாதிரி புதிய முன்னேற்றங்களையெல்லாம் தெரிஞ்சுக்கணும்ன்னா ஆங்கிலம் கத்துக்கிட்டாதான் உண்டுன்னு நினைச்சேன்.'

'அப்படிதாங்க பலர் நினைக்கறாங்க' வருத்தத்துடன் சொன்னான் மலர்வண்ணன். 'நம்ம மொழியைக் குறைசொல்றதே பலரோட வழக்கமா இருக்கு. ஆங்கிலத்துமேல நமக்கு வெறுப்பு ஏதுமில்லை, ஆனா, அதோட ஒப்பிட்டுத் தமிழை மட்டம் தட்டறது என்ன நியாயம்?'

'எல்லா மொழியும் நல்ல மொழிதாங்க. அதுல குறைசொல்றதை விட, நம்ம மொழிக்காக நாம உழைக்கணும். நாம எந்தத் துறையில பணியாற்றுறோமோ அந்தத் துறையில இருக்கிற பிறமொழிச் செல்வங்களையெல்லாம் நம்ம மொழிக்குக் கொண்டுவரணும். அதை விட்டுட்டுக் குறைசொல்லி என்ன பயன்?' என்ற மலர்வண்ணன், அந்தப் பேருந்தில் எழுதப்பட்டிருந்த ஈரோடு தமிழன்பனுடைய கவிதையைச் சுட்டிக்காட்டினான்:

'விரலை மடக்கியவன் இசை இல்லை எழில்
வீணையில் என்று சொல்வதுபோல்,
குறைகள் சொல்வதை விட்டுவிட்டுப் புதுக்
கோலம் புனைந்து தமிழ்வளர்ப்பாய்.'

'அவர் சொல்றமாதிரி, வீணையில இசையில்லைன்னு சொல்றவன் முட்டாள், அதை அவனுக்கு வாசிக்கத்தெரியலைங்கறதுதான்

உண்மை' என்றான் மலர்வண்ணன், 'அதுபோல, நம்ம மொழியைக் குறைசொல்றதால எந்த மாற்றமும் வந்துடப்போறதில்லை. அதை நல்லாப் பயன்படுத்திப் பலன்பெறுவது எப்படின்னு நாம தெரிஞ்சுக்கணும். ஒருவேளை, நாம எதிர்பார்க்கிற விஷயம் நம்ம மொழியில இல்லைன்னா, அதைக் கொண்டுவர்றதுக்கு என்ன செய்யணும்ன்னு யோசிக்கணும். நம்ம மொழிக்கு நாம செய்யக்கூடிய நன்றிக்கடன் அதுதான்!'

★★★

47. மருந்தாகும் அறநூல்கள்

திரிகடுகம், ஏலாதி... இவை இரண்டும் என்ன?

சிலரைக் கேட்டால், 'மருந்துகள்' என்பார்கள். சிலரைக் கேட்டால், 'தமிழ் நூல்கள்' என்பார்கள். இரண்டுமே உண்மைதான்.

'திரிகடுகம்' என்றால், சுக்கு, மிளகு, திப்பிலி ஆகிய மூன்றையும் சேர்த்த ஒரு மருந்து. அதேபோல், ஒவ்வொரு பாடலிலும் மூன்று நல்ல கருத்துகளைத் தொகுத்துச் சொல்லும் நூலுக்குத் 'திரிகடுகம்' என்று பெயர்சூட்டினார்கள். அதை எழுதியவர் நல்லாதனார்.

அதேபோல், 'ஏலாதி' என்றால், ஏலக்காய், இலவங்கம், சிறுநாவற்பூ, மிளகு, திப்பிலி, சுக்கு ஆகிய ஆறையும் சேர்த்த ஒரு மருந்து. ஒவ்வொரு பாடலிலும் ஆறு நல்ல கருத்துகளைச் சொல்லும் நூலுக்கு 'ஏலாதி' என்று பெயர்சூட்டினார்கள். அதை எழுதியவர் கணிமேதாவியார்.

இப்படி எல்லா அறநூல்களுக்கும் மருந்துகளின் பெயர்கள் சூட்டப்படுவதில்லை. ஆனால், ஒருவிதத்தில் அறநூல்கள் அனைத்தும் மருந்துகள்தான்.

ஒரு மனிதனுக்கு நோய் வரும்போது, மருந்துகள் அந்த நோயைத் தீர்க்கின்றன; நோய் வந்த மனிதன் அம்மருந்துகளை உட்கொண்டால், மீண்டும் நலமாக வாழ்வான்.

அதைப்போல, மனிதர்கள் துன்பங்களை அனுபவிக்கும்போது, அறநூல்கள் அந்தப் பிரச்னையைத் தீர்த்துவைக்கின்றன; அவை சொல்லும் கருத்துகளை அறிந்து பின்பற்றினால், மனிதன் மீண்டும் இன்பமான வழிக்குத் திரும்புகிறான்.

மருத்துவர்கள் நோயின் தன்மையை அறிந்து நல்ல மருந்துகளைப் பரிந்துரைக்கிறார்கள். அதுபோல, பெரியோர்கள் நம்மிடம் அறநூல்களைப் பரிந்துரைக்கிறார்கள். 'இவற்றைப் படித்து அறிவைப் பெருக்கிக்கொள், பிரச்னைகளைத் தீர்த்துக்கொள்' என்கிறார்கள்.

இப்படி மருந்துகளுக்கும் அறநூல்களுக்கும் பல ஒற்றுமைகள் இருந்தாலும், சில வேறுபாடுகளும் உண்டு.

முதலில், மருந்துகளை மருத்துவர் சொல்கிறபடி குறிப்பிட்ட நேரங்களில்தான் உட்கொள்ளவேண்டும், ஒரு குறிப்பிட்ட அளவில்தான் உட்கொள்ளவேண்டும், அதைவிடக் குறைவாக உட்கொண்டால் நோய் தீராது, அதிகமாக உட்கொண்டால் உடலுக்கு ஆபத்து.

ஆனால், அறநூல்கள் அப்படியில்லை. அவற்றை எப்போது வேண்டுமானாலும் படிக்கலாம், எவ்வளவு வேண்டுமானாலும் படிக்கலாம், அதிகம் படிக்கப்படிக்க நன்மையும் அதிகம்.

மருந்துகளைப் பரிந்துரைக்கும் தகுதி, முறைப்படி பயிற்சி பெற்ற மருத்துவர்களுக்குதான் உண்டு. பொதுமக்கள் மருந்துகளைப் பிறருக்குப் பரிந்துரைக்கக்கூடாது.

அறநூல்களைப்பொறுத்தவரை, அவற்றைப் படித்துப் பலன் பெற்ற யார் வேண்டுமானாலும் அந்நூல்களைப் பிறருக்குப் பரிந்துரைக்கலாம். ஏனெனில், மொத்த உலகுக்கும் நன்மைதருகின்ற மருந்துகள் அவை. பொதுவாக, ஒருவருக்கு நோய் வந்தால்தான் மருந்துகள் பரிந்துரைக்கப்படுகின்றன.

நோயே இல்லாதபடி வாழ்ந்தால், மருந்துகளுக்குத் தேவை இருக்காது.

அதுபோல, மனிதன் வழிமாறி நடக்கும்போதுதான் அறநூல்கள் தேவைப்படுகின்றன, அவனுக்கு நல்வழியைக் காட்டுகின்றன. அதன்பிறகு, அவன் அந்த அறக்கருத்துகளைத் தனக்குள் ஏற்றிக்கொண்டுவிடுகிறான், நல்ல உடல்நலத்தோடு வாழ்கிறவரைப்போல் என்றைக்கும் சரியான வழியில் நடக்கிறான். அறநூல்களின் நோக்கம், உலகை அவ்வாறு நலப்படுத்துவதும் வளப்படுத்துவதும்தான்!

★★★

48. போர்கள் தேவையா?

'போர்' என்றதும் உங்கள் நினைவுக்கு வருவது என்ன?

வீரர்கள் ஒருவரோடொருவர் மோதிக்கொள்கிறார்கள், ஆயுதங்கள் பயன்படுத்தப்படுகின்றன, விமானங்கள், கப்பல்கள், குதிரைகள், யானைகள் ஆங்காங்கே பாய்கின்றன, எங்கும் ரத்தவெள்ளம், உயிரிழப்பு, பொருளிழப்பு.

'பொருதல்' (மோதுதல்) என்ற சொல்லிலிருந்து 'போர்' பிறக்கிறது. வில்லைக் கொண்டு ஒருவரோடொருவர் பொருதால் அது விற்போர், மல்லர்கள் ஒருவரோடொருவர் மோதிக்கொண்டால் அது மற்போர், வாட்களை வீசிப் பொருவது வாட்போர், யானைகள் பொருவது யானைப்போர் என்று அடுக்கிக்கொண்டே செல்லலாம்.

ஒரு நாட்டில் போர் நடைபெறுகிற சூழ்நிலை வருகிறது என்றால், 'போர்மேகம் சூழ்ந்தது' என்பார்கள். போர் நடைபெறும் இடத்தைப் போர்முனை, போர்க்களம் என்றெல்லாம் அழைப்பார்கள். அங்கு ஒலிக்கும் பறைக்குப் 'போர்ப்பறை' என்று பெயர். அதில் பங்குபெறுவோரைப் 'போர்வீரர்' என்பார்கள். போரில் பங்கேற்பதற்காகக் கையில் ஆயுதங்களை ஏந்திக்கொண்டு, பாதுகாப்பு ஆடைகளை அணிந்துகொண்டு

செல்வதைப் "ரோர்க்கோலம்' என்பார்கள். 'போர்யானை', 'போர்க்கப்பல்', 'போர்விமானம்' போன்றவை போரின் பலப்பல அம்சங்களைச் சுட்டுகின்றன.

தமிழ் இலக்கியங்களில் மிக விரிவான போர்க்காட்சிகள் இடம்பெற்றுள்ளன. புறநானூறு பல போர்வீரர்கள், அரசர்களுடைய வீரத்தைப் பேசுகிறது. அகப்பாடல்களிலும் போருக்காகப் பிரிந்து செல்லும் தலைவர்களைக் காண்கிறோம். கம்ப ராமாயணத்தில் கிட்டத்தட்ட சரிபாதிப்பாடல்கள் 'யுத்தகாண்டம்' எனப்படும் போர்ச் சூழலை விவரிக்கின்றன.

அதேசமயம், போர் என்றாலே ரத்தம் சிந்தவேண்டும் என்று கட்டாயமில்லை. வன்முறை இல்லாத போர்களும் உண்டு.

எடுத்துக்காட்டாக, காந்தியடிகளின் தலைமையில் இந்தியர்கள் விடுதலைக்காகக் குரல்கொடுத்ததை 'இந்திய விடுதலைப் போர்' என்றுதான் குறிப்பிடுகிறோம். அது கத்தியின்றி, ரத்தமின்றி நடைபெற்ற போரல்லவா?

தமிழில் 'சொற்போர்' என்றொரு பயன்பாடும் இருக்கிறது. அதாவது, சொற்களைக் கொண்டு பொருதுவது. ஒரே தலைப்பில் இருவர் இருவேறு கருத்துகளை முன்வைத்து வாதிடுவது, மற்றவருடைய கருத்துகளை மறுத்துப் போர்புரிவது.

இதேபோல், 'இசைப்போர்' என்ற பயன்பாடும் உண்டு. அதாவது, இசையில் வல்ல இருவர் தங்களுடைய இசைக்கருவிகளை அல்லது குரலைப் பயன்படுத்தி ஒருவரையொருவர் வெல்ல முற்படுவது.

எடுத்துக்காட்டாக, சீவகசிந்தாமணியில் ஒரு யாழ்ப்போர் வருகிறது. சீதத்தன் என்பவன் நடத்தும் யாழ்ப்போரில் வெல்கிறான் இக்காப்பியத்தின் நாயகனான சீவகன்.

ஆடற்கலைஞர்களும் ஒருவரோடொருவர் மோதித் தங்களுடைய திறமையை வெளிப்படுத்துவதுண்டு. அவற்றை 'ஆடற்போர்' என்பார்கள். ஆக, அனைத்துப் போர்களும் மோசமானவை இல்லை. பிறரைத் துன்புறுத்தாமல் நடக்கும் நல்ல போர்களும்

உண்டு; அவை வரவேற்கப்படவேண்டியவை. மக்களைக் காயப்படுத்தி அவர்களுடைய உயிருக்கும் உடைமைகளுக்கும் உறவுகளுக்கும் சேதம் உண்டாக்கும் கெட்ட போர்களைத்தான் நாம் மறுக்கவேண்டும். அதனால்தான் "கெட்ட" போரிடும் உலகத்தை வேரோடு சாய்ப்போம் என்று பாடினார் பாரதிதாசன்.

★★★

49. நூல் வாசிப்புப் பழக்கம்

நூல்கள், உலகத்தை நமக்குக் காட்டும் சாளரங்கள். ஒரு மனிதன் எவ்வளவுதான் முயன்றாலும் தன்னுடைய வாழ்நாளில் முழுமையாகப் பெறமுடியாத அனுபவங்களையெல்லாம் நூல்கள் அவனுக்குச் சாத்தியமாக்குகின்றன.

எடுத்துக்காட்டாக, நாம் இதுவரை கண்டிராத ஒரு நாட்டிலிருக்கும் மக்களுடைய வாழ்க்கையைப்பற்றி, அல்லது, நாம் பிறப்பதற்குப் பல நூற்றாண்டுகள்முன்பாக நடைபெற்ற ஒரு நிகழ்வைப்பற்றி நூல்களில் வாசிக்கும்போது, அந்த இடத்துக்கே, அந்தக் காலகட்டத்துக்கே சென்றுவிட்ட உணர்வு ஏற்படுகிறது. இப்படி உட்கார்ந்த இடத்திலிருந்து எந்த இடத்துக்கும் எந்த நேரத்துக்கும் சென்று திரும்புகிற அதிசயத்தை நூல்கள் சாத்தியமாக்குகின்றன.

இத்துடன், நூல்களின்மூலம் பல நுட்பங்களையும் நாம் கற்றுக்கொள்ளலாம். மொழி, கணிதம், அறிவியல், வரலாறு, தத்துவம் எனப் பலதுறை நிபுணர்கள் நம் அருகில் அமர்ந்து கற்றுத்தருவதைப்போன்ற உணர்வை நூல்கள் தருகின்றன.

அதனால்தான், நூல்வாசிப்புப்பழக்கம் மக்களுக்கு இன்றியமை யாதது என்கிறார்கள் வல்லுநர்கள். குறிப்பாக, இளமைப்

பருவத்தில் இந்தப் பழக்கத்தை உண்டாக்கிக் கொண்டு விட்டவர்கள் பின்னாள்களில் நல்ல வாசகர்களாவார்கள், வாழ்வில் முன்னேற்றமும் நிறைவும் காண்பார்கள்.

எனினும், உலகில் நூல்வாசிப்புப்பழக்கத்தை வளர்த்துக் கொண்டிருக்கிறவர்கள் சிறுபான்மையினர்தான். நூற்றுக்கு ஓரிருவர்கூட பள்ளி, கல்லூரிப் புத்தகங்கள், நாளிதழ்கள், வார, மாத இதழ்களைத் தாண்டி வாசிப்பதில்லை.

ஆகவே, நன்மைதரும் நூல்வாசிப்புப்பழக்கத்தைக் குழந்தைகள், இளைஞர்கள்மத்தியில் ஊக்குவிப்பதற்காகப் பலரும் பலவிதமாக முயன்றுவருகிறார்கள். எடுத்துக்காட்டாக:

★ ஆசிரியர்கள், பள்ளி, கல்லூரி நிர்வாகத்தினர், வகுப்பில் முதல்மதிப்பெண் வாங்கும் மாணவர்களுக்கு, போட்டிகளில் வெல்பவர்களுக்குப் புத்தகங்களைப் பரிசளிக்கிறார்கள்

★ பள்ளி, கல்லூரிகளில் புத்தகக் கண்காட்சிகள் நடத்தப் படுகின்றன

★ அரசு நூலகங்களில் மாணவர்கள் பல்லாயிரக்கணக்கான நூல்களைப் படிக்கலாம், வீட்டுக்கும் கொண்டுசெல்லலாம்

★ குறிப்பிட்ட கொள்கைகளில் நம்பிக்கை கொண்டோர், அதுசார்ந்த நூல்களை மொத்தமாக வாங்கிப் பலருக்கும் இலவசமாக அளிக்கிறார்கள்

★ செல்வர்கள், புரவலர்கள் பெரிய நூல்களின் வெளியீட்டுக்கு நன்கொடை அளித்து, அந்த நூல்களின் விலையைக் கணிசமாகக் குறைக்க உதவுகிறார்கள்

★ திருமணம் போன்ற விழாக்களின்போது, வருகிற அனைவருக்கும் நூல்கள் பரிசளிக்கப்படுகின்றன. ஏற்கெனவே சந்தையில் கிடைக்கும் நூல்களை வாங்கி வழங்குவோரும் உண்டு, இதற்காகவே புதிய நூல்களை எழுதச்செய்து வெளியிடுவோரும் உண்டு

★ செய்தித்தாள்கள், இதழ்களில் நூலறிமுகங்கள் வெளியாகின்றன. இதில் புதிய நூல்களைப்பற்றிய குறிப்புகள், அவை

கிடைக்கும் இடம் போன்ற தகவல்கள் வெளியிடப்படுவதால், ஆர்வமுள்ளோர் அவற்றை வாங்கி வாசிக்கும் சூழல் ஏற்படுகிறது

இப்படிப் பல முயற்சிகள் நடந்துவந்தாலும், நூல்வாசிப்பை இன்னும் பரவலாகக் கொண்டுசெல்லவேண்டிய தேவை இருக்கிறது. உங்களுக்குப் பிடித்த நூல்களை உங்கள் நண்பர்கள், தெரிந்தவர்களுக்குப் பரிந்துரையுங்கள், நீங்களும் இயன்றவரை அதிக நூல்களை வாசிக்கத்தொடங்குங்கள், அது உங்கள் அறிவைப் பெருக்கும் முதலீடாகும்!

★★★

50. பலவிதப் படகுகள்

நீங்கள் படகில் சென்றிருக்கிறீர்களா?

சில சுற்றுலாத்தலங்களில், பெரிய பூங்காக்களில் இயற்கையான, செயற்கையான ஏரிகள் உள்ளன. அவற்றில் படகுகள் விடப்பட்டிருக்கின்றன. மக்கள் மகிழ்ச்சியாக அந்தப் படகுகளில் சென்றுவருகிறார்கள்.

நாம் செல்லவேண்டிய இடத்துக்குக் குறுக்கே ஓர் ஆறு ஓடிக்கொண்டிருக்கிறது என்றால், அதைக் கடந்துசெல்வதற்குப் பாலம் தேவைப்படுகிறது. ஒருவேளை பாலம் ஏதும் இல்லாவிட்டால், படகேறிச் செல்லவேண்டும்.

வானூர்திகளெல்லாம் கண்டுபிடிக்கப்படு முன்னர், தொலைவிலுள்ள வெளிநாடுகளுக்குச் செல்ல ஒரே வழி, கப்பல்தான். இந்தக் கப்பல்களில் மனிதர்களுடன் பலவிதமான பொருட்களும் வெளிநாடுகளுக்கு ஏற்றுமதி, இறக்குமதி செய்யப்பட்டன. படகுகளின் இன்னொரு முக்கியமான பயன், மீன்பிடிப்பது. கடலோரங்களில் வாழும் மக்கள் மீன்பிடித்தலையே தொழிலாகக் கொண்டு வாழ்ந்தார்கள். அவர்கள் கடலுக்குள் சென்று பிடித்துவரும் மீன்கள் நாடெங்கும் ஏராளமானோருக்கு உணவாகின்றன.

கடலெல்லையைக் கொண்ட நாடுகள் தங்களைப் பாதுகாத்துக் கொள்வதற்காகக் கடற்படையை உருவாக்கியுள்ளன. இந்தப் படைகளிடம் போர்க்கப்பல்கள், நீர்மூழ்கிக்கப்பல்கள், விமானந்தாங்கிக் கப்பல்கள் போன்றவை இருக்கும். அவற்றைச் சிறப்பாகப் பயன்படுத்தித் தங்கள் நாடுகளுக்குக் கடல்வழியே எந்த ஆபத்தும் வராதபடி அவர்கள் பார்த்துக்கொள்கிறார்கள்.

ஒருகாலத்தில், கடல்வணிகம் என்பது நாடுகளின் செல்வத்தைப் பெருக்கும் உத்தியாக இருந்தது. இங்கிலாந்திலிருந்து கடல்வழியாக இங்குவந்தவர்கள் தங்களுடைய பொருட்களை விற்றுப் பணம் சம்பாதித்தார்கள், பின்னர் நம் நாட்டையே பிடித்துக்கொண்டு பல்லாண்டுகளுக்கு ஆண்டார்கள்.

தமிழர்கள் நெடுங்காலமாகவே நீர்வழிப்போக்குவரத்தை அறிந்திருந்தார்கள். அதில் சிறந்து விளங்கினார்கள். இதற்குச் சான்றாக, பழந்தமிழ் இலக்கியங்களில் விதவிதமான படகுகளைப் பற்றிய குறிப்புகளைக் காண்கிறோம். மீனவர்களுடைய சிறு படகுகளில் தொடங்கி, வெளிநாட்டிலிருந்து பொருட்களை ஏற்றிவருகிற மிகப்பெரிய கப்பல்கள்வரை நுணுக்கமாக விவரிக்கப்பட்டுள்ளன.

தமிழ் இலக்கணம் குறிப்பிடும் ஐவகை நிலங்களில் ஒன்று, 'நெய்தல்' எனப்படும் கடலும் கடல்சார்ந்த பகுதிகளும். ஆகவே, நெய்தல் திணைப் பாடல்களில் கலங்களைப்பற்றிய ஏராளமான குறிப்புகள் நிறைந்துள்ளன.

சங்க இலக்கியங்களில் 11வகையான நீர்க்கலங்கள் குறிப்பிடப் பட்டிருப்பதாக விளக்குகிறார் ஞா. விக்டர் இராசமாணிக்கம்:

1. மிதவை / தெப்பம்: மிதக்கக்கூடிய சில கட்டைகளைப் பிணைத்துக் கட்டப்படுவது

2. புணை: இதுவும் மிதவை வகையைச் சேர்ந்ததுதான். பல மரக்கால்களைக் கயிற்றால் கட்டி உருவாக்கப்படுவது

3. பஃறி: உள்நாட்டு வணிகத்துக்குப் பயன்படுத்தப்பட்ட சிறிய படகு

4. அம்பி: ஆற்றுப் போக்குவரத்துக்குப் பயன்படுத்தப்பட்ட சிறிய படகு

5. திமில்: மீன்பிடிக்கப் பயன்படுத்தப்பட்ட உறுதியான படகு

6. ஓடம்: ஆற்றில் நீண்ட கோலைக்கொண்டு செலுத்தப்படும் படகு

7. நீரணிமாடம்: உல்லாசப் பயணத்துக்குப் பயன்படும் படகு

8. தோணி: ஒரே மரத்தைக் குடைந்து செய்யப்பட்ட படகு

9. நாவாய்: பெருங்கடலில் ஓடும் பெரிய படகு

10. கலம்: மரப்பலகையால் செய்யப்பட்ட பெரிய படகு

11. வங்கம்: பெரிய கப்பல்

★★★

51. ஒரு வரி, ஒரு பத்தி, ஒரு கதை

உங்களுக்குக் கதையெழுதும் ஆர்வமுண்டா?

கதையென்பது நம் மனத்திலிருந்து அப்படியே வந்து கொட்டவேண்டும் என்று நம்புகிறவர்கள் இருக்கிறார்கள். நல்ல கதையை ஒழுங்காகத் திட்டமிட்டு எழுதினால்தான் சிறப்பாக அமையும் என்று வாதிடுபவர்களும் இருக்கிறார்கள். உலகம்முழுக்க இவ்விருவகைகளிலும் பல்லாயிரக்கணக்கானோர் கதைகளை எழுதிக்கொண்டிருக்கிறார்கள்.

சிறந்த கதையை எழுதுவது எப்படி என்பதற்குப் பல முறைகள் சொல்லப்படுகின்றன. அவற்றில் ஒன்று, '*Snowflake Method*'. இதை உருவாக்கியவர் ராண்டி இங்கெர்மான்சன்.

ராண்டி புகழ்பெற்ற எழுத்தாளர்; ஆனால், அவர் கல்லூரியில் இலக்கியம் படிக்கவில்லை. இயற்பியலில் முனைவர் பட்டம் பெற்ற இவருக்குக் கதையெழுதுவதில் ஆர்வம் பிறந்தது. தன்னுடைய அறிவியல் திறமையையும் இலக்கிய ஆர்வத்தையும் இணைத்து இந்த முறையைக் கண்டுபிடித்தார்.

'*Snowflake*' என்பதைத் தமிழில் 'பனித்துகள்' எனலாம். பனி பொழியும்போது சிறு துகள்களாக விழும், அதைத்தான் *Snowflake* என்றழைக்கிறார்கள்.

இதற்கும் கதைக்கும் என்ன தொடர்பு?

*Snowflake*ன் வடிவம் தனித்துவமானது. அதை வரைய விரும்புகிறவர்கள் முதலில் ஒரு முக்கோணத்தை வரைந்துகொள்ள வேண்டும், பின்னர் அதன் ஒவ்வொரு முனையையும் விரிவுபடுத்தி நட்சத்திர வடிவத்துக்கு வரவேண்டும், அந்த நட்சத்திரத்தின் ஒவ்வொரு முனையையும் பெரிதாக்கவேண்டும், இப்படியே தொடர்ந்து வரைந்துகொண்டுசென்றால், *Snowflake* கிடைக்கும்.

அதைப்போல நம்முடைய கதைகளையும் சிந்திக்கவேண்டும் என்கிறார் ரான்டி. எடுத்துக்காட்டாக:

★ முதலில் ஒரு வரிமட்டும் எழுதுங்கள். அதில் கதையின் முதன்மையான அம்சங்களைச் சொல்லுங்கள்

★ பின்னர் அந்த ஒரு வரியை ஒரு பத்தியாக விரிவுபடுத்துங்கள். இன்னும் அதிகத் தகவல்களைச் சிந்தித்துச் சேருங்கள்

★ அடுத்து, அந்த ஒரு பத்தியை இன்னும் விரிவுபடுத்துங்கள். கதையில் வரும் மாந்தர்கள், அவர்களுடைய பின்னணி என்று தகவல்களைச் சேர்த்துக்கொண்டே செல்லுங்கள்

சுருக்கமாகச் சொல்வதென்றால், எப்படி முக்கோணத்தில் தொடங்கிப் படிப்படியாக *Snowflake* உருவாகிறதோ, அதுபோல, ஒரு வரியில் தொடங்கி ஒரு முழுமையான கதையை உருவாக்குகிறோம். கதையை நன்கு சிந்தித்துப் புரிந்துகொண்டபின்னர்தான் எழுதத்தொடங்குகிறோம். இதன்மூலம் எழுதுகிற நமக்குத் தெளிவு கிடைக்கும். கதை அங்குமிங்கும் அலையாமல் சரியான திசையில் செல்லும்.

Snowflake முறையைப் பயன்படுத்தி ரான்டி பல வெற்றிகரமான கதைகளை எழுதியுள்ளார். அவரிடம் இதைக் கற்றுக்கொண்டவர்களும் ஏராளமான கதைகளை உருவாக்கிப் புகழ்பெற்றிருக்கிறார்கள். நீங்களும் முயன்றுபாருங்கள்.

★★★

52. எல்லாரும் நண்பர்கள்

அந்தச் சிறுவர்கள் இருவரும் நல்ல நண்பர்கள். ஆனால், திடீரென்று ஒருநாள் இருவருக்குமிடையில் ஏதோ சண்டை. ஒருவரோடொருவர் பேசிக்கொள்வதில்லை என்று தீர்மானித்துவிட்டார்கள்.

பரவாயில்லை, சிறுவர்கள் என்றால் இன்றைக்குச் சண்டையிடுவதும், நாளைக்குச் சேர்ந்துகொள்வதும் வழக்கம்தானே?

ஆனால், இந்தச் சிறுவர்கள் அப்படியில்லை. அவர்களுடைய மோதல் மிகப்பெரிதாகிவிட்டது. 'உனக்கும் எனக்கும் இனி எந்தப் பேச்சுவார்த்தையும் கிடையாது, உன் பெயரைக்கூட நான் சொல்லமாட்டேன்' என்றான் ஒருவன். 'நானும் உன் பெயரைச் சொல்லமாட்டேன். நம் இருவருக்கும் இனி எவ்விதமான தொடர்பும் கிடையாது' என்றான் இன்னொருவன்.

அன்றிலிருந்து, இவன் பெயரை அவன் சொல்வதில்லை, அவன் பெயரை இவன் சொல்வதில்லை. இருவரும் ஒரே வகுப்பில் இருந்தபோதும், ஒருவரையொருவர் பார்த்துக்கொள்ளாமல், பேசிக்கொள்ளாமல் முறைத்துக்கொண்டு திரிந்தார்கள். இப்படிப் பல நாட்கள் சென்றன.

இதைப்பார்த்த இன்னொரு சிறுவனுக்கு வருத்தம். ‘நீங்கள் இருவரும் நல்ல பையன்களாயிற்றே. ஏன் இப்படி மோதிக்கொள்கிறீர்கள்’ என்று அவர்களிடம் தனித்தனியே பேசினான். ‘நீங்கள் பழையபடி ஒன்றாகச் சேர்ந்தால் எல்லாருக்கும் மகிழ்ச்சி’ என்றான்.

அந்தச் சிறுவர்களுக்கும் அதே எண்ணம்தான். என்னதான் மோதலென்றாலும், முன்பு அவர்கள் நன்கு பழகிய நண்பர்களல்லவா? பழைய நினைவுகள் அவர்களை வாட்டின. மீண்டும் தன்னுடைய நண்பனுடன் பேசவும் பழகவும் ஏங்கினார்கள்.

ஆனால், யார் முதலில் பேசுவது? அங்கேதான் பெரிய பிரச்னை.

இவனைக்கேட்டால், ‘அவன்தான் முதலில் பேசவேண்டும், அப்போதுதான் நான் பேசுவேன்’ என்றான். அவனைக் கேட்டாலும் இதே பதில்தான் வந்தது. இருவரும் விட்டுக்கொடுக்க விரும்பவில்லை.

ஆகவே, அவர்களுக்கிடையில் நட்பை உருவாக்க விரும்பிய மூன்றாவது சிறுவன் ஒரு நல்ல வழி கண்டுபிடித்தான், ‘ஒரே நேரத்தில் நீ அவனுடைய பெயரைச் சொல், அவன் உன்னுடைய பெயரைச் சொல்லட்டும். அத்துடன் உங்களுக்கிடையிலான மோதல் முடிந்துவிடும், நட்பு பிறந்துவிடும்’ என்றான்.

அதையும் அச்சிறுவர்கள் ஏற்றுக்கொள்ளவில்லை. தயங்கினார்கள்.

‘சரி, இன்னொரு யோசனை சொல்கிறேன். இருவரும் அடுத்தவருடைய பெயரை ஒரு காகிதத்தில் எழுதுங்கள். அதை அவர்களிடம் கொடுத்துவிட்டு நண்பர்களாகிவிடுங்கள்’ என்றான் மூன்றாவது சிறுவன்.

இதை அந்தச் சிறுவர்கள் ஏற்றுக்கொண்டார்கள். ஆளுக்கொரு காகிதத்தை எடுத்துக்கொண்டார்கள், அதில் பழைய நண்பன், இப்போதைய எதிரி(?)யின் பெயரை எழுதினார்கள். அதை மற்றவனிடம் கொடுத்தார்கள், புன்னகையோடு நண்பர்களாகி விட்டார்கள்.

1880களில், அதாவது, இன்றிலிருந்து சுமார் 140 ஆண்டுகளுக்கு முன்னால் இப்படித் தன்னுடைய நண்பர்கள் பலர் மோதிக்கொள்வதையும், மீண்டும் சேர்ந்துகொள்வதையும் கண்டார் புகழ்பெற்ற பேச்சாளர், சுதந்தரப்போராட்ட வீரரான வலங்கைமான் வி.எஸ்.ஸ்ரீனிவாச சாஸ்திரியார். ‘எனக்கு யாரும் எதிரியில்லை. நான் யாருடனும் இப்படியெல்லாம் மோதமாட்டேன்’ என்று தீர்மானித்துக்கொண்டார்.

அப்போது அவருக்கு வயது 14தான். இருந்தாலும், வயதுக்கு மீறிய முதிர்ச்சியுடன் அவர் இந்தத் தீர்மானத்தை எடுத்திருந்தார். அதை வாழ்க்கைமுழுக்கப் பின்பற்றினார். ‘கடும் துரோகம் செய்தவர்களிடம்கூட நான் பேச்சுப்பழக்கத்தை நிறுத்தியதில்லை’ என்று எழுதுகிறார் அவர்.

யாரையும் எதிரியாக நினைக்காமலிருப்பதும், எல்லார்மீதும் அன்புபாராட்டுவதும் சிறந்த நற்குணங்கள். அதனால் கோபங்கள், கவலைகள், எதிர்மறைச் சிந்தனைகள் இல்லாத மன நிறைவான வாழ்க்கை சாத்தியமாகும்.

★★★

53. நாடகப் பாடல்கள்

மேடையில் 'தெனாலிராமன்' நாடகம் நடந்துகொண்டிருக்கிறது. அரசருக்குத் தெனாலிராமன்மீது ஏதோ கோபம். 'இனி என் முகத்தில் விழிக்காதே' என்று கண்டிப்பாகச் சொல்லிவிடுகிறார்.

அடுத்த காட்சியில், தெனாலிராமன் முகத்தை ஒரு துணியால் மூடிக்கொண்டு அரசருக்குமுன்னால் வருகிறார். யார் இவர் என்று திகைத்த அரசர் பாடத்தொடங்குகிறார்:

'ஆரடா வந்தவன் இங்கே, இந்த
அநியாயம் செய்வதும் எங்கே?'
தெனாலிராமனும் பதிலுக்குப் பாடுகிறார்:
'தென்னாலி ராமன் நான்தானே, உம்மைத்
தென்புடன் காண வந்தேனே.'

அரசர் தொடர்ந்து பாடுகிறார்:

'என்னடா தென்னாலி ராமா, என்முன்
இப்படியும் வரலாமா?'

தெனாலிராமன் பதில் சொல்கிறார்:

'முகத்தைக் காட்டவேண்டாம் என்றே, சொன்னீர்,
முகத்தை மூடிவந்தேன் இன்றே.'

அரசர் மகிழ்ந்து தெனாலிராமனை மன்னித்துவிடுகிறார், அதுவும் பாடலில்தான்:

> ‘வந்தால் இனி நன்றாய் வாடா, உன்னை
> மன்னித்தேன் இப்போது போடா.’

கா.நமச்சிவாயர் எழுதி 1910ல் வெளியான ‘நாடகமஞ்சரி’ என்ற நூலில் இடம்பெற்றுள்ள நாடகப்பாடல்கள் இவை. நூறாண்டுகளுக்குமேலாகியும் இன்றைக்கும் இந்தப்பாடல்களை இனிமையாகத் தாளம்போட்டுப் பாடலாம், அவை சொல்லும் கதையை ரசிக்கலாம்.

பொதுவாக நாடகங்கள் என்றாலே வசனங்கள் என்றுதான் பெரும்பாலானோர் நினைக்கிறார்கள். ஒரு சிறுகதை அல்லது நாவலில் ஏராளமான வசனங்கள் இருந்தால், ‘என்ன, இந்த ஆசிரியர் நாடகம்மாதிரி எழுதியிருக்கார்?’ என்று கேட்கிறவர்கள்கூட உண்டு.

ஆனால், அன்றைய நாடகங்களில் வசனங்களுக்கிணையாக, சில நேரங்களில் வசனங்களைவிட அதிகமாகக்கூடப் பாடல்கள் இடம்பெற்றிருந்தன. அனைத்தும் இனிய, எளிய சொற்களில், பாடுவதற்கு வசதியான மெட்டுகளில் இனிய குரலோடு பாடப்படுவதால், அவை மக்கள் மனத்தில் அழுத்தமாகப் பதிந்துவிடும்.

நாடகங்களில் பாடல்கள் இடம்பெற்றதற்கு இன்னொரு முக்கியக் காரணம், தொடர்ந்து ஒரேமாதிரியான விஷயத்தைப் பார்க்கும்போது நம்முடைய மூளை சலிப்படைந்துவிடக்கூடும். பத்திரிகைகளில் கதைகள், கட்டுரைகளுக்கு நடுவில் அழகிய ஓவியங்கள், புகைப்படங்கள், பெட்டிச்செய்திகள், துணுக்குகளைச் சேர்த்துச் சுவை கூட்டுகிறார்களல்லவா, அதைப்போல, வரிசையாக வசனங்களில் கதை சொல்வதைவிட, ஆங்காங்கே பாடல்களைச் சேர்க்கும்போது சலிப்பு குறையும், இசையோடு பாடப்படும் மெட்டைக்கேட்டு, மேடையில் நடிகர்கள் ஆடி, ஓடிக் குதித்து விளையாடுவதைக் கண்டு ரசிகர்கள் கொஞ்சம் சுறுசுறுப்பாவார்கள்.

ஆகவே, மேடை நாடகங்களில் பல அருமையான பாடல்கள் எழுதப்பட்டன. நாடகங்களில் நடிக்கிறவர்களே அவற்றை அழகாகப் பாடுவார்கள், அல்லது, திரையோரமாக அமர்ந்திருக்கும் இசைக்குழுவினர் அப்பொறுப்பை ஏற்றுக்கொள்வார்கள். மகிழ்ச்சி, துன்பம், கவலை, நகைச்சுவை, வீரம் எனப் பல உணர்ச்சிகளையும் இப்பாடல்கள் சிறப்பாக வெளிப்படுத்தின. பழந்தமிழ்ப் பாடல்களை வாசித்துப் புரிந்துகொள்ள இயலாத பாமரர்கள்கூட, இப்பாடல்களின்மூலம் இலக்கிய நயங்களை அனுபவித்து மகிழ்கிற, நற்சிந்தனைகளைப் புரிந்துகொள்கிற வாய்ப்பு ஏற்பட்டது.

திரைப்படங்களில் நாம் காண்கிற பாடல்கள்கூட, இந்தப் பண்பாட்டின் நீட்சிதான். உண்மைவாழ்க்கையில் யாரும் திடீரென்று பாடத்தொடங்குவதில்லை என்றாலும், மேடையில் அல்லது திரையில் அதைக் காணும்போது சுவை கூடுகிறது.

உங்கள் பள்ளி விழாவில் நாடகம் போடும் பழக்கமுண்டா? அடுத்தமுறை நாடகத்தில் ஒரு சிறு பாடலையும் எழுதி, இணைத்துப்பாருங்களேன்!

★★★

54. முகங்கள்

வகுப்பில் புதிதாக ஒரு மாணவன் வந்திருக்கிறான். மற்ற மாணவர்களைப் பொறுத்தவரை அவன் ஒரு 'புதுமுகம்', அவனை 'அறிமுக'ப்படுத்திவைக்கிறார் ஆசிரியர்.

'புதுமுகம்' என்ற சொல், புதிதாகத் தோன்றும் ஒரு மனிதரைதான் குறிக்கிறது. 'புதுமனிதர்' என்று சொல்லாமல், 'புதுமுகம்' என்று சொல்லக் காரணம், புதிதாக யாரைக் கண்டாலும் நாம் முதலில் அவர்களுடைய முகத்தைதான் பார்க்கிறோம், கண்கள், காதுகள், மூக்கின் அமைப்பு, சிரிப்பு, தலைமுடியின் அமைப்பு போன்றவற்றைக் கவனித்து மனத்தில் பதியவைத்துக்கொள்கிறோம், அடுத்தமுறை அவரைக் காணும்போது இந்த அடையாளங்களைக் கொண்டு, 'அட, இவர்தான்' என்று சிரிக்கிறோம், பேசுகிறோம்.

அதனால்தான், புதுமுகங்களைப்பற்றிப் பேசும்போது 'அறிமுகம்' என்ற சொல்லைப் பயன்படுத்துகிறோம். உண்மையில் 'அறிமுகம்' என்றால், அறிந்த முகம் என்று பொருள், ஒருவரைப் பற்றித் தெரிந்துகொள்வதன் மூலம் அந்தப் புதுமுகம் நமக்கு அறிமுகமாகிறார். இப்படி மனிதர்களுடைய முகங்களை அறிந்துகொள்வது என்ற பொருளில் உருவான 'அறிமுகம்' என்ற சொல், இப்போது இன்னும் பரவலான பொருளைத்

தருகிறது. எடுத்துக்காட்டாக, 'புலவர் தன்னுடைய புதிய நூலை அறிமுகப்படுத்திப் பேசினார்' என்கிறோம். 'இந்தத் தொலைக்காட்சி நிகழ்ச்சி அமெரிக்காபற்றிய ஒரு நல்ல அறிமுகத்தை வழங்குகிறது' என்கிறோம். இங்கெல்லாம் புதிய மனிதர்கள் இல்லை, புதிய முகங்களும் இல்லை, மாறாக, ஒரு நூலை, ஒரு நாட்டைப்பற்றித் தெரிந்துகொள்கிறோம், அவை நமக்கு 'அறிமுக'மாகின்றன.

செய்தித்தாள்களில், 'பங்குச்சந்தை ஏறுமுகம்' அல்லது 'விலைவாசி இறங்குமுகம்' என்ற தலைப்புகளை நீங்கள் வாசித்திருக்கலாம். அவற்றுக்கு என்ன பொருள்?

சந்தைக்கும் விலைவாசிக்கும் ஏது முகம்? இங்கு 'ஏறுமுகம்' என்ற சொல் ஏறிச்செல்கின்ற (உயர்ந்துகொண்டேயிருக்கின்ற) தன்மையைக் குறிக்கிறது. 'இறங்குமுகம்' என்ற சொல் இறங்கிச்செல்கின்ற தன்மையைக் குறிக்கிறது.

இதேபோல், 'வெற்றிமுகம்', 'தோல்விமுகம்' என்ற சொற்களும் பயன்பாட்டில் உள்ளன. இவற்றின் பொருள், வெல்லும்தன்மை, தோற்கும்தன்மை. எடுத்துக்காட்டாக, 'இந்தியக் கால்பந்து அணி வெற்றிமுகம் கண்டது' என்றால், தொடர்ந்து பல போட்டிகளில் வென்றது என்று பொருள். 'எதிரிகள் தோல்விமுகம் கண்டார்கள்' என்றால், அவர்கள் தொடர்ந்து தோற்றார்கள் என்று பொருள்.

சில பழந்தமிழ் நூல்களில் 'திருமுகம்' என்ற சொல்லைக் காணலாம். பெரியவர்கள் எழுதும் கடிதங்களை இச்சொல்லால் குறிப்பிடுவார்கள். இந்தப் பெயர் எப்படி வந்திருக்கும்?

எழுத்தாளர் திருப்பூர் கிருஷ்ணன் இதற்கு ஓர் அழகிய விளக்கம் தந்துள்ளார், 'ஒருவருடைய முகம் அவருடைய எண்ணங்களை வெளிப்படுத்துவதுபோல, ஒருவர் எழுதும் கடிதமும் அவருடைய எண்ணங்களை வெளிப்படுத்துகிறது. அதனால்தான் கடிதத்தைத் திருமுகம் என்கிறோம்.'

★★★

55. அறிவுள்ள பிள்ளை!

போட்டிகள் நிறைந்த இன்றைய உலகில் வெற்றிபெறுவதற்குத் தன்னம்பிக்கை வேண்டும், என்னால் யாரையும் வெல்ல இயலும் என்கிற உறுதி வேண்டும், அதேசமயம், அது தலைக்கனமாக மாறிவிடக்கூடாது.

உங்களைச் சுற்றியிருக்கும் மாணவர்கள், பெரியவர்களைக் கவனித்துப்பாருங்கள். நம்பிக்கையுள்ளவர்கள்தான் விடா முயற்சியோடு உழைக்கிறார்கள், வெல்கிறார்கள். 'என்னால் முடியுமா?' என்ற ஐயம் உள்ளவர்கள் தயங்கி நின்றுவிடுகிறார்கள்.

நாம் எந்தத் துறையில் ஈடுபட்டிருந்தாலும் சரி, அதில் நம்மைவிடச் சிறப்பாகச் செயல்படுகிற ஒருவரைக் கண்டால் மனம் துடிக்கவேண்டும். 'நானும் திறமைசாலிதான். அவருக்கு இணையாக, ஏன், அவரைவிடச் சிறப்பாக என்னால் செயல்பட இயலும்' என்கிற உணர்வு வரவேண்டும். அப்போதுதான் நம்முடைய திறமை பலமடங்காகச் சிறப்படையும்.

இந்த நல்ல போட்டியினால் நமக்குமட்டுமில்லை, நம்முடைய போட்டியாளர்களுக்கும் நன்மைதான். ஏனெனில், நம்முடைய வெற்றி அவர்களை ஊக்கப்படுத்தும், அவர்களுடைய வெற்றி நம்மை ஊக்கப்படுத்தும், இருவரும் முன்பைவிடச் சிறப்பாகச் செயல்படுவோம்.

எடுத்துக்காட்டாக, ஒரு சிறந்த டென்னிஸ் வீரர் இருக்கிறார். அவருக்குப் போட்டியாக, அவரைப்போன்ற திறமை கொண்ட இன்னொரு வீரர் இருந்தால், இருவரும் ஒருவரோடொருவர் விட்டுக்கொடுக்காமல் போராடுவார்கள். இன்னொருவரை வெல்லவேண்டும் என்பதற்காகத் தங்களுடைய திறமையை மேலும் வளர்த்துக்கொள்வார்கள், அதனால் இருவருடைய டென்னிஸ் திறனும் மேம்படும்.

அதனால்தான், போட்டி மனப்பான்மை கொண்டவர்கள் பெரிய அளவில் வெற்றியடைகிறார்கள். அது ஒரு நல்ல குணமாகக் கருதப்படுகிறது. விளையாட்டு, கல்வி, அறிவியல், தொழில்துறை என ஒவ்வொன்றிலும் சிறந்துவிளங்கும் முதல்நிலை வெற்றியாளர்களிடம் இக்குணத்தைக் காணலாம். தன்னைவிட அறிவான, திறமையான ஒருவரை வெல்லவேண்டும் என்கிற துடிப்பும் உழைப்பும்தான் நம்மை வெற்றிபெறச்செய்கிறது.

ஆனால், ஒரே ஒரு சூழ்நிலையில்மட்டும் இந்த விதிமுறை செல்லாது என்கிறார் திருவள்ளுவர். அதாவது, பெரிய அறிவாளி, திறமையாளர், வெற்றியாளர்கூட, ஓரிடத்தில்மட்டும் தன்னைவிடச் சிறப்பான ஒருவரைக் கண்டு துடிப்பதில்லையாம், அவரோடு போட்டிபோடுவதில்லையாம், அவரைப் பார்த்து மனம் மகிழ்கிறாராம்.

யார் அந்த ஒருவர்?

அந்தத் திறமையாளருடைய பிள்ளை!

முந்தைய எடுத்துக்காட்டில் நாம் கண்ட டென்னிஸ் வீரருக்கு ஒரு குழந்தை பிறக்கிறது. அவருடைய மகனோ மகளோ டென்னிஸ் கற்றுக்கொண்டு அவரைவிடச் சிறந்துவிளங்குகிறார். அப்போது அவர் கோபப்படுவாரா? போட்டி மனப்பான்மை வருமா? மகிழ்ச்சியல்லவா வரும்! இதைத்தான் திருவள்ளுவர் சொல்கிறார்:

> தம்மின் தம் மக்கள் அறிவு உடைமை, மாநிலத்து
> மன் உயிர்க்கு எல்லாம் இனிது

இந்தக் குறளை ஒரு மனிதர், ஒரு குடும்பம் என்று சுருக்கிவிடக்கூடாது. இதன் விரிவான பொருள், ஒரு தலைமுறையைக் காட்டிலும் அடுத்த தலைமுறையில் அறிவும் திறமையும் உழைப்பும் அதிகரிக்கவேண்டும். அதைப் பார்த்து முந்தைய தலைமுறை மகிழவேண்டும். இப்படிப் படிப்படியாக ஒவ்வொரு தலைமுறையிலும் அறிவு பெருகிக்கொண்டே சென்றால்தான் ஒட்டுமொத்தச் சமுதாயமும் நன்மை பெறும்.

★★★

56. வழிகாட்டிக் கவிஞர்

ஒருவர் பருத்தி வணிகம் தொடங்கினார். தொழிலுக்கான முதலீட்டுக்காகப் பலரிடம் கடன் வாங்கினார்.

ஆனால், அவர் எவ்வளவுதான் உழைத்தபோதும், தொழிலில் இழப்பு ஏற்பட்டுவிட்டது. வாங்கிய கடனைத் திருப்பித்தரும் வழியறியாமல் திகைத்தார்.

அவருக்குக் கடன் கொடுத்தவர்கள் சூழ்நிலையைப் புரிந்துகொள்ளாமல் அவரை நச்சரிக்கத்தொடங்கினார்கள். 'எப்போ கடனைத் திருப்பித்தரப்போறே?' என்று அவர்கள் மிகவும் தொல்லை செய்ததால், தன்மானம் மிக்க அவர் தவித்தார், என்ன செய்வதென்று புரியாமல், ஊரைவிட்டே வெளியேறுவது என்று தீர்மானித்துவிட்டார்.

அதேசமயம், அவர் யாரையும் ஏமாற்ற எண்ணவில்லை. 'உங்களிடம் வாங்கிய கடனை முழுமையாகத் திருப்பித்தருவேன். அதுவரை இந்த ஊருக்குள் நுழையமாட்டேன்' என்று சொல்லிவிட்டுக் கிளம்பினார்.

அங்கிருந்து அவர் மதுரைக்குச் சென்றார். சங்கரதாஸ் சுவாமிகளிடம் யாப்பிலக்கணம் கற்றார். பாடல்கள், உரையாடல்கள் எழுதத் தொடங்கினார்.

அன்றைய மதுரையில் கலைகளுக்குச் சிறந்த மதிப்பிருந்தது. திறமைமிக்க எழுத்தாளரான இவரை நாடக உலகம் நன்கு பயன்படுத்திக்கொண்டது. அவருடைய அருமையான பாடல் வரிகளும் உரையாடல்களும் மேடைகளில் ஒலித்தன. புகழ் குவிந்தது, பணமும் சேர்ந்தது.

போதுமான அளவு பணத்தைச் சேமித்ததும், அவர் தன்னுடைய ஊருக்குப் புறப்பட்டார். ஆனால், ஊருக்குள் நுழையவில்லை, எல்லையிலேயே நின்றுவிட்டார்.

எப்படி நுழைவார்? கடனைத் திருப்பித்தரமால் ஊருக்குள் நுழைவதில்லை என்று வாக்களித்திருக்கிறாரல்லவா? அங்கிருந்த படி, தனக்குக் கடன் தந்தவர்களையெல்லாம் அழைத்தார். அவர்களுக்குச் சேரவேண்டிய பணத்தை முழுமையாகத் திருப்பித்தந்தார். பின்னர் கம்பீரமாக ஊருக்குள் நுழைந்தார்.

'உடுமலை நாராயண கவி'யின் வாழ்க்கையில் நடந்த நிகழ்வு இது. எதிர்பாராமல் நடந்துவிட்ட துன்பத்தைத் தன்னுடைய தமிழ்த்திறமையின் உதவியுடன் துடைத்து வாழ்வில் முன்னேறியவர் அவர். 1899 செப்டம்பர் 25ம்நாள் பிறந்த உடுமலை நாராயணகவி மிக இளம் வயதிலேயே இலக்கியம், விடுதலை இயக்கம் ஆகியவற்றில் ஈடுபாடு கொண்டவர். நாடக உலகிலிருந்து திரைப்படங்களுக்குள் நுழைந்து பாடல்கள் எழுதத்தொடங்கி வெற்றியடைந்தவர்.

சிறப்பாக, கலைவாணர் என்.எஸ். கிருஷ்ணன் அவர்களுக்கு இவர் எழுதிய பாடல்கள் மிகவும் புகழ்பெற்றவை. அவருடைய பாடல்கள் பல அரிய கருத்துகளைப் பாமரர்களுக்கும் புரியவைத்து நல்வழி காட்டும், அதேசமயம், சுவைமிக்க கவிதைகளாகவும் இருக்கும்.

உடுமலையாருடைய பாடல்கள் அன்றைய சமூகச்சூழலை அழகாகப் படம்பிடித்துக்காட்டுபவை. எடுத்துக்காட்டாக, வேலையில்லாத் திண்டாட்டத்தைத் தீர்ப்பதற்குக் கதராடை இயக்கம் எப்படித் துணைநிற்கிறது என்பதை இப்படி அழகாக எழுதுகிறார்:

'கை நூலைக்
கைத்தறியில் நெய்த துணிதான்
கட்டும் உடைகள் எனத்
திட்டமானால்,
வெய்தான வேலையில்லாத் திண்டாட்டம்
நம்மை விட்டொழியும்.'

உடுமலை நாராயணகவியின் பாடல்கள் இன்றும் மக்களால் விரும்பிக் கேட்கப்படுகின்றன. பல தலைமுறைகளுக்கு வழிகாட்டிய கவிஞர் அவர்.

★★★

57. தன், தம்

கே.அரங்கன் எழுதிய செந்தமிழ் அந்தாதியில் 'எந்தம் உயிர்' என்றொரு பயன்பாடு வருகிறது. இதற்கு என்ன பொருள்?

"எம் தம்" என்ற சொற்கள்தான் புணர்ந்து "எந்தம்" என்றாகியுள்ளன. "எம்" என்பது, பழந்தமிழில் "எங்கள்" என்பதைக் குறித்த பயன்பாடு. அதனுடன் "தம்" என்ற சொல் சேரும்போது, "எம்முடைய"/ "எங்களுடைய" என்ற பொருள் வருகிறது.

எந்தம் உயிர் => எங்களுடைய உயிர்

எந்தம் நாடு => எங்களுடைய நாடு

இதேபோல், "என் தன்" என்ற சொற்கள் புணரும்போது "என்றன்" என்றாகும். இதன் பொருள், "என்னுடைய".

என்றன் வீடு => என்னுடைய வீடு

என்றன் புத்தகம் => என்னுடைய புத்தகம்

"எந்தன்" என்ற சொல்லையும் நீங்கள் பரவலாகக் கேட்டிருக்கக்கூடும். அதைப் பிரித்தால் "எம் தன்" என்று மாறும். இதில் "எம்" என்பது பன்மை, ஆனால் "தன்" என்பது

ஒருமை. ஆகவே, “எம் தன்” => “எந்தன்” என்பதைவிட, “என் தன்” => “என்றன்” என்பதுதான் சரியான பயன்பாடு.

‘தன்’ என்ற சொல்லின் இன்னொரு பயன்பாடு, ‘தன்வரலாறு’. ஒரு தனி மனிதர் தன்னுடைய வாழ்க்கைக்கதையைக் கூறும்போது இச்சொல் பயன்படுகிறது. ஆங்கிலத்தில் இதை *autobiography* என்பார்கள்.

உண்மையில், தன், தம் என்ற சொற்கள், முறையே தான், தாம் என்பவை ஆறாம் வேற்றுமை உருபை ஏற்றுச் சுருங்கிய வடிவங்கள்தாம். அதாவது:

தான் + அது (ஆறாம் வேற்றுமை உருபு) => தனது/தன்னுடைய => தன்

தாம் + அது => தமது/தம்முடைய => தம்

இதே சொற்கள் மற்ற வேற்றுமை உருபுகளை ஏற்கும்போதும், ‘தா’ என்ற நெடில் ‘த’ எனக் குறுகுவதைக் காணலாம். எடுத்துக்காட்டாக:

தான் + ஐ => தன்னை

தான் + கு => தனக்கு

தாம் + ஐ => தம்மை

தாம் + ஆல் => தம்மால்

ஆக, தான் என்ற சொல் ஒருமையோடும், தாம் என்ற சொல் பன்மையோடும்தான் பயின்றுவரவேண்டும். எடுத்துக்காட்டாக:

★ அவர்தான் இந்த நாட்டின் அரசர், அவன்தான் என் அண்ணன், அவள்தான் என் தங்கை, அதுதான் எங்கள் வீடு: இங்கு “தான்” என்ற சொல் ஒருவரை(அரசரை, அண்ணனை, தங்கையை) அல்லது ஒன்றை(வீட்டை)ச் சுட்டுகிறது.

★ அவர்கள்தாம் இந்த நாட்டின் அமைச்சர்கள், அவைதாம் எங்களுடைய மாடுகள்: இங்கு “தாம்” என்ற சொல்

பலரை(அமைச்சர்களை) அல்லது பலவற்றை(மாடுகள்)ச் சுட்டுகிறது.

★ அவன்தாம் வீரன், அவர்கள்தான் வீரர்கள் என்பவை பிழையான பயன்பாடுகள். ‘அவன்தான் வீரன், அவர்கள்தாம் வீரர்கள்’ என்று இவற்றைத் திருத்தி எழுதவேண்டும்

★★★

58. பருப்பொருளும் நுண்பொருளும்

ஓவிய வகுப்பில் ஆசிரியர் மாணவர்களுக்கு ஒரு தலைப்பைத் தருகிறார். அதற்கேற்ப மாணவர்கள் படம் வரைகிறார்கள்.

முதல் தலைப்பு, 'மரம்'. இதைக் கேட்டதும் மாணவர்கள் பலவிதமான மரங்களை வரையத்தொடங்குகிறார்கள்.

சிறிதுநேரத்துக்குப்பிறகு, ஆசிரியர் இரண்டாவது தலைப்பைத் தருகிறார். 'இரவு'. வழக்கம்போல் மாணவர்கள் இரவை வரைகிறார்கள்.

கொஞ்சம் பொறுங்கள், யாராவது இரவை வரைய இயலுமா?

வரையலாமே. நிலவை வரையலாம், இருட்டான தெருக்களை வரையலாம், ஓரமாக இருக்கும் சாலை விளக்குகளை வரையலாம். அந்த விளக்குகளுக்கடியில் அமர்ந்து ஒருவர் புத்தகம் படிப்பதுபோல் வரையலாம். இவை அனைத்தும் சேர்ந்து இரவை உணர்த்துகின்றன.

ஆனால், நிலவோ, இருட்டான தெருவோ, விளக்கோ இரவு இல்லை. இவற்றையெல்லாம் வைத்து அது இரவு என்று நாம் புரிந்துகொள்கிறோம்.

மரத்தில் இந்தக் குழப்பமே கிடையாது. யார் வேண்டுமானாலும் நேரடியாக மரத்தை வரைந்துவிடலாம். ஆனால் இரவை வரைவதற்கு வேறு பொருட்களின் துணை தேவைப்படுகிறது.

ஏனெனில், மரம் என்பது பருப்பொருள் *(Concrete Object)*. அதைக் கண்ணால் காணலாம், கையால் தொட்டுப்பார்க்கலாம், ஏறி விளையாடலாம்.

ஆனால், இரவு என்பது பருப்பொருள் இல்லை, அதை நேரடியாகக் கண்ணால் காண்பதோ, கையால் தொட்டுப் பார்ப்பதோ இயலாது, நுட்பமாக உணரவேண்டிய நுண்பொருள் *(Abstract Object)* அது.

மாணவர்கள் வரைந்த நிலவு, தெரு, விளக்கு போன்றவை பருப்பொருட்கள். அவற்றின் துணையோடு நுண்பொருளாகிய இரவைப் பார்வையாளர்கள் உணர்கிறார்கள்.

இதேபோல், ஒருவர் விரிந்த கண்களோடும் சிரிப்போடும் துள்ளிக்குதிப்பதுபோல் ஓவியம் வரைந்தால், 'மகிழ்ச்சி' என்ற நுண்பொருளை உணரலாம். அதே மனிதர் சோர்ந்த கண்களோடு துவண்டு நடப்பதுபோல் ஓவியம் அமைந்தால், 'நம்பிக்கையின்மை' என்ற நுண்பொருளை உணரலாம்.

நம்மைச்சுற்றிப் பல பருப்பொருள்கள் இருக்கின்றன. அவற்றின் துணையோடு நாம் நுண்பொருள்களை உணர்கிறோம். இந்த இரண்டும் சேரும்போதுதான் நமக்கு முழுமையான சிந்தனை கிடைக்கிறது.

எடுத்துக்காட்டாக, ஒரு குழந்தை தனக்கெதிரே உள்ள பருப்பொருட்களைதான் பார்க்கிறது. அவற்றைமட்டும்தான் அந்தக் குழந்தையால் புரிந்துகொள்ள இயலுகிறது. பின்னர் அந்தக் குழந்தை வளர வளர, நுண்பொருட்களையும் புரிந்துகொள்கிற திறனை வளர்த்துக்கொள்கிறது. 11லிருந்து 16வயதில் இந்த வளர்ச்சி நிகழ்வதாக வல்லுனர்கள் தெரிவிக்கிறார்கள்.

'எறும்பும் வெட்டுக்கிளியும்' என்ற குழந்தைக்கதையை நீங்கள் கேட்டிருப்பீர்கள். பருப்பொருள் சிந்தனை*(Concrete Thinking)*

மட்டும் கொண்ட ஒரு குழந்தை அந்தக் கதையில் எறும்பையும் வெட்டுக்கிளியையும் தானியத்தையும் குளிர்காலத்தையும்தான் (அதாவது, பருப்பொருள்களைமட்டும்தான்) பார்க்கும். ஆனால், நுண்பொருள் சிந்தனை *(Abstract Thinking)* கொண்ட ஒரு வளர்ந்த குழந்தை அதில் உழைப்பு, சேமிப்பின் முக்கியத்துவத்தைப் பார்க்கும், உழைக்கவேண்டிய நேரத்தில் சும்மா அமர்ந்திருக்கக்கூடாது என்ற நுண்பொருளைப் புரிந்துகொள்ளும்.

அதேசமயம், இந்த நுண்பொருள் அறியும் திறன் எல்லாருக்கும் தானே வந்துவிடுவதில்லை. வளர்ந்த பெரியவர்கள்கூட இத்திறன் இல்லாமல் எதையும் பருப்பொருள்களாகமட்டும் பார்க்கிற குறையைக் கொண்டிருக்கிறார்கள். அது அவர்களுடைய முன்னேற்றத்தைப் பெருமளவு கட்டுப்படுத்திவிடும்.

அதனால், நீங்கள் கேட்கிற, படிக்கிற, பார்க்கிற அனைத்தையும் பருப்பொருளாக மட்டும் காணாமல், அவற்றிலுள்ள நுண்பொருட்களையும் சிந்திக்கிற திறனை வளர்த்துக்கொள்ளுங்கள். அது உங்களைச் சிறந்த மனிதர்களாக்கும், பல நண்பர்களை, வெற்றிகளைத் தேடித்தரும்.

★★★

59. கிரிக்கெட் தமிழ்

உலகக்கோப்பை கிரிக்கெட் போட்டிகள் நிறைவடைந்துள்ளன. இதுபற்றிச் செய்தித்தாள்களில், வார, மாத இதழ்களில், தொலைக்காட்சியில் நிறையச் செய்திகளைப் படித்திருப்பீர்கள், கேட்டிருப்பீர்கள், அவை பெரும்பாலும் ஆங்கிலச் சொற்களால் நிரம்பியிருக்கும்: ரன், பேட், பால், விக்கெட், ரன் ரேட், ஸ்ட்ரைக் ரேட், யார்க்கர், ஃபீல்டிங், கேட்ச், ஸ்டம்பிங், இன்னும் பல.

கிரிக்கெட் இங்கிலாந்திலிருந்து இந்தியாவுக்கு வந்த ஆட்டம். ஆகவே, இச்சொற்கள் ஆங்கிலத்தில் இருப்பது இயல்புதான்.

எனினும், நாம் பல்லாண்டுகளாக கிரிக்கெட் விளையாடிக் கொண்டிருக்கிறோம். ஆகவே, பெரும்பாலான கிரிக்கெட் சொற்களுக்கு இணையான தமிழ்ச்சொற்கள் நம்மிடம் உள்ளன. இதற்குக் காரணம், முன்பு கிரிக்கெட் போட்டிகள் வானொலியில் நேரடியாகத் தமிழில் ஒலிபரப்பானதுதான். அந்தப் போட்டிகளைத் தமிழில் விவரிப்பதற்காகப் பல புதிய சொற்கள் உருவாக்கப்பட்டன, ஏற்கெனவே புழக்கத்திலிருந்த சொற்கள் புதிய பொருளில் பயன்படுத்தப்பட்டன.

எடுத்துக்காட்டாக, *Ball* என்பதற்கு இணையான 'பந்து' என்ற சொல் நம்மிடம் உள்ளது. பழந்தமிழ் இலக்கியங்களில்கூட இந்தச் சொல்லைக் காண்கிறோம்.

ஆனால், *Bat* என்பதற்கு இணையாக நம்மிடம் எந்தச் சொல்லும் இல்லை. ஆகவே, 'மட்டை' என்ற சொல் பயன்படுத்தப்பட்டது. இதைத் 'துடுப்பு' என்பவர்களும் உண்டு. காரணம், படகின் துடுப்பைப்போலக் கிரிக்கெட் மட்டை உள்ளதல்லவா?

*Ball*ஐ வீசுபவர் *Bowler*. அதுபோல, பந்தை வீசுபவர் 'பந்து வீச்சாளர்'. அவர் வேகப்பந்துவீச்சாளராகவோ (*fast bowler*), சுழற்பந்துவீச்சாளராகவோ (*spin bowler*) இருக்கலாம்.

அவர் வீசும் பந்தை அடித்து ஆடுபவர் *Batsman*. அவரை மட்டைவீச்சாளர் அல்லது துடுப்பாட்டக்காரர் என்கிறோம்.

பந்தை அடித்த மட்டைவீச்சாளர் இங்கிருந்து அந்தப்பக்கமாக ஓடிச்சென்று '*Run*' சேர்க்கிறார். அதைத் தமிழில் 'ஓட்டம்' என்கிறோம். அதேபோல், '*Run Rate*' என்ற சொல், 'ஓட்ட விகிதம்' என வழங்கப்படுகிறது.

சிறிதுநேரத்துக்குப்பிறகு, மட்டைவீச்சாளர் '*Out*' ஆகிவிடுகிறார். அதாவது, தொடர்ந்து ஆடும் வாய்ப்பை இழக்கிறார். இதைத் தமிழில் 'ஆட்டமிழந்தார்' என்கிறோம்.

மட்டைவீச்சாளருக்குப் பின்னால் மூன்று குச்சிகள் நிற்கின்றன. இவற்றை ஆங்கிலத்தில் '*Stumps*' அல்லது '*Wickets*' என்கிறார்கள். இதற்கான தமிழ்ப்பெயர், 'குச்சம்'. அவற்றைக் காக்கும் '*Wicket Keeper*'க்கான தமிழ்ப்பெயர், 'குச்சக் காப்பாளர்.'

போட்டி தொடங்குவதற்குமுன்னால் *Toss* போடுவார்கள். அதாவது, ஒரு நாணயத்தைச் சுண்டிவிட்டு அதில் பூ விழுந்திருக்கிறதா, தலை விழுந்திருக்கிறதா என்று காண்பார்கள். இதைத் தமிழில் 'பூவா, தலையா போட்டுப்பார்த்தல்' என்கிறார்கள்.

முதலில் விளையாடும் அணி குறிப்பிட்ட ரன்களை எடுக்கிறது. அடுத்த அணி இந்த ரன்களைவிட ஒரு ரன் அதிகமாக

எடுத்தால் வெற்றிபெறுகிறது. ஆங்கிலத்தில் '*Target*' எனப்படும் இந்த எண்ணிக்கையைத் தமிழில் 'வெற்றியிலக்கு' என்கிறோம்.

போட்டியில் சிறப்பாகச் செயல்படும் வீரருக்கு '*Man of the Match*' விருது வழங்கப்படுகிறது. அதைத் தமிழில் 'ஆட்ட நாயகர்' என்கிறோம்.

பல போட்டிகள் இணைந்த தொகுப்பை '*Series*' என்பார்கள். தமிழில் இதனைத் 'தொடர்' என்கிறோம். ஒரு தொடர்முழுவதும் சிறப்பாக விளையாடும் வீரர் '*Man of the Series*' எனப்படுகிறார். இதற்கான தமிழ்ப்பெயர், 'தொடர் நாயகர்.'

இப்படிப் பல கிரிக்கெட் சொற்களும் தமிழில் சுவையாக மொழிபெயர்க்கப்பட்டிருக்கின்றன. முன்பெல்லாம் அவை பரவலாகப் பயன்படுத்தப்பட்டன, இப்போது அது குறைந்து ஆங்கிலச் சொற்களே ஓங்கிநிற்கின்றன. ஆங்கிலம் பேசவோ எழுதவோ படிக்கவோ தெரியாதவர்கள்கூட, கிரிக்கெட்டைப்பற்றிப் பேசும்போது இந்த ஆங்கிலச்சொற்களை இயல்பாகப் பயன்படுத்துகிறார்கள். கிரிக்கெட் தொடர்பான தமிழ்ச்சொற்கள் சுவையான வரலாற்று, பண்பாட்டுக் குறிப்புகளாக மட்டும் நிற்கின்றன.

★★★

௬௦. பெயர்களும் காரணங்களும்

பெயர் சூட்டுவதில் இருவகை: சுட்டுப்பெயர்கள், காரணப் பெயர்கள்.

ஒருவருடைய கண்கள் அழகாக உள்ளன. அவரைத் ‘தாமரைக் கண்ணர்’ என்கிறோம். இது காரணப்பெயர். அதாவது, காரணத்துடன் சூட்டப்பட்ட பெயர். தாமரைபோன்ற அழகிய கண்களைக் கொண்டதால் அவர் தாமரைக்கண்ணர்.

இன்னொருவருடைய பெயர் பாண்டியன். அவர் பாண்டிய அரசர் வம்சத்தில் வந்தவர் அல்லர். அது சுட்டுப்பெயர், அதாவது, காரணத்தாலன்றி, அவரைச் சுட்டிக்காட்டுவதற்காகச் சூட்டப்பட்ட பெயர்.

பழந்தமிழ் இலக்கியங்கள் பலவும் காரணப்பெயர்களைக் கொண்டவை. இதைப் புரிந்துகொள்வதற்கு, எட்டுத்தொகை, பத்துப்பாட்டு நூல்களை எடுத்துக்காட்டாகக் கொள்ளலாம்.

முதலில், எட்டுத்தொகை, பத்துப்பாட்டு என்ற பெயர்களே காரணப்பெயர்கள்தாம். தொகை (பலர் எழுதியவற்றைத் தொகுத்த) நூல்கள் எட்டும் ‘எட்டுத்தொகை’ எனப்பட்டன. அவ்வாறன்றி ஒருவரே எழுதிய பாடல்கள் பத்தும் ‘பத்துப்பாட்டு’

எனப்பட்டன. அடுத்து, இந்தப் பதினெட்டு நூல்களின் பெயர்களுக்கான காரணங்களைக் காண்போம்:

எட்டுத்தொகை:

★ நற்றிணை (நல் திணை): நல்ல, ஐந்திணை அடிப்படையிலான பாடல்களின் தொகுப்பு

★ குறுந்தொகை: குறுகிய (அளவில் சிறிய) பாடல்களின் தொகுப்பு (தொகை)

★ ஐங்குறுநூறு: குறுகிய ஐந்நூறு பாடல்கள்

★ பதிற்றுப்பத்து: பத்து மன்னர்களைப்பற்றித் தலா பத்துப் பாடல்களால் அமைந்த நூல்

★ பரிபாடல்: பரிந்து நடைபோடும் பாடல்கள்

★ கலித்தொகை: கலிப்பாக்களின் தொகுப்பு

★ அகநானூறு: அகத்திணைப்பாடல்கள் நானூறு

★ புறநானூறு: புறத்திணைப்பாடல்கள் நானூறு

பத்துப்பாட்டு:

★ திருமுருகாற்றுப்படை: முருகரைப்பற்றிப் புகழ்ந்து பக்தர்களை ஆற்றுப்படுத்துவது (வழிநடத்துவது), சிறப்புக்காகத் 'திரு' என்ற அடைமொழி பெற்றது (இந்நூலுக்குப் புலவராற்றுப்படை என்ற காரணப்பெயரும் உண்டு. அதாவது, புலவர் ஒருவர் இன்னொரு புலவரிடம் (அல்லது, பக்தரிடம்) முருகரைப்பற்றிப் புகழ்ந்து ஆற்றுப்படுத்துவது)

★ பொருநராற்றுப்படை: போர்க்களத்தைப் பாடும் பொருநர் ஒருவர் இன்னொரு பொருநரிடம் மன்னரைப் புகழ்ந்து ஆற்றுப்படுத்துவது

★ சிறுபாணாற்றுப்படை: சிறுபாண் என்னும் சீறியாழ் இசைத்துப் பாடும் பாணர் ஒருவர் இன்னொரு பாணரிடம் மன்னரைப் புகழ்ந்து ஆற்றுப்படுத்துவது

- ★ பெரும்பாணாற்றுப்படை: பெரும்பாண் என்னும் பேரியாழ் இசைத்துப் பாடும் பாணர் ஒருவர் இன்னொரு பாணரிடம் மன்னரைப் புகழ்ந்து ஆற்றுப்படுத்துவது
- ★ முல்லைப்பாட்டு: முல்லைத்திணையில் அமைந்த பாடல்
- ★ மதுரைக்காஞ்சி: மதுரையின் வளத்தைப் பாடுகின்ற காஞ்சித்திணைப் பாடல் (நிலையாமையை உரைப்பது)
- ★ நெடுநல்வாடை: நீண்ட, நல்ல வாடைக்காலத்தைப் பாடுகின்ற பாடல்
- ★ குறிஞ்சிப்பாட்டு: குறிஞ்சித்திணையில் அமைந்த பாடல்
- ★ பட்டினப்பாலை: காவிரிப்பூம்பட்டினத்தின் சிறப்பைப் பாடுகின்ற பாலைத்திணைப் பாடல்
- ★ மலைபடுகடாம்: மலைபோன்ற யானையிடம் தோன்றும் மதம் போன்ற ஓசையைக் குறிப்பது (இந்நூலுக்குக் 'கூத்தராற்றுப்படை' என்ற காரணப்பெயரும் உண்டு. அதாவது, கூத்தர் ஒருவர் இன்னொரு கூத்தரிடம் மன்னரைப் புகழ்ந்து ஆற்றுப்படுத்துவது)

இனி நீங்கள் வாசிக்கும் நூல்களின் பெயர்களையெல்லாம் கூர்ந்து கவனியுங்கள். அவற்றுக்கு அந்தப் பெயர் அமைய என்ன காரணமாக இருக்கும் என்று சிந்தியுங்கள், தேடுங்கள், அது ஒரு சுவையான பயிற்சியாக அமையும்.

★★★

61. ஓவிய இலக்கியம்

ஆயிரம் சொற்களால் விளக்கிப் புரியவைக்கவேண்டிய உண்மையை, ஒரு சிறு படம் எளிதாக உணர்த்திவிடும் என்பார்கள். அதனால்தான், செய்திகள், வரலாற்றுக் கட்டுரைகளில் தொடங்கி அறிவியல், தொழில்நுட்ப ஆய்வுக் கட்டுரைகள் வரை அனைத்திலும் ஓவியங்கள் பயன்படுத்தப்படுகின்றன.

ஆனால், இவையெல்லாம் புனைவல்லாத (Nonfiction) படைப்புகள். கதைகள், அதாவது, புனையப்பட்ட (Fiction) படைப்புகளுக்கு ஓவியங்கள் பயன்படுமா?

உலகெங்கும் நாளிதழ்கள், வார, மாத இதழ்களில் புனைகதைகளுடன் ஓவியங்களைச் சேர்த்து வெளியிடும் வழக்கம் இருக்கிறது. சிறுகதைகள், தொடர்கதைகள், மொத்தமாக வெளியிடப்படும் புதினங்கள்(நாவல்கள்), சிறுவர் கதைகள் எனப் பலவும் இந்த ஓவியங்களால் பயன்பெறுகின்றன. அந்தக் கதைகளுக்குள் விளக்கப்பட்டுள்ள பாத்திரங்கள், காட்சிகளை ஓவியங்கள் ஒரே விநாடியில் உணர்த்திவிடுவதால், கதையைப் படிக்கலாமா, வேண்டாமா என்று யோசிக்கிறவர்கள்கூடச்

சட்டென்று உள்ளே நுழைவார்கள். அந்தவிதத்தில், ஒரு நூலுக்கு மேலட்டையைப்போலக் கதைகளுக்கு ஓவியங்கள் பயன்படுகின்றன.

தமிழில் இதுபோல் கதைகளுக்கும் கட்டுரைகளுக்கும் நகைச்சுவைத்துணுக்குகளுக்கும் அருமையான ஓவியங்களை வரைந்து புகழ்பெற்ற பல ஓவியர்கள் உள்ளார்கள். எடுத்துக்காட்டாக, மணியம், மாயா, சில்பி, கோபுலி, ஜெ, மருது, அரஸ், மாருதி, மதன், ஸ்யாம், மதி, பத்மவாசன், இன்னும் பலர். பெரிய எழுத்தாளர்களைப்போலவே இந்த ஓவியர்களுக்கும் தனி ரசிகர் வட்டம் உண்டு. எந்த ஓவியத்தில் என்ன சிறப்பு என்பதை விரிவாக ஆராய்கிறவர்கள் உண்டு. பல ஆண்டுகளுக்குமுன் வெளியான ஒரு தொடர்கதையின் பெயரைச் சொன்னதும் அதில் எந்த அத்தியாயத்துக்கு எந்தமாதிரி ஓவியம் வரையப்பட்டிருந்தது என்று விவரிக்கிறவர்கள் உண்டு.

தொடர்கதைகள் தொகுத்து நூலாக்கப்படும்போது அவற்றில் ஓவியங்கள் இடம்பெறுவதில்லை. ஆனால், அந்த வழக்கமும் தற்போது மாறிவருகிறது. 'பொன்னியின் செல்வன்' போன்ற பல புகழ்பெற்ற நூல்கள் சிறந்த ஓவியங்களுடன் வெளியாகியுள்ளன. இவை வாசிப்பு அனுபவத்தை இன்னும் மேம்படுத்துகின்றன.

இதழ்கள், நூல்களில் எழுத்துகளுக்குத் துணையாக நிற்பதுடன், ஓவியங்களே தனிப்படைப்பாக அமைவதும் உண்டு. எடுத்துக்காட்டாக, பல இதழ்களின் அட்டைப்படங்களை ஓவியங்கள் அழகுபடுத்துகின்றன, சுற்றுலாத்தலங்கள், கோயில்கள் போன்றவற்றை ஓவியர்கள் வண்ண ஓவியங்களாகவும் கோட்டோவியங்களாகவும் வழங்குகிறார்கள்.

'கார்ட்டூன்' எனப்படும் கருத்துச் சித்திரங்கள் நகைச்சுவை கலந்து சமூகக் கருத்துகள், விமர்சனங்களை முன்வைக்கின்றன. சொற்களே இல்லாமல், அல்லது மிகச்சில சொற்களில் அரிய உண்மைகளை உணர்த்திவிடுகின்ற இந்தக் கலைவடிவத்தைத் தமிழுக்கு அறிமுகப்படுத்தியவர் பாரதியார். அதன்பிறகு பல நூறு இதழ்களிலும் இப்போது இணையத்தளங்களிலுகூட இந்தக் கலை வளர்ந்துவருகிறது, மக்களை ஈர்த்துவருகிறது.

முழுக்கதையையும் ஓவியங்களால் சொல்லும் ஒரு கலைவடிவமும் தமிழில் உள்ளது. 'படக்கதை' *(Comics)* என்று அழைக்கப்படும் இந்த வகையில் நகைச்சுவைக் கதைகள், துணிகரச் செயல்கள், அறிவியல் உண்மைகள், இன்னும் பலவிதமான கதைகள் வெளியாகின்றன. காமிக்ஸ் கதைகளைமட்டும் வெளியிடுகிற இதழ்களும் உண்டு, வழக்கமான இதழ்களில் சில பக்கங்கள்மட்டும் காமிக்ஸுக்காக ஒதுக்கப்படுவதும் உண்டு.

மக்களிடையே வாசிப்புப்பழக்கத்தை மேம்படுத்துவதற்கு ஓவியர்கள் இப்படிப் பலவிதங்களில் உதவிவந்துள்ளார்கள். பேனாவைப்போல் தூரிகையும் இலக்கியக் கருவிதான்!

★★★

62. காடுகள்

உங்கள் வீட்டில் தோட்டம் உள்ளதா?

தனி வீட்டில் வசிக்கிற சிலர், வீட்டுக்கு முன்னாலோ பின்னாலோ பக்கங்களிலோ சிறிது இடம்விட்டுத் தோட்டம் போடுவார்கள். அங்கு பலவிதமான மலர்ச்செடிகள், காய்கறிகள், பழங்கள், கீரைகளை விளைவிப்பார்கள்.

அடுக்ககங்களில் வசிக்கிறவர்கள்கூட, வீட்டுக்குள் தொட்டிகளில் செடிவளர்க்கிறார்கள். ‘பால்கனி’ எனப்படும் மாடங்களில் தொட்டிகளைத் தொங்கவிட்டுச் செடிவளர்க்கும் வசதி உள்ளது.

இப்போதெல்லாம் சில பெரிய அலுவலகங்களில், பெருநகரங்களில் உள்ள பாலங்களில் நெட்டுக்குத்தான தோட்டங்களை *(Vertical Gardens)* உருவாக்குகிறார்கள். அதாவது, ஒரு பெரிய சுவர் அல்லது தூணை எடுத்துக்கொண்டு அதில் சிறு பைகளை அருகருகே, ஒன்றன்மேல் ஒன்றாகப் பொருத்துகிறார்கள். பின்னர் அந்தப் பைகளில் மண்ணை நிரப்பிப் பலவிதமான செடிகளை அருகருகே வளர்க்கிறார்கள். பார்ப்பதற்கு அந்தச் சுவரே ஒரு சிறு காட்டைப்போல் தோன்றுகிறது.

ஆனால், தோட்டமும் காடும் ஒன்றில்லை. இந்த இரண்டுக்கும் ஒரு மிகப்பெரிய வேறுபாடு உள்ளது: தோட்டம் என்பது மனித முயற்சியால் உண்டாவது, காடு என்பது தானே வளர்வது.

அதாவது, காட்டில் யாரும் விதை விதைத்து உரம் போட்டு நீர் பாய்ச்சுவதில்லை. பறவைகள், விலங்குகள், காற்று போன்றவற்றின் துணையோடு விதைகள் தானே பரவுகின்றன, செடிகள், மரங்கள், கொடிகள் வளர்கின்றன, மழையே அவற்றுக்கு நீரூற்றுகிறது, தாவரங்கள் அடர்ந்து, செழித்து வளர்கின்றன. அப்படிப்பட்ட காடுகளைத் தேடி விலங்குகளும் பறவைகளும் பூச்சிகளும் வருகின்றன, அதைத் தங்களுடைய குடியிருப்பாக்கிக்கொள்கின்றன. இயற்கையான உணவுச்சங்கிலி அங்கு பின்பற்றப்படுகிறது.

காடுகளுக்குள் மனிதர்களும் வாழ்வதுண்டு. பழந்தமிழகத்தைப் பல நிலப்பிரிவுகளாகப் பகுத்துச்சொன்ன நம் முன்னோர் இந்நிலத்தை ‘முல்லை’ என்று அழைத்தார்கள். ‘குறிஞ்சி’ என்னும் இன்னொரு நிலப்பிரிவிலும் (மலைப்பகுதிகள்) காடுகள் உண்டு.

தொடக்கத்தில் மனிதர்கள் காட்டோடு, காட்டுயிர்களோடு இயைந்து வாழ்ந்தார்கள். ஆனால், தொழில்துறை வளர்ச்சி ஏற்பட்டபிறகு, அவர்கள் காட்டை அழித்துத் தங்களுக்கான வசிப்பிடங்களை உருவாக்கத்தொடங்கினார்கள், அங்குள்ள வளங்களைச் சுரண்டத்தொடங்கினார்கள், அரிய விலங்குகள், பறவைகளை வேட்டையாடத்தொடங்கினார்கள். இதனால் சுற்றுச் சூழலுக்கு ஏற்படக்கூடிய பாதிப்புகளை அவர்கள் அறிந்திருக்கவில்லை.

நல்லவேளையாக, இதுபற்றிய விழிப்புணர்வு இப்போது உண்டாகியுள்ளது. காடுகளை, அவற்றில் வாழும் உயிர்களைப் பாதுகாப்பதன் தேவையை மனிதர்கள் புரிந்துகொண்டுள்ளார்கள். மீதமுள்ள காட்டுப்பகுதிகளையேனும் பாதிப்பின்றிப் பாதுகாக்கவேண்டும் என்கிற முனைப்பு ஏற்பட்டுள்ளது. அரசாங்கங்களும் தனிப்பட்ட அமைப்புகளும் இதற்கான பல முயற்சிகளைத் தொடங்கியுள்ளன.

காடுகள், ஆறுகள், கடல்கள், ஏன், பாலைவனங்களைக்கூடப் பாதுகாக்கவேண்டிய தேவை உள்ளது. ஏனெனில், இந்த உலகம் மனிதர்களுக்குமட்டுமானது இல்லை, தாவரங்கள், பறவைகள், விலங்குகள், புழு, பூச்சிகள், மீன்கள் என அனைத்துக்கும் இங்கு இடமுண்டு. பல்லுயிரும் இயைந்து வாழ்வதுதான் ஓர் இனிய உலகமாக இருக்கமுடியும்!

★★★

௬௩. இருபது வயதுக்குமேல் ஆனா, ஆவன்னா

புகழ்பெற்ற தமிழ் எழுத்தாளர் அவர். நூற்றுக்கும் மேற்பட்ட அருமையான நூல்களை எழுதியவர். பல்லாயிரக்கணக்கான ரசிகர்கள் அவருடைய நூல்களைத் தேடித்தேடிப் படித்த புகழையுடையவர்.

ஆனால், அவருக்கு இருபது வயதுவரை தமிழ் எழுதப்படிக்கத் தெரியாது என்றால் நம்புவீர்களா?

அவர் பெயர் வை.மு.கோதைநாயகி. சென்ற நூற்றாண்டின் தொடக்கத்தில் (1901) சென்னையிலுள்ள திருவல்லிக்கேணியில் பிறந்தவர். அவருடைய குடும்பத்தில் பலரும் கற்றறிந்த அறிஞர்கள். ஆனால், அன்றைய சமூகத்தில் பெண்களைப் படிக்கவைக்கும் வழக்கம் பரவலாக இல்லை. ஆகவே, கோதைநாயகிக்கு எழுதப்படிக்கத் தெரிந்துகொள்ளும் வாய்ப்பு அமையவில்லை.

ஐந்தரை வயதிலேயே கோதைநாயகிக்குத் திருமணமாகிவிட்டது. அதன்பிறகு, தன்னுடைய மாமியாரிடம் தெலுங்கு எழுதப்படிக்கக் கற்றுக்கொண்டார்.

சிறுவயதிலிருந்தே அவருக்குக் கதைசொல்வதில் ஆர்வம் அதிகம். வீட்டிலுள்ள சிறுவர்களுக்கும் மற்றவர்களுக்கும் விதவிதமான கதைகளை அவரே உருவாக்கிச் சொல்வார்.

இதைக் கேள்விப்பட்ட அவருடைய கணவர் வை.மு. பார்த்தசாரதிக்கு மகிழ்ச்சி. தன் மனைவியின் படைப்பாற்றலை ஊக்குவிப்பதற்காக அவரைப் பல நாடகங்களுக்கு அழைத்துச் சென்றார்.

ஏற்கெனவே கதைகளை உருவாக்குவதில் திறமைபெற்றிருந்த கோதைநாயகிக்கு இந்த நாடகங்கள் புதிய தூண்டுதலை வழங்கின. தானும் இதுபோல் ஒரு நாடகம் எழுதவேண்டும் என்று விரும்பினார்.

ஆனால், அவருக்குதான் தமிழ் எழுதப்படிக்கத் தெரியாதே. எப்படி நாடகம் எழுதுவார்?

கோதைநாயகியின் தோழி பட்டம்மாள் அவருக்கு உதவ முன்வந்தார். இவர் சொல்லச்சொல்ல அவர் எழுதினார். கோதைநாயகி எழுதிய அந்த முதல் நாடகத்தின் பெயர், 'இந்திரமோகனா.'

அடுத்து, கோதைநாயகிக்குப் புதினம் எழுதும் ஆர்வம் வந்தது. 'வைதேகி' என்ற பெயரில் அவர் எழுதிய அந்தப் புதினத்தை அன்றைய புகழ்பெற்ற நாவலாசிரியரான வடுவீர் துரைசாமி மிகவும் பாராட்டினார். தொடர்ந்து எழுதும்படி ஊக்குவித்தார்.

கோதைநாயகியின் புதினத்தை மக்களும் ஏற்றுக்கொண்டு ஆதரவளித்தார்கள். ஆகவே, இன்னும் நிறைய எழுதவேண்டும் என்கிற விருப்பம் கொண்டார் அவர்.

அதேநேரம், தமிழை எழுதப்படிக்கக் கற்றுக்கொண்டால்தான் தன்னால் இன்னும் சிறப்பாக எழுத இயலும் என்பதைக் கோதைநாயகி புரிந்துகொண்டார். ஆனா ஆவன்னாவில் தொடங்கி அவரே தன்னுடைய சொந்த முயற்சியால் தமிழைக் கற்றார், பழந்தமிழ் இலக்கியங்களையெல்லாம் வாசித்துப் புரிந்துகொண்டார், இதனால் அவருடைய படைப்புகள்

இன்னும் சிறப்பாகின, வாசகர்களும் தங்களுடைய பேராதரவை வழங்கினார்கள்.

ஆர்வம், படைப்பாற்றலோடு முயற்சியும் பயிற்சியும் சேரும்போது, மிகப்பெரிய சாதனைகளும் கைக்கெட்டும் என்பதற்குக் கோதைநாயகியின் எழுத்துலகம் ஒரு நல்ல எடுத்துக்காட்டு!

★★★

64. நூல் அரங்கேற்றம்

'மாணவர்களே, நாளைக்கு நான் என்னுடைய புதிய நூலை அரங்கேற்றம் செய்யப்போகிறேன்' என்றார் தமிழாசிரியர். நிகழ்ச்சிக்கான அழைப்பிதழ்களை அவர்களிடம் வழங்கினார், 'மறக்காமல் எல்லாரும் நிகழ்ச்சிக்கு வந்துவிடுங்கள்.'

ஒரு மாணவன் எழுந்தான், 'ஐயா, எனக்கு ஓர் ஐயம்!'

'எல்லாருக்கும் நூலைப் படித்தபிறகுதான் ஐயங்கள் எழும். ஆனால் உனக்கு நூல் அரங்கேற்ற அழைப்பிதழைப் பார்த்தவுடன் ஐயம் எழுந்துவிட்டதா?' என்று சிரித்தார் தமிழாசிரியர். 'சொல்லு கண்ணா, உன்னுடைய ஐயம் என்ன?'

'ஐயா, பொதுவாக நடன நிகழ்ச்சியைதானே அரங்கேற்றம் என்பார்கள்? நூல்வெளியீட்டுவிழாவை அவ்வாறு அழைப்பது சரிதானா?'

'நல்ல கேள்வி, கண்ணா' என்றார் தமிழாசிரியர். 'அரங்கு என்ற சொல் பலர் கூடியிருக்கும் ஓர் இடத்தைக் குறிக்கிறது. கலையரங்கம், திரையரங்கம், விளையாட்டரங்கம் என்ற சொற்களெல்லாம் இதைத்தான் குறிக்கின்றன.'

‘ஏற்றம் என்றால், காண்போர் முன்னிலையில் ஏற்றுதல். ஓர் அரங்கத்தில் நடனத்தையும் அரங்கேற்றலாம், நூலையும் அரங்கேற்றலாம்.’

‘அந்நாட்களில் புலவர்கள் எந்த நூல் எழுதினாலும் அதைக் கற்றறிந்த பலர் முன்னிலையில் அரங்கேற்றம் செய்வார்கள். அதாவது, நூலை வாசித்துக்காட்டுவார்கள். அங்கிருக்கும் அறிஞர்கள் நூலிலிருந்து கேள்விகள் கேட்கலாம், பிழைகளைச் சுட்டிக்காட்டலாம், விமர்சிக்கலாம், அதிலுள்ள நல்ல அம்சங்களைச் சுட்டிக்காட்டிப் பாராட்டலாம், இதனால், நூலைப்பற்றிய நல்ல உரையாடல் நிகழும், மற்றவர்களும் அதிலிருந்து பல விஷயங்களைத் தெரிந்துகொள்வார்கள்.’

‘இப்போதெல்லாம், நூல்கள் பெரும் எண்ணிக்கையில் அச்சிடப்பட்டு வெளியாவதால், இவ்விழாக்களை நூல்வெளியீட்டுவிழா என்று அழைக்கிறார்கள், இவற்றில் கலந்துகொள்ளும் அறிஞர்கள் நூலை முன்கூட்டியே படித்துவிட்டு, அதுபற்றிய தங்களுடைய கருத்துகளை முன்வைக்கிறார்கள். இதைக் கேட்கும் மக்களுக்கு நூலை வாங்கிப் படிக்கவேண்டும் என்ற ஆர்வம் உண்டாகிறது.’

‘சிலர் நூல்வெளியீட்டுவிழாக்களைப் புதுமையானமுறையில் நடத்துகிறார்கள். எடுத்துக்காட்டாக, ஒரு சிறுகதைத்தொகுப்பை வெளியிடுகிறவர்கள் அதிலிருந்து ஒரு சிறுகதையை வாசித்துக்காட்டலாம், அல்லது, நாடகமாக நிகழ்த்திக்காட்டலாம். கவிதைத்தொகுப்பிலிருந்து ஒரு கவிதையை இசையோடு பாடலாம், இப்படி இன்னும் பல உத்திகள் உள்ளன.’

‘பொதுவாக, நூல்வெளியீட்டுவிழாக்களில் அந்த நூல் ஒரு குறிப்பிட்ட அளவு தள்ளுபடியுடன் விற்கப்படும். நூலாசிரியருடைய கையொப்பத்தைப் பெற்றுக்கொள்ளும் ஏற்பாடும் இருக்கும். ஆகவே, இவ்விழாக்களில் நூல் வாங்குகிறவர்கள் அதை என்றென்றும் மதிப்போடு காத்துவைப்பார்கள்.’

‘எல்லா நூல்களுக்கும் வெளியீட்டுவிழா நடத்தியாகவேண்டுமா, ஐயா?’

‘அப்படி எந்தக் கட்டாயமும் இல்லை. இப்படி ஒரு நூல் வெளிவந்திருக்கிறது என்று மக்களுக்குச் சொல்லும் ஏற்பாடுதான் இந்த விழா. ஒருவேளை விழா நடத்தும் அளவுக்கு வசதியோ நேரமோ இல்லாதவர்கள் நேரடியாக நூலைச் சந்தைக்குக் கொண்டுவரலாம். நல்ல தகுதியுள்ள நூல் நிச்சயம் தனக்கான வாசகர்களைச் சென்றுசேரும்!’

★★★

65. உணர்வுகளைப் படமாக்கும் எமோஜிகள்

நண்பர் ஒருவருடன் பேசிக்கொண்டிருக்கிறீர்கள். அப்போது அவர் நகைச்சுவையான ஒரு நிகழ்வை விவரிக்கிறார். உடனே நீங்கள் என்ன செய்வீர்கள்?

வாய்விட்டுச் சிரிப்பீர்கள், அந்த நிகழ்வைப்பற்றிக் கேட்ட மகிழ்ச்சியைப் பகிர்ந்துகொள்வீர்கள்.

ஒருவேளை, அந்த நண்பர் வெளியூரில் இருந்தால்? அந்த நகைச்சுவையான நிகழ்வை உங்களுக்குக் கடிதத்தில் எழுதினால்?

அப்போதும் நீங்கள் அதைப் படித்துவிட்டுச் சிரிக்கக்கூடும். ஆனால், அந்தச் சிரிப்பை உங்கள் நண்பரால் காண இயலாது. வேண்டுமென்றால், 'உங்கள் கடிதத்தைப் படித்துவிட்டு நன்றாகச் சிரித்தேன்' என்று பதில் கடிதம் எழுதலாம். எனினும், அந்தச் சொற்கள் சிரிப்புணர்வை முழுமையாக வெளிப்படுத்தாது.

அதற்குப்பதிலாக, நீங்கள் அந்தப் பதில் கடிதத்தில் உங்களுடைய சிரித்த முகத்தைப் படமாக வரைந்து சேர்க்கலாம். அதைப் பார்த்தவுடன் நண்பர் உங்களுடைய சிரிப்பைப் புரிந்துகொள்வார்.

இதே நோக்கத்துடன்தான் இணையம் சார்ந்த உரையாடல்களுக்கு *emojis* எனப்படும் உணர்வுப்படங்கள் கண்டறியப்பட்டிருக்கின்றன. அதாவது, கணினி, செல்பேசி போன்றவற்றின்மூலம் நிகழும் உரையாடல்களில் எழுத்துகளுடன் இந்த எமோஜிகளையும் சேர்த்துப் பயன்படுத்துகிறார்கள். சிரிப்பு, வருத்தம், கவலை, வியப்பு, குறும்பு என்று பலவிதமான உணர்வுகளை இவை வெளிப்படுத்துகின்றன, உரையாடலைச் சுவையாக்குகின்றன.

இதற்காக, இணையத்தளங்களும் செல்பேசிச் செயலிகளும் நூற்றுக்கணக்கான எமோஜிகளை வெளியிடுகின்றன. புதிய எமோஜிகளும் தொடர்ந்து அறிமுகமாகின்றன. பல வண்ணங்களில் விதவிதமான உணர்வுகளை வெளிப்படுத்தும் இவற்றை மக்கள் விரும்பிப் பயன்படுத்துகிறார்கள். சிறப்பாக, இளைஞர்கள்மத்தியில் இவை நல்ல வரவேற்பைப் பெற்றுள்ளன. பத்துச் சொற்களில் சொல்லவேண்டிய செய்தியை எளிதாக ஒரே ஒரு படத்தில் சொல்லிவிடுகிறார்கள். சொற்களே இல்லாமல் படங்களின்மூலமே உரையாடல்களை நிகழ்த்துபவர்களும் உண்டு.

இதனால், மொழிவல்லுனர்கள் மத்தியில் ஒரு புதிய கவலை ஏற்பட்டிருக்கிறது. இளைய தலைமுறையினர் இப்படி எமோஜிகளிலேயே பேசத்தொடங்கிவிட்டால், சொற்களின் பயன்பாடு குறைந்துவிடுமோ, அதனால் அவர்களுடைய எழுத்துமொழிக்குப் பாதிப்பு ஏற்படுமோ என்று அவர்கள் அஞ்சுகிறார்கள்.

ஊடகத்துக்கேற்ப மொழி தன்னை வளைத்துக்கொள்வது ஒன்றும் புதிதில்லை. அந்தக்காலத்தில் சுவடிகளில் புள்ளிவைத்தால் அவை கிழிந்துவிடும் என்பதால், ஒற்றெழுத்துகள் இல்லாமல் எழுதுவார்கள். பின்னர் தாள், பேனா போன்றவை கண்டுபிடிக்கப்பட்டதால், ஒற்றெழுத்துகள் இயல்பாக நம்முடைய எழுத்தில் நுழைந்துவிடவில்லையா? நிறுத்தற்குறிகள் தமிழுக்கு வந்து எழுத்தை இன்னும் அழுத்தமாக்கவில்லையா? அதுபோல்தான் எமோஜிகளும்.

தற்போது தாள்சார்ந்த எழுத்து குறைந்துவருகிறது. பள்ளிப்பாடங்களில் தொடங்கித் தனிப்பட்ட உரையாடல்கள், அலுவல்கள் என அனைத்தும் டிஜிட்டல் எழுத்தில் மேற்கொள்ளப்படுகின்றன. இந்நிலையில் எமோஜிகள் நம்முடைய தகவல்தொடர்பை இன்னும் வளமாக்கும். அதில் உள்ள குறைகளைக் கவனித்துச் சரிசெய்யலாமேயன்றி இந்த மாற்றத்தை எண்ணி அஞ்சுவது அறிவார்ந்த செயலாகாது, உணர்வுப்படங்களை உணர்ந்து பயன்படுத்தப் பழகுவோம்.

★★★

௬௬. அறிவுத்திருட்டை அருவருப்போம்!

‘பணத்திருட்டு’, ‘பொருட்திருட்டு’ கேள்விப்பட்டிருப்பீர்கள். ‘அறிவுத்திருட்டு’ தெரியுமா?

ஓர் அறிஞர் தன்னுடைய துறையில் மிகவும் சிரமப்பட்டுப் பல அரிய உண்மைகளைக் கண்டறிந்திருப்பார். அவற்றை ஆய்வுக்கட்டுரையாகப் பதிவுசெய்திருப்பார். இன்னோர் அறிஞர்(?) சிறிதும் கூச்சமின்றி இவருடைய ஆய்வுக் கண்டுபிடிப்புகளைப் பயன்படுத்திக்கொள்வார், அல்லது அவர் எழுதிய அதே சொற்றொடர்கள், பத்திகளை அப்படியே எடுத்துத் தன்னுடைய ஆய்வுக்கட்டுரையில் சேர்த்துவிடுவார், அதைக் கண்டறிந்தவர், எழுதியவர் யார் என்கிற உண்மையைக் குறிப்பிடக்கூடமாட்டார். இதைத்தான் ‘அறிவுத்திருட்டு’ என்கிறார்கள்.

கடந்த சில ஆண்டுகளாக, ஆய்வுப்புலத்தில்மட்டுமின்றி, கதை, கவிதைகள், கட்டுரைகள் என அனைத்திலும் அறிவுத்திருட்டு மிகுந்துவருகிறது. இதுபற்றிய பல குற்றச்சாட்டுகள் எழுந்தபோதும், பலர் தொடர்ந்து திருடிவருகிறார்கள்.

பணத்திருட்டு, பொருட்திருட்டைவிட அறிவுத்திருட்டு மோசமானது. ஏனெனில், பணமோ பொருளோ திருடுபோனால் உரியவர் அதை உடனே அறிந்துவிடுவார். ஆனால், அறிவுத்திருட்டு அப்படி உடனே தெரியவருவதில்லை. தன்னுடைய உழைப்பும் சிந்தனையும் திருடப்பட்டிருக்கிறது என்பதுகூடத் தெரியாமல் அவர் தன் பணிகளைத் தொடர்வார், பின்னர் ஒருநாள் அதை அறிந்து அதிர்ச்சியடைவார். இது பெரும் கொடுமையல்லவா?

அறிவுத்திருட்டுக்கெதிராக நாம் குரல்கொடுக்கவேண்டிய கட்டாயம் உள்ளது. அதேசமயம், 'இவ்வுலக அறிவெல்லாம் எல்லாருக்கும் சொந்தம்' என்று எண்ணும் அறிஞர்களும் உண்டு. இதற்கு எடுத்துக்காட்டாக, பன்மொழிப்புலவர் தெ.பொ. மீனாட்சிசுந்தரனாரைக் குறிப்பிடலாம்.

ஒருமுறை, அறிஞர் ஒருவர் அவரைக் காண வந்திருந்தார். தான் ஆராய்ந்துவரும் தலைப்பைப்பற்றிப் பொதுவாகப் பேசிக்கொண்டிருந்தார்.

அந்தத் தலைப்பில் தெ.பொ.மீனாட்சிசுந்தரனாரும் ஆராய்ந்திருந்தார். அந்த உண்மைகளை இருபத்தைந்துபக்கம் தன்னுடைய கைப்பட எழுதினார். அந்த அறிஞரிடம் வழங்கினார், 'இதை உங்களுடைய நூலில் சேர்த்துக்கொள்ளுங்கள்' என்றார்.

இதைக் கேட்ட அறிஞர் திகைத்துப்போனார், 'ஐயா, நீங்கள் எழுதியதை என்னுடைய நூலில் சேர்ப்பது முறையாகாது' என்று தயங்கினார்.

'ஆய்வில் தனியுடைமை ஏதுமில்லை' என்றார் தெ.பொ.மீனாட்சி சுந்தரனார், 'எல்லாம் கூட்டுமுயற்சிதான்' என்றுசொல்லித் தன் உழைப்பைப் பயன்படுத்திக்கொள்ள அந்த அறிஞருக்கு அனுமதியளித்தார். இந்நிகழ்வை அவருடன் பழகிய ச.செயப்பிரகாசம் பதிவுசெய்துள்ளார்.

தெ.பொ.மீனாட்சிசுந்தரனாருடைய பெருந்தன்மையை வியக்கும் அதே நேரத்தில், அந்த இன்னோர் அறிஞருடைய தயக்கத்தையும் நாம் கவனிக்க வேண்டும். ஒருவர் தானே முன்வந்து தன்னுடைய

எழுத்தைத் தந்தபோதும், அதைப் பயன்படுத்திக்கொள்வது முறையாகாது என்று அவர் தயங்கினாரே, அந்த உயர்ந்த பண்பையும் நாம் கற்றுக்கொள்ளவேண்டும். பிறருடைய அறிவை ஒருபோதும் திருடக்கூடாது, ஒருவேளை அவர்களுடைய கண்டுபிடிப்புகள் நம் கட்டுரைக்கு, நூலுக்குத் தேவைப்பட்டாலும், உரிய அனுமதி பெற்று, அவர்களுடைய பெயரையும் குறிப்பிட்டு நன்றி சொல்வதுதான் முறை!

★★★

67. கார்த்திகாவுக்குப் பிடித்த வாழைப்பழம்

பேத்தி கார்த்திகாவுடன் காய்கறிச்சந்தைக்கு வந்திருந்தார் மீனாட்சி. அங்கிருந்த பலவிதமான காய்கள், கனிகள், கீரைகளையெல்லாம் ஆர்வத்துடன் கவனித்தபடி நடந்தாள் கார்த்திகா.

ஒரு கடையில் ஏராளமான வாழைப்பழங்கள் குவிந்திருந்தன. அவற்றைப் பார்த்தவுடன் கார்த்திகாவுக்குப் பசிக்கிறாற் போலிருந்தது, 'பாட்டி, எனக்கு வாழைப்பழம்' என்றாள்.

'வாங்கித்தர்றேன் கண்ணா' என்றார் மீனாட்சி. 'உனக்கு எத்தனை வாழைப்பழம் வேணும்?'

கார்த்திகா யோசித்தாள், 'ரெண்டு' என்றாள், பின்னர், 'ம்ஹூம், அஞ்சு' என்றாள், அதிலும் மனநிறைவு ஏற்படாமல், 'பாட்டி, எனக்கு ஒரு கொத்து வாழைப்பழம் வாங்கித்தாங்க' என்றாள்.

மீனாட்சி பெரிதாகச் சிரித்தார், 'கண்ணா, வாழைப்பழத்தைக் கொத்துன்னு சொல்லக்கூடாது, சீப்புன்னுதான் சொல்லணும்!' என்று விளக்கினார்.

கார்த்திகா குழம்பினாள், 'பாட்டி, நாம தலை வாருவோமே, அதுதானே சீப்பு?' என்றாள். 'அதுக்கும் வாழைப்பழத்துக்கும் என்ன சம்பந்தம்?'

'அது வேற சீப்பு, இது வேற சீப்பு' என்றார் மீனாட்சி. 'இதோ பாரு, வாழைப்பழங்கள் பக்கம்பக்கமா அழகா அடுக்கி வெச்சதுபோல வளர்ந்திருக்குதானே? இதுக்குப் பேரு வாழைச்சீப்பு.'

'வாழைமரத்துல காயெல்லாம் இப்படிதான் சீப்புச்சீப்பாக் காய்க்குமா பாட்டி?'

'சீப்புச்சீப்பாக் காய்க்காது, தாறாக் காய்க்கும்' என்றார் பாட்டி. 'அதோ, கடைக்குள்ளே ஒரு பெரிய வாழைத்தாறு இருக்கு பாரு, அதுல அடுக்கடுக்கா நிறைய வாழைச்சீப்புகள் இருக்கு, அவற்றை ஒவ்வொண்ணா அறுத்து இங்கே விற்பனைக்கு வெச்சிருக்காங்க.'

'அழகாச் சொன்னீங்கம்மா' என்றார் கடைக்காரர், 'நம்ம கடைக்கு வர்ற பல பேரு, வாழைத்தார் என்ன விலைன்னு கேட்கறாங்க. அது வாழைத்தார் இல்லைங்க, வாழைத்தாறு-ன்னு விளக்கினாலும் அவங்களுக்குப் புரிய மாட்டேங்குது.'

'அதுக்காக நீங்க சொல்றதை நிறுத்திடாதீங்க, தொடர்ந்து எடுத்துச்சொன்னாப் புரிஞ்சுக்குவாங்க' என்றபடி ஒரு வாழைச்சீப்பை வாங்கிக்கொண்டார் மீனாட்சி, 'நம்ம தமிழர்கள் இயற்கையோட இயைஞ்சு வாழ்ந்தவங்க, ஏராளமான தாவரங்களை விளைவிச்சுப் பயன்படுத்தினவங்க, செடி, கொடி, மரத்தையெல்லாம் தங்களோட பிள்ளைகள்மாதிரி கவனிச்சுப் பார்த்துக்கிட்டவங்க, அதனால, தமிழ்ல ஒவ்வொரு செடிக்கும், மரத்துக்கும், அதுல இருக்கிற ஒவ்வொரு பகுதிக்கும் அழகழகான பெயர்கள் இருக்கு, அவை ஒவ்வொண்ணுக்கும் சில நுணுக்கமான வேறுபாடுகளும் இருக்கு, முன்பெல்லாம் நாம இயற்கையோட இயைஞ்சு வாழ்ந்ததால, இந்தப் பெயர்கள், வேறுபாடுகளைப் புரிஞ்சுகிட்டுச் சரியாப் பயன்படுத்தினோம்,

இப்ப அந்த அளவுக்கு நுணுக்கமா யாரும் சிந்திக்கறதில்லை, பொதுவான பெயர்களைப் பயன்படுத்திட்டுப் போயிடறாங்க. விஷயம் தெரிஞ்ச நாமதான் இதை எடுத்துச்சொல்லித் திருத்தணும்.'

'பாட்டி, கவலைப்படாதீங்க, நான் இனிமே வாழைக்கொத்துன்னு சொல்லமாட்டேன், வாழைச்சீப்புன்னு சரியாதான் சொல்வேன்' என்ற கார்த்திகா ஆவலுடன் ஒரு வாழைப்பழத்தை உரித்துச் சாப்பிட ஆரம்பித்தாள்.

★★★

68. பயண இலக்கியம்

இவ்வுலகில் சுமார் இருநூறு நாடுகள் உள்ளன. அவை ஒவ்வொன்றிலும் நூற்றுக்கணக்கான, ஆயிரக்கணக்கான மாநிலங்கள், ஊர்கள், கிராமங்கள் இருக்கின்றன. இவற்றில் வரலாற்று, பண்பாட்டு, இலக்கிய, தொழில் முக்கியத்துவம் வாய்ந்த இடங்கள், கண்டிப்பாகக் காணவேண்டிய வியக்கத்தக்க கட்டடங்கள், இயற்கை அமைப்புகள், பொழுதுபோக்குகளைக் கொண்ட இடங்கள் என்று பட்டியல் போட்டால், கிட்டத்தட்ட ஒரு லட்சத்தைத் தாண்டிவிடும்.

இவை அனைத்தையும் ஒருவர் நேரில் சென்று பார்க்க விரும்புகிறார் என்று வைத்துக்கொள்வோம், அது எதார்த்தத்தில் சாத்தியமில்லை, நேரம், வாய்ப்புகள், பொருளாதாரம், இன்னும் பலப்பல தடைகள் குறுக்கிடும். அதேசமயம், இந்தக் கனவை ஓரளவு நனவாக்கக்கூடிய இடங்கள் இரண்டு: நூலகமும் இணையமும்!

உலகெங்கும் பலப்பல முக்கியமான நாடுகள், ஊர்கள், இடங்களுக்குச் சென்று திரும்பியவர்கள் அவற்றை விரிவாக எழுதிவைத்திருக்கிறார்கள். ‘பயணக்கட்டுரைகள்’ எனப்படும் இந்தப் படைப்புகள் தொகுத்து நூல்களாக்கப்பட்டுள்ளன, இணையத்தில் இன்னும் விரிவாகப் பதிவுசெய்யப்பட்டுள்ளன.

தமிழில் பயணக்கட்டுரைகள் எழுதும் மரபு பன்னெடுங்காலமாக இருக்கிறது. 1889ம் ஆண்டு வெளியான ‘ஆரிய திவ்விய தேச

யாத்திரையின் சரித்திரம்' என்ற நூலைத்தான் தமிழின் முதல் பயண நூல் என்கிறார்கள். 'உலகம் சுற்றிய தமிழர்' என்று போற்றப்படும் ஏ. கே. செட்டியார் பல நாடுகளைப்பற்றி விரிவான கட்டுரைகளை எழுதியிருக்கிறார். 'இதயம் பேசுகிறது' என்ற இதழைத் தொடங்கி நடத்திய எழுத்தாளர், பத்திரிகையாளர் மணியனுடைய பயணக்கட்டுரைகள் புகழ்பெற்றவை.

பயணக்கட்டுரைகளை வாசகர்கள் விரும்பிப் படிக்க முதல் காரணம், அந்த இடங்கள் அனைத்தையும் உடனடியாகச் சென்று பார்ப்பது எல்லாருக்கும் சாத்தியமில்லை. அப்படியே சென்றாலும், அங்கு கண்டிப்பாகக் காணவேண்டிய எல்லா இடங்களையும் பார்த்து, அவற்றின் வரலாற்றுப் பின்னணியை, அவை ஏன் புகழ்பெற்றிருக்கின்றன என்ற காரணத்தை, அங்குள்ள மக்களுடைய பண்பாட்டை, பழக்கவழக்கங்களையெல்லாம் ஆராய்ந்து அறிகிறவர்கள் சிலர்தான். இதையெல்லாம் ஓர் எழுத்தாளர் பதிவுசெய்யும்போது, மக்கள் ஆவலுடன் படிக்கிறார்கள், அந்த இடத்துக்குச் சென்று திரும்பிய உணர்வைப் பெறுகிறார்கள். இன்னும் சிலர், அந்த இடங்களுக்குச் செல்லத் தேவையான தகவல்களை நாடிப் பயணக்கட்டுரைகளைப் படிக்கிறார்கள். எடுத்துக்காட்டாக, எவ்வளவு தூரம், பேருந்து, புகைவண்டி, விமானம் என எதில் பயணம் செய்யலாம், எங்கு தங்கலாம், என்ன சாப்பிடலாம், எவ்வளவு செலவாகும், அங்கு செல்லும்போது நினைவில் வைத்துக்கொள்ளவேண்டிய விஷயங்கள், முன்னெச்சரிக்கைகள், தேவையான தொலைபேசி எண்கள் போன்றவற்றை இக்கட்டுரைகள் வழங்குகின்றன.

பயண நூல்களை வாசிப்பதோடு நம் கடமை நிறைவடைந்து விடவில்லை. நாம் சென்று திரும்பும் இடங்களையும் இயன்றவரை விரிவாகப் பதிவுசெய்துவைக்கவேண்டும். ஏற்கெனவே பலர் பதிவுசெய்துவிட்டார்களே என்று எண்ணவேண்டியதில்லை, நாம் பார்த்தது ஒரு புதுக்கோணம், அடுத்து அங்கு செல்லலாம் என்று விரும்புகிறவர்களுக்கு அந்தப் புதிய கோணம் நிச்சயம் உதவும்.

★★★

௬௯. அறிவுக்கு எங்கும் மதிப்புண்டு

அமெரிக்காவில் ஒரு பெரிய அலுவலகம்; பல்லாயிரக் கணக்கானோர் அங்கு பணிபுரிகிறார்கள்; பல சிறந்த படைப்புகளை உருவாக்குகிறார்கள்.

அது சரி, இவர்களெல்லாம் எந்த நாட்டைச் சேர்ந்தவர்கள்?

இவர்களில் சிலர் அமெரிக்காவிலேயே பிறந்து, வளர்ந்தவர்கள்; மற்ற சிலர் வெளிநாட்டிலிருந்து அங்கு குடியேறியவர்கள், அல்லது, தற்காலிகமாக அந்நாட்டில் தங்கிப் பணிபுரிகிறவர்கள்.

அமெரிக்காவில்மட்டுமில்லை, இங்கிலாந்து, ஃபிரான்ஸ், இந்தியா என்று எந்நாட்டில் எந்தத் துறை அலுவலகத்தை, தொழிற்சாலையை, பல்கலைக்கழகத்தை எடுத்துக்கொண்டாலும், அங்கு உள்ளூர்க்காரர்கள்மட்டும்தான் இருப்பார்கள் என்று சொல்ல இயலாது, பல நாடுகள், ஊர்களிலிருந்து வந்தவர்கள் அங்கு இடம்பெற்றிருப்பார்கள். இப்படி ஓரிடத்தில் பிறந்தவர்கள் இன்னோரிடத்துக்குச் சென்று பணிபுரிவதற்கு என்ன அடிப்படை?

அவர்களுடைய அறிவும் திறமையும்தான் அடிப்படைகள். அந்தத் துறையில் நல்ல அறிவும், சிறப்பாகப் பணிபுரிகின்ற திறமையும் இருப்பதால்தான் அவர்களை எல்லா ஊர்களும் நாடுகளும் வரவேற்கின்றன, மதிக்கின்றன.

அதற்காக, நன்றாகப் படித்த எல்லாரும் ஊரைவிட்டு, நாட்டைவிட்டுச் சென்றுவிடவேண்டும் என்று பொருள் இல்லை. அவர்களுடைய அறிவும் திறமையும் உள்நாட்டுக்குப் பயன்படலாம், ஒருவேளை அவர்கள் வேறு இடங்களுக்குச் செல்ல விரும்பினால், அல்லது, அவ்வாறு செல்லவேண்டிய சூழ்நிலை ஏற்பட்டால், அங்கும் அவர்களுக்கு நல்ல மதிப்பிருக்கும்.

எடுத்துக்காட்டாக, அறிஞர் ஐன்ஸ்டீன் ஜெர்மனியில் பிறந்தவர்; ஆனால், இரண்டாம் உலகப்போரின்போது அவர் அமெரிக்காவில் குடியேறவேண்டியிருந்தது; அவருடைய திறமைக்கு அங்கு மிகப்பெரிய மதிப்பு கிடைத்தது. அதைவிட முக்கியம், இன்று அவர் ஊர், நாடு ஆகிய எல்லைகளைக் கடந்துவிட்டார்; உலகம்முழுக்க அவருடைய அறிவைக் கொண்டாடுகிறது. ஆக, கல்வி ஒருவருடைய எல்லைகளை விரிவாக்குகிறது. இந்தியப் பணம் ஆப்பிரிக்காவில் செல்லாது, அவ்வூர்ப் பணம் இந்தியாவில் செல்லாது, ஆனால், இந்திய அறிஞர் ஆப்பிரிக்காவில் சிறந்துவிளங்கலாம், அவ்வூர் அறிஞர் இந்தியாவில் சாதனைகள் புரியலாம், அதுதான் கல்வியின் சிறப்பு.

அவ்வளவு ஏன், மன்னர்களுக்குக்கூடத் தன்னுடைய சொந்த நாட்டில்தான் மதிப்பு. பக்கத்து நாட்டுக்குச் சென்றுவிட்டால் அவரை எல்லாரும் ஓர் இயல்பான மனிதராகதான் நினைப்பார்கள், மன்னர் என்று மதிக்கமாட்டார்கள்.

நாம் எல்லாரும் மன்னர்களாக இயலாது; ஆனால், கல்வி கற்று அறிஞர்களாகலாம்; அதன்மூலம் உலகம்முழுக்க எங்கு சென்றாலும் புகழ் பெறலாம்; அது மன்னர்களாக ஆட்சிசெய்வதைவிட உயர்ந்த மதிப்பு என்கிறார் ஔவையார். இக்கருத்தை அழகாகச் சொல்லும் அவருடைய 'மூதுரை'ப் பாடல் வரி: 'மன்னற்குத் தன் தேசம் அல்லால் சிறப்பு இல்லை, கற்றோர்க்குச் சென்ற இடம் எல்லாம் சிறப்பு.'

★★★

70. அப்பழுக்கற்ற மனிதர்கள்

நீங்கள் பல கதைகளை வாசித்திருப்பீர்கள். அவற்றில் வருகிற கதை மாந்தர்களைப் பற்றிக் கொஞ்சம் சிந்தியுங்கள்: அவர்களில் யாரெல்லாம் நல்லவர்கள்? யாரெல்லாம் கெட்டவர்கள்? இரண்டுக்கும் நடுவில், அதாவது, சில நல்ல குணங்களுடனும் சில தீய குணங்களுடனும் உள்ளவர்கள் எத்தனைப் பேர்?

பொதுவாக, கதைகளின் நாயகர்கள், நாயகியர் மிக நல்லவர்களாக இருப்பார்கள், ஆனால் அவர்களிடமும் சில தீய குணங்கள், கெட்ட பழக்கவழக்கங்கள் இருப்பதாகக் கதாசிரியர்கள் காட்சிப்படுத்தியிருப்பார்கள். அது ஏன்?

உலகில் முழுக்க நல்லவர்கள் என்று அநேகமாக யாரும் இல்லை. நம்மைச் சுற்றியுள்ளவர்களைக் கவனித்துப் பார்த்தால், எல்லாரிடமும் சில ஏற்கத்தகாத பழக்கங்கள் இருக்கும். அதனால் அவர்கள் கெட்டவர்களாகிவிடமாட்டார்கள். நல்லதும் கெட்டதும் சேர்ந்திருப்பதுதான் மனித இயல்பு.

ஆகவே, கதாசிரியர்கள் தங்களுடைய கதைமாந்தர்களை இயல்பாகப் படைக்க முனைகிறார்கள். எதார்த்தமான மாந்தர்களை உருவாக்குகிறார்கள், அதைத்தான் வாசகர்களும் விரும்புகிறார்கள்.

ஆனால், சில கதைகளில் வரும் பெரும்பாலான பாத்திரங்கள் மிக நல்லவர்களாக இருப்பார்கள். அவர்களிடம் அனைத்து ஒழுக்கங்களும் குணநலன்களும் நிறைந்து காணப்படும். இப்படிப்பட்ட மனிதர்களை உண்மையில் சந்திக்க இயலுமா என்று நாம் வியப்படைவோம். 'இவர்கள் தரையிலிருந்து அரையடி உயரத்தில் நடக்கிறவர்களாக இருக்கிறார்களே' என்று நினைப்போம்.

இப்படிப்பட்ட கதைகளை, 'லட்சியவாதப் படைப்புகள்' என்பார்கள். அதாவது, எதார்த்தத்தை அப்படியே காட்சிப் படுத்தாமல், ஒரு சிறந்த, பிழையற்ற உலகத்தைக் காட்டுவது, அதன்மூலம், நாமும் அவ்வாறு வாழவேண்டும் என்ற எண்ணத்தை வாசகர்கள் மத்தியில் உருவாக்குவது.

இவ்வாறு பல சிறந்த லட்சியவாதப் படைப்புகளை வழங்கிப் புகழ்பெற்ற எழுத்தாளர் நா. பார்த்தசாரதி. குறிஞ்சி மலர், பொன்விலங்கு, பாண்டிமாதேவி, புறநானூற்றுச் சிறுகதைகள் உள்ளிட்ட பல அரிய நூல்களின் ஆசிரியர் அவர்.

'நா.பா. அவர்களுடைய கதைமாந்தர்கள் உன்னதமானவர்கள்' என்று புகழ்கிறார் திருப்பூர் கிருஷ்ணன். 'நேர்மை, நாணயம், தனிமனித ஒழுக்கம், சமுதாய ஒழுக்கம் முதலிய அனைத்தும் ஒருசேரக் கொண்டிருந்த குணசீலர்கள், அப்பழுக்கற்ற மனிதர்கள் அவர்கள்.'

ஒருமுறை, சென்னை வானொலியில் நா.பா. அவர்களைப் பேட்டியெடுத்தார்கள். அதில் இதைப்பற்றிய ஒரு கேள்வி எழுந்தது, 'உங்களுடைய கதைமாந்தர்கள் லட்சியக் கதைமாந்தர்களாக இருப்பது ஏன்?'

'லட்சியக் கதைமாந்தர்களைப் படைக்கக்கூடாது என்று ஏதும் விதி இருக்கிறதா என்ன?' என்றார் நா.பா. 'நான் அப்படிதான் படைக்கிறேன், படைப்பேன். வால்மீகியும் கம்பனும் லட்சியக் கதைமாந்தர்களைத்தானே உருவாக்கினார்கள்? லட்சியவாதம் என்பது ஒரு போக்கு, யதார்த்தவாதம் என்பது இன்னொரு வகைப் போக்கு. இரண்டு போக்குகளும் இலக்கியத்தின் எல்லாக் காலத்திலும் இருக்கத்தான் இருக்கும்.'

சிறந்த மனிதர்களைப்பற்றிப் படிக்கும்போது, அவர்களைப் பின்பற்றவேண்டும் என்ற முனைப்பு வாசகர்களிடம் எழுவது இயல்பு. அவ்விதத்தில் லட்சியவாதக் கதைகளை, கதைமாந்தர்களைப் படைக்கும் ஆசிரியர்கள் ஒரு முக்கியமான சமுதாயப்பணியை ஆற்றுகிறார்கள்!

★★★

71. பாடுபொருள்

ஒருநாள், புதிய கவிதையொன்றை எழுத எண்ணுகிறார் பாரதிதாசன். ஒரு தாளை எடுத்துக்கொண்டு அமர்கிறார். என்ன எழுதலாம் என்று சிந்திக்கிறார்.

அவருக்குமுன்னால் வானம் பரந்து விரிந்திருக்கிறது. 'என்னைக் கவிதையாக எழுது' என்கிறது.

இன்னொருபக்கம் ஓடையில் நீர் ஓடுகிறது, அதில் தாமரைமலர்கள் பூத்திருக்கின்றன. அவையும் கவிஞரைப் பார்த்து, 'எங்களைப்பற்றி எழுதுங்கள்' என்கின்றன.

> 'ஏடு எடுத்தேன், கவி ஒன்று வரைந்திட,
> என்னை எழுது என்று சொன்னது வான்,
> ஓடையும் தாமரைப் பூக்களும் தங்களின்
> ஓவியம் தீட்டுக என்று உரைக்கும்.'

இந்தக் குழப்பம் பாரதிதாசனுக்குமட்டுமில்லை, எல்லாக் கவிஞர்களுக்கும் உண்டு. எழுதுவதற்கான பொருள்கள் உலகம்முழுக்கக் குவிந்திருக்கின்றன, எதை எழுதுவது, எதை எழுதாமல்விடுவது?

இப்படிக் கவிதையில் பாடப்படுகின்ற பொருட்களைப் 'பாடுபொருள்' என்பார்கள். எடுத்துக்காட்டாக, இயற்கை,

வாழ்க்கை, நம்பிக்கை, தத்துவம் என்று பலப்பல பாடுபொருட்கள் உண்டு. இவற்றில் ஒன்றையோ பலவற்றையோ எடுத்துக்கொண்டு கவிஞர்கள் தங்களுடைய பாடல்களை உருவாக்குகிறார்கள்.

சில நேரங்களில், பாடுபொருட்கள் இயல்பாகக் கிடைத்துவிடும். எடுத்துக்காட்டாக, ஒரு சோலையில் அமர்ந்திருக்கும் கவிஞர் அங்கிருக்கும் மரம், செடி, கொடிகளையோ வானில் செல்லும் மேகங்களையோ பறவைகளையோ பாடுபொருட்களாகக் கொண்டு கவிதை பொழியலாம்.

வேறு சில இடங்களில், பாடுபொருட்கள் கவிஞர்களுக்கு வழங்கப்படுகின்றன. எடுத்துக்காட்டாக, ஓர் அரசர் போரில் வெற்றியடைகிறார், அவருடைய அவையில் உள்ள புலவர்கள் அந்த வெற்றியைப் பாராட்டிப் பாடுகிறார்கள்.

நீங்கள் கவிதைப்போட்டிகளில் கலந்துகொண்டால், பலவிதமான பாடுபொருட்கள் தலைப்புகளாக வழங்கப்படும். எடுத்துக்காட்டாக, நாட்டுப்பற்று, சுற்றுச்சூழல் விழிப்புணர்வு, தீண்டாமை ஒழிப்பு... இப்படி வழங்கப்படுகின்ற பாடுபொருட்களை வைத்துக்கொண்டு புதிய கவிதையொன்றைப் பாடுவது சவாலான விஷயம்தான்.

சில கவிஞர்கள் தாங்களே புதிய பாடுபொருட்களை உருவாக்குகிறார்கள். அதாவது, இதற்குமுன் கவிதைகளில் பாடப்பெறாத விஷயங்களைப் பாடுகிறார்கள். எடுத்துக்காட்டாக, அறிவியல் கண்டுபிடிப்புகள், நவீன தொழில்நுட்பங்கள், உளவியல் ஆராய்ச்சிகள், சமூக, அரசியல் நிகழ்வுகளைப்பற்றிய கவிதைகள்.

நல்ல பாடுபொருள் அமைந்துவிட்டால், சிந்தனையைப் பல கோணங்களில் விரிவாக்கலாம், அவற்றைப் பாடல்களாக்கலாம். மாறாக, சரியான பாடுபொருள் அமையாதபோது, எதை எழுதுவது என்கிற குழப்பம் வரும், எதையாவது எழுதினாலும் மனநிறைவு ஏற்படாது.

அந்தவிதத்தில், பாடுபொருள் என்பது ஒரு கவிதைக்கான அடித்தளத்தைப்போல. அது வலுவாக அமைந்தால்தான்

எழிலான கட்டடம் உருவாகும். இதைப் புரிந்துகொண்டுள்ள கவிஞர்கள் முதல் எழுத்தை எழுதுவதற்குமுன்னால் நன்கு சிந்தித்துச் சிறந்த பாடுபொருளைத் தேர்ந்தெடுப்பார்கள், அதன்பிறகுதான் கவிதையைத் தொடங்குவார்கள், இலக்கற்ற பயணம்போல் பாடுபொருளற்ற பாடலும் சிறப்பாக அமையாது.

அது சரி, பாரதிதாசன் அன்றைக்கு எந்தப் பாடுபொருளைத் தேர்ந்தெடுத்தார்? வானத்தையா? ஓடையையா? மலர்களையா?

இப்படிப் பாடுபொருள் தேடுகிற சிரமத்தையே பாடுபொருளாகக் கொண்டு அவர் ஒரு பாடலை எழுதிவிட்டார். அதன் நிறைவில் அவருடைய சமூகச் சிந்தனை அழகாக வெளிப்படுகிறது:

‘இன்பத் தமிழ்க் கல்வி யாவரும் கற்றவர்
என்று உரைக்கும் நிலை எய்திவிட்டால்,
துன்பங்கள் நீங்கும், சுகம் வரும், நெஞ்சினில்
தூய்மை உண்டாகிடும், வீரம் வரும்!’

இயற்கையைப் பாடலாம், ஆனால் அதற்குமுன்னால், அனைவருக்கும் இன்பமான தமிழ்க்கல்வியைக் கொண்டு சேர்ப்போம். அதுதான் மக்களுக்கு உயர்வைத் தரும் என்கிறார் பாரதிதாசன்!

★★★

72. சிறுவர் நாடகக்குழுக்கள்

நீங்கள் மேடைநாடகங்களைப் பார்த்திருக்கிறீர்களா?

அழகான காட்சிப்பின்னணிகளுக்கு முன்னால் பொருத்தமான ஒப்பனையோடு நின்றபடி திறமையான நடிகர்கள் தங்களுடைய வசனங்களாலும் உடல்மொழியாலும் பாடல்களாலும் பலவிதமான சிந்தனைகளைப் பரப்புகின்ற சிறந்த கலைவடிவம்தான் மேடைநாடகங்கள். ஒருகாலத்தில் தமிழகமெங்கும் சிறந்துவிளங்கிய இந்தக் கலை இப்போது மிகச்சிறிய வட்டத்தில்மட்டும் இயங்கிவருகிறது, எனினும், அதற்கான ரசிகர்கள் இருக்கிறார்கள்.

மற்ற பல கலைவடிவங்களைப்போலவே, மேடைநாடகங்களிலும் பெரியவர்கள்தான் அதிகம் இடம்பெறுவார்கள். ஆங்காங்கே சில சிறுவர், சிறுமியர் தங்கள் வயதுக்கேற்ற வேடங்களில் நடிக்கக்கூடும்.

ஆனால், ஒருகாலத்தில் தமிழகத்தின் மேடைநாடக உலகைச் சிறுவர்கள்தான் ஆட்டிப்படைத்தார்கள் என்றால் நம்புவீர்களா?

இது கற்பனையில்லை, வரலாற்று உண்மை. முழுக்கமுழுக்கச் சிறு பையன்கள் மட்டுமே நடிக்கிற நாடகக்குழுக்கள்

தமிழகத்தில் அமைந்திருந்தன. நிர்வாகிகள், நடிகர்கள் என்று ஓரிரு பெரியவர்கள் அவர்களுக்குத் துணையாக இருந்து வழிகாட்டுவார்கள், மற்றபடி இந்தக் குழுக்களுடைய நாடகங்கள் அனைத்திலும் பெரும்பாலான கதைமாந்தர்களாகச் சிறுவர்களே நடித்தார்கள். அதற்கேற்ப இந்தக் குழுக்களையும் ‘பாய்ஸ் கம்பெனி’ அல்லது ‘பாலர் நாடகக்குழுக்கள்’ என்று அழைத்தார்கள்.

சிறுவர்கள் நடித்தார்கள் என்பதற்காக, இந்த நாடகங்கள் சிறுபிள்ளைத்தனமாக இருந்தன என்று நினைத்துவிடாதீர்கள். இக்குழுக்கள் நடத்திய நாடகங்கள் சிறப்பானவகையில் அமைந்து மக்களுக்குப் பொழுதுபோக்களித்தன, சிந்திக்கச்செய்தன. இவற்றில் நடித்த பல சிறுவர்கள் பின்னர் பெரிய மேடை நாடகக்கலைஞர்களாக, திரைப்பட நட்சத்திரங்களாக உருவானார்கள். எடுத்துக்காட்டாக, பி. யூ. சின்னப்பா, எம். ஜி.ஆர்.

ஆனால், இப்படிச் சிறுவர்களைமட்டும் வைத்து மேடை நாடகங்களை நடத்துகிற சூழ்நிலை ஏன் உண்டானது?

அன்றைக்கு மேடையேறிய பெரும்பாலான நாடகங்கள் சங்கரதாஸ் சுவாமிகள் எழுதியவை. ஆனால், அவர் எழுதிய சிறந்த வசனங்களை நடிகர்கள் தங்களுடைய விருப்பம்போல் பேசினார்கள். இதனால், சங்கரதாஸ் சுவாமிகளுக்கு மனவருத்தம் உண்டானது. இந்த நடிகர்களைக் கட்டுப்படுத்துவதற்குச் சங்கரதாஸ் சுவாமிகள் எவ்வளவோ முயன்றார். பலன் இல்லை.

ஆகவே, சங்கரதாஸ் சுவாமிகள் ஒரு தீர்மானத்துக்கு வந்தார், ‘கட்டுப்பாடில்லாத இந்த நடிகர்களை வைத்து நாடகம் நடத்துவதைவிட, கட்டுப்பாட்டுக்குட்படுகின்ற சிறுவர்களை வைத்து நாடகம் நடத்தலாம்.’

இதன்படி, பல பாலர் நாடகக்குழுக்கள் உருவாக்கப்பட்டன. எடுத்துக்காட்டாக, சமரச சன்மார்க்க நாடக சபை, பாலமீன ரஞ்சனி சபை, தத்துவ மீனலோசனி சபை, மதுரை ஒரிஜினல் பாய்ஸ் கம்பெனி ஆகியவற்றைக் குறிப்பிடலாம்.

பாலர் நாடகக்குழுக்களில் பங்கேற்ற சிறுவர்களுக்கு நடிப்புப் பயிற்சியுடன் ஒழுக்கமும் கற்றுத்தரப்பட்டது, பள்ளியில் நடப்பதுபோல் பாடங்களும் நடத்தப்பட்டன. சிறுவர்கள் அனைத்தையும் ஆர்வத்துடன் கற்றுக்கொண்டு சிறப்பாக நடித்தார்கள்.

எனினும், இந்த நாடகக்குழுக்களுடைய பொருளாதாரநிலை சிறப்பாக இல்லை என்கிறார் ப. நீலகண்டன். 'பசித்துயரால் வாடிக்கொண்டே நாடகக்கலைக்கும் தொண்டுசெய்த பெருமை இந்தக் கம்பெனிகளுக்கு உண்டு.'

உங்களுடைய பள்ளி ஆண்டுவிழாவில் சிறுவர்களெல்லாம் சேர்ந்து நாடகம் போடும்போது, ஒரு நீண்ட மரபுத்தொடர்ச்சியில் நீங்களும் இருக்கிறீர்கள் என்பதை நினைவில் கொள்ளுங்கள். பெரியவர்களுக்கு இணையாக நம்மால் நடிக்க இயலுமா என்கிற ஐயமே வேண்டாம், அவர்களைவிடச் சிறப்பாக உங்கள் நாடகத்தை மேடையேற்றலாம், வரலாறு உங்கள்பக்கம் இருக்கிறது!

★★★

73. அறிவிப்புப் பிழைகள்

கடைத்தெருவில் நடந்துசெல்கிறீர்கள்; இருபுறமும் பலவிதமான அங்காடிகள்; அவற்றின் பெயர்களைப் பெரிய, அழகிய பலகைகளில் வண்ணமயமாக எழுதியும் அச்சிட்டும் மாட்டியுள்ளார்கள்.

அழகும் வண்ணமும் இருக்கட்டும், அந்தப் பெயர்களும் அவற்றில் உள்ள தகவல்களும் சரியாக எழுதப்பட்டுள்ளனவா?

கடைகளின் பெயர்ப்பலகைகள், அங்குள்ள அறிவிப்புப்பலகைகள், அவற்றில் எழுதி, அச்சிட்டு ஒட்டப்பட்டுள்ள, மாட்டப்பட்டுள்ள விளம்பரங்களைக் கவனித்துப்பார்த்தால், பல எழுத்துப்பிழைகள், இலக்கணப்பிழைகளைக் காணலாம். சிறிய பெட்டிக்கடைகளில் தொடங்கிப் பெரிய நிறுவனங்கள், அரசு அலுவலகங்களில்கூட இதுபோன்ற பிழைகள் தென்படுகின்றன. இதற்கு என்ன காரணம்?

இதுபோன்ற பலகைகளைக் கணினியில் வடிவமைக்கிறவர்கள், அல்லது கையால் எழுதுகிறவர்களுக்கு நல்ல மொழிப்பயிற்சி இருப்பதில்லை. ஆகவே, தாங்கள் காதால் கேட்பதை அப்படியே எழுதிவிடுகிறார்கள், அதில் பிழைகள் ஏற்பட்டுவிடுகின்றன,

தாங்கள் பிழையாக எழுதியிருக்கிறோம் என்பதைக்கூட அவர்கள் உணர்வதில்லை.

ஒருவேளை அவர்கள் பிழையாக எழுதினாலும், அந்த அறிவிப்புப்பலகையைத் தயாரிக்கச்சொன்ன நிறுவனத்தார், அல்லது கடைக்காரர்கள் அதைச் சரிபார்க்கலாமே. இந்தப் பிழையைச் சரிசெய்துதரவேண்டும் என்று வற்புறுத்தலாமே.

செய்யலாம்தான், ஆனால், பல நேரங்களில் அவர்களுக்கும் மொழியறிவு போதாமலிருக்கிறது; அல்லது, அவசரமாகப் பலகையைத் தயாரிக்கவேண்டிய கட்டாயம், எழுதப்பட்டிருப்பது என்ன என்பதைப்பற்றிக் கவலைப்படாமல் எதையோ தயாரித்து மாட்டிவிடுகிறார்கள்; பின்னர் அந்தப்பிழை அந்தக்கடைக்கு ஓர் அவமானச்சின்னமாகிவிடுகிறது.

வணிக நிறுவனங்கள் இதுபோன்ற அறிவிப்புகளுக்காகப் பல்லாயிரம் ரூபாய்களைச் செலவழிக்கின்றன. பல நேரங்களில் இந்த அறிவிப்புகள்தான் அவர்களுடைய அடையாளங்களாகவே அமைகின்றன. அப்படிப்பட்ட முதன்மையான அறிவிப்புகளை அச்சிடுமுன் அவர்கள் சற்றுக் கூடுதல் நேரம் செலவிட்டு மொழித்திருத்தம் செய்தால், பின்னர் தலைகுனியாமலிருக்கலாம்.

அது சரி, இப்படிப் பிழையான அறிவிப்புப்பலகையொன்றை நீங்கள் பார்த்தால் என்ன செய்வீர்கள்?

பெரும்பாலானோர் பெரிதாக எதுவும் செய்யமாட்டார்கள். அது பிழை என்று தெரிந்தால், தங்களுக்குள் சிரித்துக்கொள்வார்கள், நண்பர்களிடம் சுட்டிக்காட்டுவார்கள், சிலர் அதைப் புகைப்படமெடுத்து இணையத்தில் பிரசுரித்துக் கேலியாக ஏதாவது எழுதுவார்கள், அவ்வளவுதான்.

ஆனால், இதுபோன்ற செயல்பாடுகளால் அந்தப் பிழை திருத்தப்படுமா? பிரச்னை சரியாகிவிடுமா?

மொழியின்மீது உண்மையான அக்கறை உள்ளவர்கள் பிழையைக் கண்டால் சிரித்துவிட்டுச் சென்றுவிடக்கூடாது, அதைத் திருத்த முனையவேண்டும்.

எடுத்துக்காட்டாக, ஒரு கடையின் அறிவிப்புப்பலகையில் எழுத்துப்பிழை இருக்கிறதென்றால், கடைக்காரரிடம் அன்பாகச் சுட்டிக்காட்டலாம். 'இயன்றபோது சரிசெய்யுங்கள்' என்று கேட்டுக்கொள்ளலாம், அதில் எந்தத் தவறும் இல்லை.

பல நேரங்களில், அது பிழை என்பதையே அவர் அறியாமலிருக்கலாம், உங்களுடைய சொல்லைக்கேட்டு அவர் அந்தப் பிழையைத் திருத்திக்கொள்ளலாம்.

ஒருவேளை, அவர்கள் அப்படித் திருத்திக்கொள்ளாவிட்டாலும் பரவாயில்லை, நம்மால் இயன்றதைச் செய்தோம் என்ற மன நிறைவு கிடைக்குமல்லவா!

★★★

74. பொன்மொழிகள்

‘மனிதனுடைய அறிவைவிட உயர்ந்தது, உண்மை’ என்றான் சரவணன்.

அவனை வியப்போடு பார்த்தான் வேலன், ‘என்னடா? திடீர்னு பெரிய தத்துவமெல்லாம் சொல்ல ஆரம்பிச்சுட்டே?’

சரவணன் கலகலவென்று சிரித்தான். ‘இதை நான் சொல்லலைடா, காந்தியடிகளோட பொன்மொழி இது, ஓர் இணையத்தளத்துல படிச்சேன்.’

‘யார் சொன்னா என்ன? நல்ல விஷயம் காதுல விழுந்தா நல்லதுதான்!’ என்றான் வேலன். ‘இந்தமாதிரி அறிஞர்களோட பொன்மொழிகளை அப்பப்போ சொல்லிக்கிட்டே இரு, எனக்கும் கொஞ்சம் அறிவு வளரட்டும்!’

பெரிய தலைவர்கள், சிந்தனையாளர்கள், அறிஞர்கள், கலைஞர்கள், தொழிலதிபர்களுடைய எண்ணங்களைப் பொன்மொழிகள் என்ற தலைப்பில் வாசித்திருப்பீர்கள். எளிய சொற்களில், ஓரிரு சொற்றொடர்களுக்குள் ஆழமான உண்மைகளை உணர்த்துகிற இதுபோன்ற அரிய பொன்மொழிகளுக்கு உலகெங்கும் ரசிகர்கள் இருக்கிறார்கள்.

'பொன்' என்ற சொல் தங்கத்தைக் குறிக்கிறது, எப்படிச் சிறிதளவு தங்கத்துக்கும் பெரிய மதிப்பு இருக்கிறதோ, அதைப்போல் இந்தச் சிறிய சொற்றொடர்கள் மிகவும் மதிக்கப்படுகின்றன, இவற்றைப் படித்து உந்துதல் பெற்று முன்னுக்கு வந்தவர்கள் பலர்.

ஆங்கிலத்தில் *Quotations* எனப்படும் பொன்மொழிகளுக்கென்றே தனிப் புத்தகத் தொகுதிகள், இணையத்தளங்கள் உள்ளன. அவற்றில் தன்னம்பிக்கை, நகைச்சுவை, குடும்பம், கல்வி, முயற்சி, நாட்டுப்பற்று எனப் பலவிதமான தலைப்புகளில் பொன்மொழிகள் தொகுக்கப்படுகின்றன.

குறிப்பிட்ட ஆளுமைகளுடைய பொன்மொழிகளைத் தொகுத்து நூலாக வெளியிடும் பழக்கமும் உண்டு. எடுத்துக்காட்டாக, காந்தியடிகள் பொன்மொழிகள், விவேகானந்தர் பொன்மொழிகள், பாரதியார் பொன்மொழிகள் என்று பலப்பல நூல்களைக் குறிப்பிடலாம்.

பல அலுவலகங்கள், பொது இடங்களில் பொன்மொழிகளை அழகிய படங்களுடன் அச்சிட்டு ஒட்டிவைக்கிறார்கள். பேருந்துகள், ரயில் பெட்டிகளில்கூடப் பொன்மொழிகளைக் காண்கிறோம்.

நாளிதழ்கள், வார, மாத இதழ்களிலும் பொன்மொழிகளுக்குத் தனி இடம் உள்ளது. கதை, கட்டுரைகளுக்கு நடுவில் அழகான ஓவியங்கள், வடிவமைப்புடன் இந்தப் பொன்மொழிகள் இடம்பெறுகின்றன, வாசகர்கள் இவற்றைத் தேடிப் படித்து மகிழ்கிறார்கள், ஊக்கம் பெறுகிறார்கள்.

இப்போதெல்லாம், இணையம், சமூக ஊடகங்களிலும் பொன்மொழிகள் ஆர்வத்துடன் பகிர்ந்துகொள்ளப்படுகின்றன. நாள்தோறும் ஒரு பொன்மொழியை வெளியிடும் இணையத்தளங்கள், செய்திக்குழுக்கள்கூட உண்டு.

சில வாசகர்கள் தாங்களே சொந்தமாகப் பொன்மொழிக் கையேடுகளை உருவாக்குகிறார்கள். அதாவது, தாங்கள் படிக்கிற புத்தகங்கள், நாளிதழ்கள், கேட்கிற மேடைப்பேச்சுகளில்

ஆங்காங்கே தென்படுகிற பளிச்சென்ற கருத்துகளை இந்தக் கையேட்டில் எழுதிவைத்துக்கொள்கிறார்கள், பின்னர் அவற்றைப் பொறுமையாகப் படித்து மகிழ்கிறார்கள், பிறருடனும் பகிர்ந்துகொள்கிறார்கள்.

எழுத்தாளர்கள், பேச்சாளர்களுக்கும் பொன்மொழிகள் என்றால் தனி விருப்பம்தான். ஒரு குறிப்பிட்ட தலைப்பில் கதையோ கட்டுரையோ எழுதுகிறவர்கள், சொற்பொழிவாற்றுகிறவர்கள் அதுதொடர்பான பொன்மொழிகளைத் தேடிப்பிடித்துச் சேர்க்கிறார்கள், அதன்மூலம் தங்கள் படைப்புக்குச் சுவை சேர்க்கிறார்கள்.

அதேசமயம், ஒருவர் சொல்லாத கருத்துகளையும் அவர்மீது பொன்மொழியாக ஏற்றிவிடுகிற தவறான பழக்கமும் ஆங்காங்கே உள்ளது. ஒருவர் சொன்ன கருத்துகளை இன்னொருவர்மீது ஏற்றுகிறவர்களும் உள்ளார்கள். இதை உணராமல், மற்றவர்கள் அந்தப் பொன்மொழியை அப்படியே பரப்புகிறார்கள், தவறான தகவல் இன்னும் பலரைச் சென்றுசேர்கிறது.

இதனால், நாம் எந்தப் பொன்மொழியையும் அப்படியே ஏற்றுக்கொண்டுவிட இயலுவதில்லை. உண்மையிலேயே அது எந்த நூலில், எந்தக் கட்டுரையில் இடம்பெற்றுள்ளது என்பதை ஆராய்ந்து உறுதிப்படுத்திக்கொண்டபிறகுதான் நாம் அதை ஏற்கவேண்டிஉள்ளது.

நல்ல பொன்மொழிகளை வாசிப்போம், பிறருடன் பகிர்ந்து கொள்வோம், இவ்வுலகின் அறிவைச் சற்று விரிவாக்குவோம்!

★★★

75. கோலங்கள்

உங்கள் வீட்டுக்கு வருகிறவர்களை முதன்முதலாக வரவேற்பது என்ன?

'கதவு', 'மிதியடி' என்றெல்லாம் சொல்லாதீர்கள். அவற்றுக்கு முன்பாக ஒரு விஷயம் இருக்கிறது: அழகான கோலம்.

தமிழில் 'கோலம்' என்ற சொல்லின் பொருளே 'அழகு'தான். 'கோலச்சிரிப்பு' என்றால் அழகிய சிரிப்பு, 'திருக்கோலம்' என்றால் அழகிய திருக்காட்சி.

வீட்டு வாசலில் போடப்படும் கோலங்கள் அழகிய ஓவியங்களின் தொகுப்பாக அமைந்து, வருவோரை வரவேற்கின்றன. இவற்றை வரைவோர் புள்ளிகள், நேர்கோடுகள், வளைகோடுகள், வண்ணப்பூச்சுகளால் எழிலான காட்சிகளை உருவாக்கி வீட்டுக்கு அழகுசேர்க்கிறார்கள்.

முன்பெல்லாம் கோலங்கள் அரிசிமாவால் போடப்பட்டன. அவை அந்தப் பகுதியிலுள்ள எறும்புகளுக்கு உணவாகவும் அமைந்தன. பின்னர் வேதிப்பொருள்களாலான கோலமாவுகள் அறிமுகமாகின. சாக்கட்டியால் கோலம் போடுகிறவர்கள் உண்டு. சிறு உருளைகளுக்குள் கோலமாவை நிரப்பி விரைவாகக் கோலம் போடுவதற்கான இயந்திரங்களும் இருக்கின்றன.

கேரளத்தில் பூக்களைக்கொண்டு கோலம் போடுகிறார்கள். நம் ஊரிலும் மார்கழி மாதத்தில் வீட்டு வாசலில் கோலம் போட்டு, அதன் மத்தியில் பரங்கி அல்லது பூசணிப்பூவை வைக்கிற பழக்கம் உள்ளது.

கிராமங்கள், சிறு நகரங்களில் பொங்கல் திருவிழாவின் ஒரு பகுதியாகப் பிரமாண்டமான கோலங்கள் போடப்படுகின்றன. இதற்காகவே இரவு நெடுநேரம் விழித்திருந்து தங்களுடைய கோலத்தை மிகச்சிறப்பாக அலங்கரிக்கிறவர்கள் உண்டு.

மண் தரையில் கோலம் போடுவதற்கு முன்னால் அந்த நிலத்தைப் பதப்படுத்தவேண்டும், அதற்காக நீர் தெளிப்பார்கள், சாணம் கொண்டு மெழுகுவார்கள், அப்போதுதான் கோலம் சிறப்பாக அமையும்.

அடுக்கக வீடுகளுக்கு முன்னால் கோலம் போடும் அளவுக்கு இடம் இருப்பதில்லை. அங்கும் விடாமல் கோலம் போடுகிறவர்கள் உள்ளார்கள், கோலம் அச்சிட்ட ஸ்டிக்கர்களை வாங்கி ஒட்டிவைப்பவர்களும் உண்டு.

விதவிதமான கோலம் போடுவதில் விருப்பமுள்ளவர்கள் நல்ல கோலங்களைப் பார்க்கும்போது அவற்றைக் குறித்து வைத்துக்கொள்வார்கள். இதற்கென்றே 'கோலக் குறிப்பேடொன்றை'ப் பாதுகாத்துவைக்கிறவர்கள் உண்டு. முன்பெல்லாம் பல இதழ்களில் கோலத்துக்கென்று தனிப்பக்கங்கள் ஒதுக்கப்பட்டன, ஆர்வமுள்ளோர் அந்தப் பக்கங்களுக்காகக் கலையுணர்வோடு புதிய கோலங்களை வரைந்து அனுப்புவார்கள்.

கோலம் போடுவது 'பழைய பழக்கம்' என்று நினைத்துவிட வேண்டியதில்லை. அதில் பல நன்மைகள் உள்ளன. புள்ளிகளின்மூலம் கணிதம் பழகலாம், கோடுகளை வரைவதன்மூலம் கையின் இயக்கத்தில் துல்லியம் பெருகும், கலையுணர்வும் படைப்புணர்வும் அதிகரிக்கும், குறிப்பாக, ஒரு குறிப்பிட்ட நேரத்துக்குக் கோலத்தில் முழுக்கவனத்தைச் செலுத்துவதன்மூலம் நம்முடைய அறிவுக்கூர்மையும் பெருகும்.

உங்கள் வீட்டு வாசலில் கோலம் போட வாய்ப்பு உள்ளதா? ஆம் எனில், எளிய கோலங்களைப் போட்டுப் பழகுங்கள். அது வீட்டுக்கும் அழகு சேர்க்கும், சிறந்த பொழுதுபோக்காகவும் மனப்பயிற்சியாகவும் அமையும்.

ஒருவேளை, அப்படிக் கோலம் போட இடம் இல்லாவிட்டாலும் பரவாயில்லை, காகிதத்தில் கோலம் போட்டுப் பழகலாம், எளிய, அழகிய கலை அது!

★★★

76. ஏலேலசிங்கர் செல்வம்

ஏலேலசிங்கர் என்றொரு வணிகர். பெரும் பணக்காரர். திருவள்ளுவரை ஆன்மிக குருவாக ஏற்றுக்கொண்டவர்.

அதனால், அவர் தன்னுடைய செல்வத்தையெல்லாம் நல்வழியில்மட்டுமே செலவிட விரும்பினார், அதற்கேற்பப் பல நற்செயல்களில் ஈடுபட்டார், ஊருக்கெல்லாம் உதவினார்.

அப்படி உதவியபிறகும் அவரிடம் நிறைய செல்வம் இருந்தது. அதை என்ன செய்வது என்று புரியாமல் குழம்பினார். வள்ளுவரிடம் ஆலோசனை கேட்டார்.

'உன்னுடைய செல்வத்தை எப்படிச் சேர்த்துவைத்திருக்கிறாய்?' என்று கேட்டார் வள்ளுவர்.

'தங்கக்கட்டிகளாகச் சேர்த்துவைத்திருக்கிறேன்' என்றார் ஏலேலசிங்கர்.

'அப்படியானால், அந்தத் தங்கக்கட்டிகளைக் கொண்டுபோய்க் கடலில் வீசிவிடுங்கள்' என்று ஆலோசனை சொன்னார் வள்ளுவர். இதைக்கேட்ட ஏலேலசிங்கர் சிறிதும் தயங்கவில்லை. கப்பலில் நெடுந்தூரம் சென்றார், தன்னிடமிருந்த

தங்கக்கட்டிகளையெல்லாம் கடலில் தூக்கிப்போட்டுவிட்டார், நிம்மதியோடு வீடு திரும்பினார்.

சில மாதங்களுக்குப்பிறகு ஒருநாள், ஏலேலசிங்கர் தன்னுடைய வீட்டின் கதவைத் திறந்துகொண்டு வெளியில் வந்தார், வியந்து நின்றார்.

காரணம், முன்பு அவர் தூக்கிப்போட்ட தங்கக்கட்டிகள் அனைத்தும் அவருடைய வீட்டு வாசலில் பாசி படிந்து கிடந்தன. அதைக்கண்டு திகைத்த ஏலேலசிங்கர் மீண்டும் வள்ளுவரிடம் சென்றார், 'இது எப்படிச் சாத்தியம்?' என்று கேட்டார்.

வள்ளுவர் சிரித்தார், 'நீ நல்வழியில் பொருள் சேர்த்திருக்கிறாய், அதனால்தான் நீயே தூக்கிப்போட்டாலும் அந்தச் செல்வம் உன்னிடமே திரும்பிவந்துவிட்டது' என்றார். 'நல்வழியில் ஈட்டிய செல்வத்தை நாம் போ, போ என்று விரட்டினாலும் அது போகாது, நம்மிடம்தான் இருக்கும், தீயவழியில் ஈட்டிய செல்வத்தை இரு, இரு என்று எவ்வளவுதான் கெஞ்சினாலும் அது இருக்காது, நம்மைவிட்டுச் சென்றுவிடும். ஆகவே, எப்போதும் நல்வழியைப் பின்பற்றிவா' என்று அறிவுரை சொன்னார்.

'ஏலேலசிங்கருடைய பொருள் ஏழுகடல் போனாலும் திரும்பும்' என்கிற பழமொழியை அடிப்படையாக வைத்து இப்படியொரு சுவையான கதை சொல்லப்படுகிறது. இதற்குச் சான்றாக ஒரு திருக்குறளையும் குறிப்பிடுகிறார்கள்:

> 'அழக் கொண்ட எல்லாம் அழப் போம், இழப்பினும்
>
> பின் பயக்கும் நற்பாலவை.'

ஒருவர் பொருளீட்டுவதில் எந்தப் பிழையும் இல்லை. ஆனால், பிறரை அழவைத்துச் சம்பாதிப்பது கூடாது. அப்படிச் சம்பாதித்த பொருள் அவரிடம் நிலையாக இருக்காது, என்றைக்காவது அவரை அழவைத்துச் சென்றுவிடும்.

மாறாக, நல்வழியில் ஈட்டிய பொருள் எப்போதும் நன்மை தரும். ஒருவேளை, சூழ்நிலை காரணமாக அவர் அந்தப்

பொருளை இழந்தாலும், பின்னர் அது அவரிடம் வந்துசேரும், அவருக்குப் பயன் தரும் என்கிறார் வள்ளுவர்.

ஆக, எதைப் பெறுகிறோம் என்பதுபோல, எப்படிப் பெறுகிறோம் என்பதும் முக்கியம். நாம் நடக்கும் வழி தூய்மையாக இருக்கவேண்டும், அப்போதுதான் சென்றுசேரும் இடத்துக்கு மதிப்பு.

இந்திய விடுதலைப் போராட்டத்தின்போது காந்தியடிகளும் இதைத்தான் வலியுறுத்தினார். விடுதலை என்பது உயர்ந்த நோக்கமாக இருப்பினும், அதற்காக வன்முறை வழியைப் பயன்படுத்தக்கூடாது, நன்முறையில் நடந்து விடுதலையைப் பெறவேண்டும் என்றார், அதன்படி நாட்டை வழிநடத்தினார்.

உங்களுடைய இலக்கு என்ன? அதற்காக நீங்கள் பின்பற்றும் வழிமுறைகள் என்ன? இரண்டிலும் கவனம் செலுத்துங்கள், நன்முறையில் நல்லதைப் பெறுவீர்கள்.

★★★

77. சமையல் குறிப்புகள்

உலக அளவில் அதிகம் வாசிக்கப்படுகிற, கேட்கப்படுகிற, பார்க்கப்படுகிற, விவாதிக்கப்படுகிற, பகிர்ந்துகொள்ளப்படுகிற விஷயங்களில் ஒன்று, சமையல் குறிப்புகள்.

ஐயமிருந்தால், எந்தவொரு புத்தகக்கடையினுள்ளும் நுழைந்துபாருங்கள். சமையல் நூல்களுக்கென்று தனிப்பகுதி இருக்கும். அங்கு வண்ணமயமான புகைப்படங்களுடன் கூடிய நூல்களில் தொடங்கிச் சிறு எழுத்துகளில் நூற்றுக்கணக்கான சமையல் குறிப்புகளை அச்சிட்ட மலிவுவிலை நூல்கள்வரை நிறைந்திருக்கும். இதேபோல் வானொலி, தொலைக்காட்சி, இணையம் என்று அனைத்து ஊடகங்களிலும் சமையல் குறிப்புகளுக்கென்று தனி மதிப்பும் வரவேற்பும் உள்ளது.

தமிழில் பெரும்பாலான நாளிதழ்கள், வார, மாத இதழ்களில் சமையல் பகுதிகள் உள்ளன, சமையலுக்கென்றே தனி இதழ்களும் இருக்கின்றன, இவற்றுடன் ஏராளமான சமையல் நூல்கள் தொடர்ந்து வெளியாகின்றன. ‘சமைத்துப்பார்’ என்ற பெயரில் மீனாட்சி அம்மாள் எழுதிய நூல்கள் மிகவும் புகழ்பெற்றவை. இவரைப்போல் இன்னும் பல புகழ்பெற்ற சமையல் எழுத்தாளர்கள், வல்லுனர்கள் உள்ளார்கள்.

சமையல் நூல்களின் தனிச்சிறப்பு, அவை பலவிதமான தலைப்புகள், துணைத்தலைப்புகளில் மக்களுடைய தேவைக்கேற்பக் கிடைக்கின்றன. எடுத்துக்காட்டாக, ஒரு குறிப்பிட்ட ஊரைச்சேர்ந்த சமையல் வகைகள், குறிப்பிட்ட இனக்குழுவினருடைய சமையல்கள், ஐந்து நிமிடத்தில் சமைக்கக்கூடியவை, அதிகச் செலவில்லாமல் சமைக்கக்கூடியவை, சத்தானவை, உடலுக்கு வலுவூட்டக்கூடியவை, குழந்தைகளுக்குப் பிடித்தவை, மைக்ரோவேவ் அடுப்பில் சமைக்கக்கூடியவை, இன்னும் பலப்பல.

இவ்வகை எழுத்தைச் சற்று தரக்குறைவாக நினைக்கக்கூடியவர்கள் உண்டு. ஆனால், சமையல் நூல்களுக்குத் தொடர்ந்து கிடைத்துவரும் வரவேற்பின்மூலம் மக்கள் சமையல் எழுத்தாளர்களுக்குப் பெருமதிப்பை வழங்கிவருகிறார்கள். வீட்டிலிருந்து வெளியில் தங்கிப் படிக்கிற, வேலைசெய்கிற ஆண்கள், பெண்கள், புதிதாகத் திருமணமானோர், ஒரு குறிப்பிட்டவகை உணவை முயன்றுபார்க்க விரும்புகிறவர்கள் என்று பலருக்கும் இவ்வகை நூல்கள் பயன்படுகின்றன. சமையலில் சிறந்து விளங்குகிறவர்கள்கூட, தங்களுடைய திறமைகளை விரிவாக்கிக்கொள்ள இவ்வகை நூல்களை வாங்குகிறார்கள்.

உங்களுக்குச் சமையல் செய்வது பிடிக்குமா? ஆம் எனில் நீங்களும் சமையல் குறிப்புகளை எழுதிப் பிறருடன் பகிர்ந்துகொள்ளலாம். உங்களுடைய குறிப்புகளை இந்த வடிவமைப்பில் எழுதினால் எளிதில் எல்லாருக்கும் சென்றுசேரும்:

1. தேவையான பொருட்கள், அவற்றின் துல்லியமான அளவுகள்

2. செய்முறை: ஒவ்வொரு படிநிலையையும் தெளிவாக, உரிய நேர அளவுகளுடன் விளக்கவேண்டும்

3. அலங்கரிக்கும் முறை, பரிமாறும் முறை, பாதுகாத்துவைக்கும் முறை: உணவைச் சமைப்பதுபோலவே அலங்கரித்துப் பரிமாறுவதும் முக்கியமானது, சில குறிப்பிட்ட

உணவுவகைகளை (எடுத்துக்காட்டாக, பொடிகள்) பல நாட்களுக்குப் பாதுகாத்துவைக்கலாம், இவற்றையெல்லாம் இந்தப் பகுதியில் விளக்கலாம்

4. *மற்ற தகவல்கள்:* இந்த உணவில் உள்ள சத்துகள், மொத்தக் கலோரி அளவு, இதை யாரெல்லாம் சாப்பிடலாம், எந்த நேரத்தில் சாப்பிடலாம், இதில் என்னென்ன மாற்றங்கள், புதுமைகளைச் செய்யலாம் போன்றவை

★★★

78. சுருக்கெழுத்து

மேடையில் ஒருவர் சிறப்பாகப் பேசுகிறார். பல அரிய கருத்துகள், உத்திகளை விவரிக்கிறார்.

மறுநாள் செய்தித்தாளில் அவருடைய சொற்பொழிவைப்பற்றிய செய்தி வெளியாகிறது. அதில் அவர் பேசிய முதன்மையான கருத்துகள் அனைத்தும் அழகாகத் தொகுத்து அச்சிடப் பட்டுள்ளன. இது எப்படிச் சாத்தியமானது?

இன்றைக்கு ஒலிப்பதிவு, ஒளிப்பதிவுத் தொழில்நுட்பங்கள் மிகவும் முன்னேறிவிட்டன. இதுபோன்ற சொற்பொழிவுகள், உரையாடல்களைப் பதிவுசெய்து எத்தனைமுறை வேண்டு மானாலும் போட்டுக்கேட்கலாம், கட்டுரைகளாக எழுதலாம்.

ஆனால், அந்தக்காலத்தில் இதழாளர்கள் முற்றிலும் தங்களுடைய நினைவாற்றலைச் சார்ந்துதான் இயங்கினார்கள். அதாவது, அரசியல் தலைவர்கள், ஆட்சியாளர்கள், புகழ்பெற்றவர்கள் கலந்துகொள்கின்ற பொது நிகழ்ச்சிகள், தனிப்பட்ட பேட்டிகளில் அவர்கள் குறிப்பிடும் தகவல்கள் அனைத்தையும் நினைவில் வைத்துக்கொண்டார்கள், பின்னர் நினைவிலிருந்து அவற்றைச் செய்திகளாக, கட்டுரைகளாக, நூல்களாக எழுதினார்கள்.

ஒருவேளை, அப்படி எழுதும்போது ஏதாவது தகவல் விடுபட்டுவிட்டால்? அல்லது, நினைவுப்பிழையினால் ஒரு தகவலைத் தவறாக எழுதிவிட்டால்?

இந்தப் பிரச்னையைச் சரிசெய்வதற்காக ஒரு புதுமையான நுட்பம் கண்டறியப்பட்டது. அதன் பெயர், சுருக்கெழுத்து, ஆங்கிலத்தில் *Shorthand.*

மனிதர்களுடைய பேசும் வேகமும் எழுதும் வேகமும் ஒன்றாக இருப்பதில்லை. பேசுகிறவர் கடகடவென்று பேசிவிடுவார், இன்னொருவர் அந்தப் பேச்சை ஒவ்வோர் எழுத்தாக, ஒவ்வொரு சொல்லாக, ஒவ்வொரு சொற்றொடராகப் பதிவுசெய்வதற்கு அதிக நேரமாகும். இந்த இடைவெளியைதான் சுருக்கெழுத்து நிரப்புகிறது.

சுருக்கெழுத்தாளர்கள் பேச்சைக் குறியீடுகளாகப் பதிவுசெய்து கொள்கிறார்கள். பின்னர் அந்தக் குறியீடுகளை எழுத்தாக மாற்றுகிறார்கள்.

எடுத்துக்காட்டாக, ஒரு நிறுவனத்தின் தலைவர் தன்னுடைய ஊழியர்களுக்குச் சுற்றறிக்கையொன்றை வெளியிட விரும்புகிறார். அவர் அதைச் சொல்லச்சொல்ல, அவருடைய உதவியாளர் சுருக்கெழுத்துமுறையில் எழுதிக்கொள்கிறார், பின்னர் அதைத் தட்டச்சு செய்கிறார், அதில் தலைவருடைய கையொப்பத்தைப் பெற்றுக்கொண்டு அறிவிப்புப்பலகையில் வெளியிடுகிறார்.

ஒருவேளை, அந்த உதவியாளருக்குச் சுருக்கெழுத்து தெரிந்திருக்காவிட்டால், தலைவர் தன்னுடைய சுற்றறிக்கையை நிறுத்தி, நிதானமாக, ஒவ்வொரு சொல்லாகச் சொல்ல வேண்டியிருக்கும். அதனால் நிறைய நேரம் வீணாகும், அவருடைய சிந்தனையோட்டமும் தடைப்படும், இந்தப் பிரச்னைகளையெல்லாம் சுருக்கெழுத்துமுறை நீக்கிவிடுகிறது, பேச்சை எழுத்தாக மாற்றும் பணியை எளிதாக்கிவிடுகிறது.

இதனால், உலகெங்கும் சுருக்கெழுத்துக்கென்று தனிமதிப்பு உண்டானது. ஏராளமானோர் இக்கலையை விரும்பிக் கற்றுக் கொண்டார்கள், விரைவாகவும் துல்லியமாகவும் தங்களுடைய

பணியைச் செய்தார்கள், பல தலைவர்கள், அலுவலர்களுடைய நேரத்தை மிச்சப்படுத்தி உதவினார்கள்.

சில பத்தாண்டுகளுக்குமுன் இருந்த நிலைமையோடு ஒப்பிடும்போது, இன்றைக்கு மக்களிடையே சுருக்கெழுத்தில் ஆர்வம் குறைந்திருக்கிறது. ஆனால், என்னதான் ஒலிப்பதிவுத் தொழில்நுட்பம் முன்னேறியிருந்தாலும், சுருக்கெழுத்தின் வேகம் அதில் வராது என்கிறார்கள் சுருக்கெழுத்தாளர்கள்.

ஆகவே, இப்போதும் சுருக்கெழுத்துக்கென்று தனித்தேர்வுகள் நடத்தப்படுகின்றன, இளைஞர்களுக்கு இதில் பயிற்சியளிக்கும் அமைப்புகள் இருக்கின்றன, சுருக்கெழுத்தை முனைந்து கற்றுக்கொண்டு விரைவாகப் பணியாற்றப் பழகினால் அரசு, தனியார்துறைகளில் நல்ல வேலைவாய்ப்புகள் கிடைக்கும் என்கிறார்கள் இத்துறைசார்ந்த வல்லுனர்கள்.

★★★

79. போட்டித்தேர்வுகள்

நூலகங்கள் சிறப்பான பல நூல்களை ஒரே இடத்தில் தொகுத்துத்தருகின்றன. இதன்மூலம் எல்லாவிதமான மக்களுக்கும் அறிவைத் திரட்டி வழங்குகின்றன.

பெரும்பாலான நூலகத்தில் 'போட்டித்தேர்வுப் பிரிவு' என்ற ஒன்றும் இருப்பதைப் பார்த்திருப்பீர்கள். அங்கு பல இளைஞர்கள் புத்தகங்களைப் புரட்டிக் குறிப்புகளை எடுத்துக் கொண்டிருப்பார்கள். அவர்களுடைய முகத்தில் தெரிகிற தீவிரமும் தன்னம்பிக்கையும் நமக்கு மகிழ்ச்சியைத் தரும்.

ஆனால், போட்டித்தேர்வுகள் என்றால் என்ன? அவை எதற்காக நடத்தப்படுகின்றன? நம்முடைய பள்ளித்தேர்வுகளுக்கும் அவற்றுக்கும் என்ன வேறுபாடு?

மக்களுக்குச் சேவை புரிவதற்காக அமைக்கப்படுகிற அரசாங்கங்களில் பல துறைகள் உள்ளன, அவற்றில் பல்வேறு அதிகாரிகள், மற்ற அலுவலர்கள் பணியாற்றுகிறார்கள், அவர்களை 'அரசுப் பணியாளர்கள்' என்கிறோம்.

இந்த அரசுப் பணியாளர்கள் எப்படித் தேர்ந்தெடுக்கப்படுகிறார்கள் என்று எப்போதாவது யோசித்திருக்கிறீர்களா?

முன்பெல்லாம் *'Spoils System'* என்ற அமைப்பின்படிதான் அரசுப் பணியாளர்கள் தேர்ந்தெடுக்கப்பட்டார்கள். இப்போது அந்த இடத்தில் *'Merit System'* நடைமுறையில் உள்ளது.

அந்தக்காலத்தில் அரசர்கள் இன்னொரு நாட்டின்மீது படையெடுத்துச்செல்வார்கள்; அவர்களோடு பல படை வீரர்களும் செல்வார்கள்; போரில் இவர்கள் வெற்றிபெற்றதும், எதிரி நாட்டுக்குள் ஆரவாரத்துடன் நுழைவார்கள், அங்குள்ள செல்வங்கள் எல்லாவற்றையும் அள்ளிக்கொள்வார்கள். இப்படி ஒருவரிடமிருந்து வலுக்கட்டாயமாகப் பிடுங்கப்படும் பொருட்களை ஆங்கிலத்தில் *'Spoils'* என்பார்கள். *'To the victor belong the spoils'*, அதாவது, 'கைப்பற்றப்பட்ட எல்லாச் செல்வமும் வென்றவர்களுக்குதான் சொந்தம்' என்று ஒரு புகழ்பெற்ற சொற்றொடரே உண்டு.

அதுபோல, ஒருகாலத்தில் அரசுப் பணியாளர்களுக்குத் திறமையெல்லாம் எதுவும் தேவைப்படவில்லை, யார் அரசாங்கத்தை நடத்துகிறார்களோ அவர்களுக்குப் பிடித்தவர் களுக்குதான் அரசுப் பணிகள், பொறுப்புகள் வழங்கப்பட்டன. அதுதான் *'Spoils System'*. இந்த அமைப்பினால் தகுதியற்றவர்கள் முக்கியப் பொறுப்புகளில் அமர்வார்கள், நாட்டின் வளர்ச்சி பாதிக்கப்படும், மக்கள் சிரமப்படுவார்கள்.

இதை உணர்ந்த அரசியல் தலைவர்கள், ஆட்சியாளர்கள் மிகவும் முனைந்து *'Merit System'*, அதாவது, தகுதி அடிப்படையிலான பணி நியமனங்களை அறிமுகப்படுத்தினார்கள். இங்கு அரசாங் கத்துக்குப் பிடித்தவர், பிடிக்காதவர் என்கிற வேறுபாடெல்லாம் கிடையாது, எந்த வேலையும் தகுதியுள்ளவருக்குதான் கிடைக்கும். அதனால் நாட்டில் பணிகள் முறையாக நடக்கும்.

அரசுப்பணிகளுக்குமட்டுமில்லை, தனியார் நிறுவனங்களும் தங்களுடைய பணிகளைத் தகுதியுள்ளவர்களுக்குதான் வழங்குகின்றன. அவர்களுடைய திறமையின் அடிப்படையில் முன்னேறுகின்றன. ஒருவேளை, ஒரே பணிக்குப் பலர் விண்ணப்பம்செய்தால்? அவர்களில் தகுதியுள்ளவர் யார் என்று எப்படிக் கண்டுபிடிப்பது? இந்தப் பிரச்னையைச்

சமாளிப்பதற்காகதான் ‘போட்டித்தேர்வுகள்’ நடத்தப்படுகின்றன.

எடுத்துக்காட்டாக, ஒரு வங்கிப்பணிக்கான போட்டித்தேர்வில், அந்த வேலைக்கு வேண்டிய திறமைகளின் அடிப்படையில் கேள்விகள் கேட்கப்படுகின்றன, ஆர்வமுள்ள மாணவர்கள் அவற்றுக்குத் தயார்செய்துகொண்டுவந்து தேர்வுகளை எழுதுகிறார்கள், அவர்களில் அதிக மதிப்பெண் பெறுகிறவர்கள் வேலைக்குத் தேர்வாகிறார்கள்.

ஆக, போட்டித்தேர்வுகள் நாட்டின் முன்னேற்றத்தைச் சரியான பாதையில் செலுத்துகிறவை, பல குடும்பங்களுடைய வாழ்க்கையில் விளக்கேற்றிவைக்கிறவை, திறமைக்கும் அறிவுக்கும்தான் எங்கும் மதிப்பு என்பதைத் தெளிவுபடுத்துகிறவை. அதனால்தான், பல நூலகங்களில் அவற்றுக்குத் தனி இடமும் கவனமும் வழங்கப்படுகிறது!

★★★

௮0. தமிழ் மன்னர் படைகள்

இன்றைய அலுவலகங்களில் *BYOD* என்றொரு புதிய நடைமுறை அறிமுகப்படுத்தப்பட்டிருக்கிறது. இதன் விரிவாக்கம், *Bring Your Own Device*, அதாவது, பணியாளர்களுடைய பணிக்குத் தேவைப்படுகின்ற கணினி, செல்பேசி போன்ற கருவிகளை நிறுவனம் வழங்காது, இந்தக் கருவியைத்தான் பயன்படுத்த வேண்டும் என்று பணியாளர்களைக் கட்டாயப்படுத்தாது, அவர்கள் தங்களுக்கு விருப்பமான கருவிகளைத் தாங்களே கொண்டுவரலாம், அவற்றின் மூலம் பணிசெய்யலாம்.

இது ஏதோ மேற்கு நாடுகளிலிருந்து வந்த புதிய திட்டம் என்று நாம் நினைத்துக்கொண்டிருக்கிறோம்; ஆனால், அன்றைய தமிழ் மன்னர்கள் இதேபோன்றதொரு திட்டத்தை அறிமுகப்படுத்தியிருந்தார்கள் என்கிறார் டாக்டர் ஆறு. அழகப்பன்.

அந்தத் திட்டத்தின் பெயர், தற்கருவிப் படை.

தன் + கருவி => தற்கருவி, அதாவது, போர் வீரர்கள் தங்களுக்கு வேண்டிய போர்க்கருவிகளைத் தாங்களே கொண்டுவருவது. *BYOW, Bring Your Own Weapon!*

இதற்கு மாறாக, ‘கருவி பெறு படை’ என்ற ஒன்றும் இருந்ததாம். அவர்கள் அரசர் தருகிற கருவிகளைக் கொண்டு போர் செய்வார்களாம்.

இதேபோல், ஊர்திப் படை, தன்னூர்திப் படை என இரண்டு படைகளையும் அன்றைய மன்னர்கள் நடத்தினார்களாம்; ஊர்திப் படையில் உள்ள வீரர்கள் அரசர் தருகிற ஊர்தியில் சென்று போர் புரிவார்கள்; தன்னூர்திப் படையில் உள்ளவர்கள் தங்களுடைய சொந்த ஊர்தியில் போருக்குச் செல்வார்கள். அதாவது, இன்றைய பணியாளர்கள் சொந்த பைக் அல்லது காரில் அலுவலகம் செல்வதுபோல!

டாக்டர் ஆறு. அழகப்பன் தொகுத்த 'தமிழ்ப்பேழை' என்ற நூலில், இப்படிப் பலவிதமான பழங்காலத் தமிழ்ப் படைகளை விவரித்துள்ளார். அந்தப் பட்டியலிலிருந்து இன்னும் சில:

★ *துணைப்படை:* ஓர் அரசர் ஆபத்தில் இருக்கும்போது அவருக்கு உதவுவதற்காக நட்பு அரசர்கள் அனுப்பிவைக்கிற படை

★ *அமயப்படை:* ஆபத்து நேரத்தில் திரட்டப்படுகிற 'திடீர்'ப்படை

★ *பயிற்சிப்படை:* முறைப்படி போர்ப்பயிற்சி பெற்ற தொழில்முறை வீரர்களுடைய படை

★ *பயிற்சியில் படை:* பயிற்சி இல் படை, அதாவது முறைப்படி போர்ப்பயிற்சி பெறாத, நாட்டுப்பற்றினால் போர்செய்ய வருகிறவர்களுடைய படை

★ *குழுப்படை:* ஒரு தலைவருடைய வழிகாட்டுதலில் இயங்கும் படை

★ *தனிப்படை:* தலைவர் யாரும் இல்லாமல் தானே இயங்கும் படை

★ *கானப்படை:* கானகத்தில் வாழும் வேடர்கள், கானவர்களைக் கொண்ட படை

★ *பகை விடு படை:* பகைவர்களை விட்டு விலகி இந்தப் பக்கம் வந்து சேர்ந்துள்ளவர்களுடைய படை

★★★

81. வரலாற்றுப் புனைவுகள்

சென்னையிலுள்ள திருமயிலைக் கடற்கரை. அங்கு திருவள்ளுவர் வந்து நிற்கிறார். கடலின்மீதுள்ள மேகத்தைப் பார்த்துப் பேசத்தொடங்குகிறார். 'கருணை மாமுகிலே, வான வெளியிலே உருண்டு திரண்டு செல்கின்ற உன்னைக் காண என் கண் குளிர்கின்றது; உள்ளம் மகிழ்கின்றது; நீ ஆற்றுநீராக வந்து கடலைப் பெருக்குகின்றாய்; ஊற்றுநீராகப் பொங்கிக் கடலை ஊட்டுகின்றாய்; மழைநீராகப் பொழிந்து கடலை நிறைக்கின்றாய்.'

இதைப் படிப்பதற்குச் சுவையாகதான் இருக்கிறது. ஆனால், உண்மையில் திருவள்ளுவர் இப்படிக் கடற்கரையில் நின்றாரா? மேகத்தைப் பார்த்துப் பேசினாரா? அருகிலிருந்து அதைக் கவனித்து எழுதிவைத்தவர் யார்?

மேலே நாம் வாசித்த பகுதி, ரா.பி.சேதுப்பிள்ளை அவர்களுடைய 'கடற்கரையினிலே' என்ற நூலில் உள்ளது. திருவள்ளுவர், இளங்கோவடிகள், கம்பர், பாரதியார் உள்ளிட்ட பலர் இவ்வாறு கடற்கரையில் நின்று பேசுவதுபோல் கற்பனை செய்து எழுதியிருக்கிறார் அவர்.

இந்தக் கட்டுரைகள் கற்பனையானவைதாம்; ஆனால், அதில் குறிப்பிடப்பட்டுள்ள கருத்துகள், தகவல்கள் அந்தந்த அறிஞர்கள், தலைவர்கள் வாழ்க்கையில் உண்மையாக நடந்தவையாக இருக்கும்; அவர்கள் பேசியவை, எழுதியவையாக இருக்கும்; அவற்றை அழகுறத் தொகுத்துக் கொஞ்சம் தன்னுடைய கற்பனையைக் கலந்து கட்டுரைகளாக்கியிருக்கிறார் ஆசிரியர்.

இவ்வாறு உண்மை கலந்த கற்பனைப் படைப்புகள் இலக்கியத்தின் சுவையான பகுதிகளாகும். இவை புனைவு, புனைவல்லாதவை ஆகிய இருவேறுபட்ட பிரிவுகளை அழகானமுறையில் இணைத்துத்தருகின்றன.

எடுத்துக்காட்டாக, சோழ மன்னர்களைப்பற்றிப் பலவிதமான புனைவல்லாத நூல்கள் வெளிவந்துள்ளன. இவை மிகுந்த ஆராய்ச்சியின் அடிப்படையில் கண்டறியப்பட்ட, ஆதாரப்பூர்வமான வரலாற்று உண்மைகளைச் சரியான வரிசையில் விவரிக்கின்றன.

இன்னொருபக்கம், அதே சோழ மன்னர்களைப்பற்றிய புனைவுகளும் எழுதப்பட்டுள்ளன. எடுத்துக்காட்டாக, கல்கியின் ‘பொன்னியின் செல்வன்’ புதினம், சோழர்கள் ஆண்ட காலகட்டத்தில் நிகழ்கின்ற கதையாகும். அந்தப் புதினத்தின் தலைப்பான ‘பொன்னியின் செல்வன்’ என்பதே ராஜராஜசோழருடைய பட்டப்பெயர்களில் ஒன்றுதான்.

அதற்காக, இந்தப் புதினம் ராஜராஜசோழருடைய வாழ்க்கையை வரலாற்றுப்பூர்வமாக விவரிக்கிறது, இதிலுள்ள அனைத்துக் கதைமாந்தர்களும் வரலாற்றில் வாழ்ந்தவர்கள், அவர்களுடைய பேச்சுகளெல்லாம் இந்தக் கதையில் உள்ளதுபோல்தான் நிகழ்ந்துள்ளன என்று பொருளில்லை. அந்தக் காலகட்டத்தில் வாழ்ந்த சிலரையும் தன்னுடைய கற்பனையில் பிறந்த சிலரையும் இணைத்து இந்தக் கதையை எழுதியுள்ளார் கல்கி.

ஆங்கிலத்தில் இதுபோன்ற படைப்புகளை, ‘*Historic Fiction*’ என்கிறார்கள்; அதாவது, வரலாற்றுப் புனைவு. சுவையான கதையமைப்பு, வசனங்கள், திடுக்கிடும் திருப்பங்கள்

வற்றின் மூலம் வாசகர்களை உள்ளிழுத்துப் படிக்க வைப்பதுதான் இவற்றின் நோக்கம். இதனால் கவரப்பட்ட வாசகர்கள் இன்னும் ஆழமான ஆய்வுநூல்களைத் தேடிச் செல்லக் கூடும், உண்மையான வரலாற்றைத் தெரிந்துகொள்ளக்கூடும்.

அதேசமயம், வரலாற்றுப் புனைவுகளில் எது வரலாறு, எது புனைவு என்கிற தெளிவு இருக்கவேண்டும். இல்லாவிட்டால் புனைவாகச் சொல்லப்பட்டவற்றை உண்மை வரலாறு என்று வாசகர்கள் நம்பிவிடக்கூடும்.

நீங்களும் வரலாற்றுப் புனைவுகளை எழுதலாம். உங்கள் ஊரின் வரலாற்றைப் புரட்டிப்பாருங்கள்; அல்லது, உங்கள் வீட்டிலேயே தாத்தா, பாட்டி காலத்தில் நடந்த ஒரு நிகழ்வைக் கேட்டுத் தெரிந்துகொள்ளுங்கள்; அத்துடன் சிறிது கற்பனை கலந்து சுவையானமுறையில் எழுதிப்பாருங்கள்; புனைவின் ஈர்ப்பும் உண்மையின் வலிமையும் சேர்ந்த அப்படைப்பு எல்லாருக்கும் பிடிக்கும்!

★★★

82. இன்தமிழ் ஆசிரியரும் இயற்றமிழ் மாணவர்களும்

பரிதிமாற்கலைஞர் கல்லூரியில் தமிழாசிரியராகப் பணியாற்றி வந்த நேரம். பாடங்களைச் சுவையான முறையிலும் ஆழமாகவும் விவரித்து மாணவர்களிடையே மிகுந்த மதிப்பைப் பெற்றுவந்தார்.

இதனால், பல மாணவர்களுக்குத் தமிழின்மீது ஆர்வம் பிறந்தது, வாசிப்பிலும் எழுத்திலும் சிறந்துவிளங்கினார்கள். அப்படிப்பட்ட மாணவர்களைத் தன்னுடைய இல்லத்துக்கே அழைத்துப் பாராட்டுவார் பரிதிமாற்கலைஞர். அவர்களுக்கு 'இயற்றமிழ் மாணவர்கள்' என்று பெயர் சூட்டுவார்.

இவ்வாறு பரிதிமாற்கலைஞரிடம் சிறப்புப் பெயர் பெற்றவர்கள் பன்னிரண்டு பேர்: ந. பலராமர், பிரணதார்த்தி ஹர சிவனார், சலசலோசனர், சருக்கை இராமசாமி, சுப்பிரமணியர், முத்தையா, கு.ரா.ஸ்ரீனிவாசர், சருக்கை சுந்தராச்சாரியார், சருக்கை வரதாச்சாரியார், ஜக்கராஜு பி. வாசுதேவய்ய பந்தலுகாரு, வ.சு.சண்முகம், சி.நா.சரவணர்.

ஆதிசங்கரருக்கும் அகத்தியருக்கும் சிவஞான முனிவருக்கும் ஏசுகிறுத்துவுக்கும் பன்னிரண்டு மாணவர்கள் இருந்ததாகச் சொல்வார்கள்; அதுபோல, தனக்கும் பன்னிரண்டு மாணவர்கள்

கிடைத்திருப்பதாகப் பரிதிமாற்கலைஞர் குறிப்பிடுவார் என்று ந.சுப்பிரமணியன் எழுதுகிறார்.

இயற்றமிழ் மாணவர்களுக்குப் பரிதிமாற்கலைஞர் தமிழ் கற்பிப்பார். தொல்காப்பியம், நன்னூல் உள்ளிட்ட பல இலக்கியங்களைக் கற்றுத்தருவார். ஆண்டுக்கொருமுறை இந்தப் பாடங்களில் தேர்வும் உண்டு.

ஆனால், பரிதிமாற்கலைஞருடைய இந்தச் சிறப்பு வகுப்புகளில் ஆசிரியர் உயர்வானவர், மாணவர் ஒரு படி கீழே உள்ளவர் என்கிற வழக்கமான நெறிமுறைகள் இருக்காது. ஆசிரியரும் மாணவரும் கிட்டத்தட்ட சமமானவர்கள் என்ற கோட்பாட்டின் அடிப்படையில் அவர்கள் ஒருவருக்கொருவர் இணையாக உரையாடுவார்கள், பல தமிழ் நூல்கள், அறிஞர்கள், கருத்துகள், படைப்புகளைப்பற்றி ஆராய்வார்கள். பன்னாட்டு இலக்கிய மரபுகளை இந்தியாவுடன் ஒப்பிடுவார்கள்.

தன்னுடைய மாணவர்கள் தமிழின் அனைத்துப் பகுதிகளிலும் நன்கு தேர்ச்சிபெறவேண்டும், சிறந்த நூல்களை எழுதித் தமிழுக்குத் தொண்டாற்றவேண்டும், அதன்மூலம் நம் மொழியின் செழுமை மேம்படவேண்டும் என்றெல்லாம் பரிதிமாற்கலைஞர் விரும்பினார். இந்த நோக்கத்துடன், இயற்றமிழ் மாணவர்களுக்காகவே அவர் தனி நூல்களை எழுதியதும் உண்டு.

எடுத்துக்காட்டாக, 1897ல் இயற்றமிழ் மாணவர்களுக்கு நாடகத்தமிழைக் கற்பிப்பதற்காகச் சுமார் எழுபது சூத்திரங்களை எழுதினார் பரிதிமாற்கலைஞர். பின்னர் அதில் இன்னும் பல சூத்திரங்களைச் சேர்த்து ‘நாடகவியல்’ என்ற தொகுப்பாக வெளியிட்டார்.

ஒருமுறை, பரிதிமாற்கலைஞர் அவருடைய கல்லூரியின் தேர்வாளர் குழுவில் தேர்ந்தெடுக்கப்பட்டார். ஆனால், அந்தப் பொறுப்பை அவர் ஏற்றுக்கொள்ள மறுத்தார். தனக்குப்பதில் உ.வே.சா. அவர்களை நியமிக்கும்படி பல்கலைக்கழகத்துக்குத் தெரிவித்துவிட்டார்.

பரிதிமாற்கலைஞர் இந்தப் பொறுப்பை ஏற்காதது ஏன்?

அந்த ஆண்டு, பரிதிமாற்கலைஞருடைய இயற்றமிழ் மாணவர்களில் ஒருவரான சரவணர் தேர்வெழுதவிருந்தார். அந்த நேரத்தில் தான் தேர்வாளராக இருப்பது சரியில்லை என்று கருதினார் பரிதிமாற்கலைஞர். ஆகவே, நேர்மையுணர்வுடன் அப்பொறுப்பை ஏற்க மறுத்துவிட்டார்.

தமிழுக்காக, தன்னுடைய மாணவர்களுக்காகக் கூடுதல் நேரத்தையும் உழைப்பையும் கொட்டத் தயாராக இருக்கிற ஓர் ஆசிரியர்; அவர்களுடைய முன்னேற்றத்தை விரும்புகிற, அவர்களுடைய வெற்றியின்மீது சிறு ஐயம் படிவதையும் விரும்பாத ஓர் ஆசிரியர்; அதற்காகத் தேர்வாளர் பதவியையும் அதனால் வரக்கூடிய புகழ், பொருளையும் இழக்கத் தயாராக இருக்கிற ஓர் ஆசிரியர்; இப்படிப்பட்ட மகனைப் பெற்ற தமிழன்னை பெரிதுவப்பது உறுதி!

★★★

௪௩. தேர்கள்

மனிதன் ஓரிடத்திலிருந்து இன்னோரிடத்துக்குச் செல்வதற்குக் கால்களைப் பயன்படுத்துகிறான். நிலப்பரப்பின் தன்மை, சென்றுசேரவேண்டிய நேரம் போன்றவற்றைப் பொறுத்து நடக்கிறான் அல்லது ஓடுகிறான்.

அவ்வாறு கால்களின்மூலம் சென்றுசேர இயலாத இடங்களுக்குச் செல்வதற்கு வண்டிகள் உதவுகின்றன. மிதிவண்டி, நான்குசக்கர வண்டிகள், புகைவண்டி, பேருந்து போன்றவை சக்கரத்தின்மூலம் இயங்குகின்றன, நீர்வழிப்பயணத்துக்குப் படகுகளும் கப்பல்களும் உதவுகின்றன.

இன்றைக்குக் 'கார்' எனப்படும் நான்குசக்கர வண்டி வசதியான பயணத்தின் அடையாளமாகக் கருதப்படுகிறது. சொந்தமாகக் கார் வைத்திருப்பதை ஒரு மதிப்பாக எண்ணுகிறார்கள்.

கிட்டத்தட்ட இதேமாதிரியான ஓர் இடத்தைத்தான் அன்றைக்குத் 'தேர்'கள் பிடித்திருந்தன. மன்னர்கள், நிலத்தலைவர்கள், அலுவலர்கள் உள்ளிட்டோர் தேர்களைப் பயன்படுத்தி ஓரிடத்திலிருந்து இன்னோரிடத்துக்கு விரைவாகச் சென்றார்கள்.

அரசர்களுடைய படைகளில் தேர்ப்படைக்கு முதன்மையான இடம் இருந்தது. வீரர்கள் தங்களுடைய தேர்களில் நின்றபடி எதிரிகளுடன் போரிட்டார்கள். அவர்களுடைய தேர்களைச் செலுத்துகின்ற தேரோட்டிகள் அவர்களைப் போர்க்களத்தின் வெவ்வேறு பகுதிகளுக்கு அழைத்துச்சென்றார்கள்.

இலக்கியங்களில் பலவிதமான தேர்களுடைய விவரிப்புகளைக் காண்கிறோம். அவற்றின் உயரம், திண்மை, சக்கரங்கள், அவற்றில் அழகாக மாட்டப்பட்டிருந்த மணிகள், தேரைச் செலுத்துபவர்களுடைய திறமை, தேரில் கட்டப்பட்டிருந்த குதிரைகளுடைய விரைவு போன்றவைபற்றிய குறிப்புகளை வாசிக்கிறோம்.

முல்லைக்கொடியொன்று பற்றிப் படர்வதற்குக் கொம்பில்லாமல் வாடியதாகவும், அப்போது அங்கு தேரைச் செலுத்திக்கொண்டு வந்த பாரி மன்னன் அதைக் கண்டு வருந்தியதாகவும், தன்னுடைய தேரை முல்லைக்கு வழங்கிவிட்டதாகவும் புறநானூற்றுப் பாடலொன்று குறிப்பிடுகிறது. முல்லைப்பாட்டின் தலைவி, தன்னுடைய தலைவர் திரும்பிவருகின்ற தேரின் ஒலியைக் கேட்டு மகிழ்கிறார்.

அரசருடைய தேரின் சிறப்பைச் சொல்வதற்கென்றே ஒரு தனிப் பாடல் பிரிவு இருந்தது. அதைத் 'தேர் மறம்' (தேரின் வீரம்) என்று அழைத்தார்கள்.

இன்றைக்குக் காரோட்டிகளுக்கு உரிமம் வழங்குமுன் பலவிதமான பயிற்சிகளை எடுக்கச்சொல்கிறார்கள்; அவர்கள் சிறப்பாகவும் பாதுகாப்பாகவும் ஓட்டுவதை உறுதிசெய்கிறார்கள்; அதுபோல, அன்றைய இளவரசர்களும் போர்வீரர்களும் தேரோட்டத்தில் பயிற்சிபெற்றார்கள்.

மரங்களால் ஆன தேர்கள் சாலையில் உருண்டோடும்; கற்களால் ஆன தேர்களும் உண்டு. இவை சிற்பிகளால் செதுக்கப்பட்ட அழகிய கலைவடிவங்களாகும். எடுத்துக்காட்டாக, இன்றும் மாமல்லபுரத்தில் நாம் காண்கிற ஐந்து தேர்களைக் குறிப்பிடலாம்.

நாட்டை ஆளும் மன்னர்களைப்போலவே, உலகை ஆளும் இறைவர்களும் தேரில் வலம் வந்தார்கள். இன்றைக்கும் பல ஆலயங்களுக்குமுன்னால் பிரமாண்டமான தேர்களைக் காண்கிறோம். அவற்றில் இறைவரை எழுந்தருளச்செய்து ஊர்மக்கள் காணும்படி அழைத்துவருகிற தேர்த்திருவிழாக்கள் இப்போதும் நடைபெறுகின்றன. 'ஊர் கூடித் தேரிழுத்தல்' என்ற சொற்றொடர் கூட்டுமுயற்சியால் எப்பேர்ப்பட்ட சாதனையையும் நிகழ்த்தலாம் என்ற உண்மையை விளக்குகிறது.

★★★

84. நூல் பரிசோதனை

பழங்காலத் தமிழ் நூல்கள் பலவற்றுடைய அச்சுப்பிரதிகளைக் கவனித்துப்பார்த்தால், முதல் பக்கத்தில் மூன்று பெயர்களைக் குறிப்பிட்டிருப்பார்கள்: எழுதியவர், பரிசோதித்தவர், பதிப்பித்தவர்.

எழுதியவர், பதிப்பித்தவர் ஆகிய இருவரையும் நமக்குத் தெரியும். இன்றைக்கும் நூலாசிரியர்கள், பதிப்பாளர்கள் என்கிற இரு தனிப்பிரிவுகள் இருக்கின்றன; முதலாமவர் நூலிற்கு அறிவுச்செல்வத்தை வழங்குகிறார்; இரண்டாமவர் அந்நூல் வெளியாவதற்குத் தேவையான பொருட்செல்வத்தை வழங்குகிறார். இவர்களுக்கிடையில் 'பரிசோதித்தவர்' என்றொருவர் வருகிறாரே; அவர் யார்?

ஒருவர் நூலை எழுதியதும், அது நேரடியாகப் பதிப்பிக்கப் படுவதில்லை. இன்னொருவர் அந்நூலைக் கவனமாக வாசித்து, அதில் இருக்கக்கூடிய பிழைகளையெல்லாம் திருத்தித்தருகிறார். அவரைத்தான் 'பரிசோதித்தவர்' என்று குறிப்பிடுகிறார்கள்.

இன்றைக்கு *Proof Reader* எனப்படும் மெய்ப்புத் திருத்துநர்கள் கிட்டத்தட்ட இதேபோன்ற ஒரு பணியில் ஈடுபடுகிறார்கள்,

நூல்களில் பல திருத்தங்களைச் செய்கிறார்கள். ஆனால், அவர்களுக்கு முதல் பக்கத்தில் நூலாசிரியருக்கு இணையாகப் பெயரைக் குறிப்பிடும் மதிப்பு அளிக்கப்படுவதில்லை.

ஏனெனில், மெய்ப்புத் திருத்தம் என்பது, அச்சுக்கோக்கும்போது நேர்கிற பிழைகளைத் திருத்துவது. அப்பணி மதிப்புமிக்கது என்பதில் ஐயமில்லை, அதேசமயம், அதற்குமுன்பாக இன்னொரு மிக முக்கியமான பணி இருக்கிறது: நூலாசிரியர் எழுதியதை வாசித்து, அதிலுள்ள சொற்குற்றம், பொருட்குற்றம், பிற குறைபாடுகளை ஆராய்ந்து, அதன் தரத்தை மதிப்பிட்டு, தேவைப்படும் திருத்தங்களைச் செய்துதருவது. இப்பணியைச் செய்த அறிஞர்களைத்தான் 'பரிசோதித்தவர்' என்று சிறப்பித்துக் குறிப்பிட்டார்கள்.

இன்றைக்கு, நூலாசிரியருடைய பெயரைப் பார்த்து நூல்களை வாங்குகிறவர்கள் உள்ளார்கள். 'இவர் எழுதினதுன்னா நிச்சயம் சிறப்பாதான் இருக்கும்' என்று நம்பிக்கையுடன் சொல்கிறார்கள்.

அன்றைய வாசகர்கள் நூலாசிரியருடன் பரிசோதித்தவருடைய பெயரையும் கவனித்தார்கள். 'இவரால் பரிசோதிக்கப்பட்ட நூல் என்றால் நம்பி வாங்கலாம், நல்ல தரத்துடன் இருக்கும்' என்று பெருமையுடன் பேசிக்கொள்ளும் நிலை அன்றைக்கு இருந்தது.

ஆக, ஓர் அறிஞர் எழுத்துப்பிரதியைக் கவனமாகப் பரிசோதித்த பிறகுதான் அது அச்சுக்கோக்கப்படும்; பின்னர், அந்தப் பிரதியில் பிழைகளைத் திருத்துவார்கள். இதுதான் மெய்ப்புத் திருத்தம்/*Proof Correction*. இதுவும் நூலைப் பரிசோதிப்பதும் ஒன்றில்லை.

இதற்குச் சான்றாக, ஒரு பழைய கடிதம். 1898ல், நடேச சாஸ்திரி என்ற எழுத்தாளர் உ.வே.சா. அவர்களுக்கு எழுதிய அந்தக் கடிதத்திலிருந்து சில வரிகளைமட்டும் இங்கு காண்போம்:

“வால்மீகி ராமாயணத்தை நான் தமிழில் எழுத எத்தனித்திருக்கிறேன். நான் எழுதிய பக்கங்களைத் தங்களுக்கு அனுப்புகிறேன். அதைப் படித்துச் சிவப்பு மையில் பிழைதிருத்தம்

பண்ணவேணும். திருத்தித்தான் அச்சுக்குக் காகிதங்களைக் கொடுக்கவேண்டும்.”

இந்தக் கடிதம் வெளிவந்த நேரத்தில் உ.வே.சா. பழந்தமிழ் நூல்களைப் பதிப்பிக்கும் முயற்சியில் இருந்தார்; ஆகவே, அவரால் நடேச சாஸ்திரியுடைய நூலைப் பரிசோதிக்க இயலவில்லை. எனினும், முதல் பகுதியைமட்டும் அவர் மேற் பார்த்துக்கொடுத்தார் என்று ஆ.இரா.வேங்கடாசலபதி குறிப்பிடுகிறார்.

உ.வே.சா.போன்ற பேரறிஞர்கள் நூல்களைப் பரிசோதிக்கும் பணியில் ஈடுபட்டிருக்கிறார்கள் எனும்போது, அன்றைக்கு இப்பணிக்கு எந்த அளவு மதிப்பு இருந்தது என்பதை அறியலாம். இப்படிக் கடினமான பரிசோதித்தலைத் தாண்டி வருகிற நூல்கள் முன்பைவிடச் சிறப்பாகவும் தரமாகவும் இருந்திருக்கும், அதனால்தான் நூலாசிரியருக்கு இணையாகப் பரிசோதித்தவருடைய பெயரும் சிறப்புடன் அச்சிடப்பட்டிருக்க வேண்டும்!

★★★

85. எழுத்துலக வாரிசுகள்

உலகில் எல்லாத் துறையிலும் 'வாரிசு'கள் உண்டு. இலக்கியத்துறையிலும்தான்!

ஒருவர் எழுத்தாளராகத் திகழ்கிறார் என்றால், அவரைப்பார்த்துப் பலரும் எழுத்தின்பால் ஈர்க்கப்படுவார்கள். அவருடைய மகனோ மகளோ அப்படி ஈர்க்கப்படுவதில் வியப்பில்லையே.

எழுத்தாளர்களுடைய பிள்ளைகள், தங்கள் தந்தை அல்லது தாய் மும்முரமாக எழுதுவதையும், அவருடைய படைப்புகள் பிரசுரமாவதையும், வாசகர்களுடைய வரவேற்பை, பாராட்டைப் பெறுவதையும் சிறுவயதிலிருந்தே தொடர்ந்து பார்க்கிறார்கள், அதனால் கவரப்படுகிறார்கள், தாங்களும் அதுபோல் எழுதவேண்டும் என்ற கனவை வளர்த்துக்கொள்கிறார்கள்.

'எங்கள் வீட்டுக்குப் பத்திரிகை, பதிப்பகத்தைச் சேர்ந்தவர்கள் வந்தால், நீங்கள் சின்னப்பிள்ளைகள்தானே, உள்ளே போங்கள் என்று எங்கள் தாய் சொல்லமாட்டார்' என்கிறார் எழுத்தாளர் வசுமதி ராமசாமியின் மகள் சுகந்தா சுதர்சனம், 'எங்களையும் உடன் உட்காரவைத்துக்கொண்டுதான் பேசுவார். அவர்கள் பேசும் இலக்கிய விஷயங்களை நாங்களும் கேட்டுக்கொண்டிருப்போம்.'

அதேபோல், ஓர் எழுத்தாளருடைய வீட்டில் பலவிதமான நூல்கள் இருக்கும். அவற்றைப் படிப்பதன்மூலம் அவர்களுடைய

பிள்ளைகளுக்குச் சொல்வளம் பெருகும், பலவிதமான அனுபவங்களைக் கற்றறிந்துகொள்வார்கள், அவற்றை எழுத முனைவார்கள். இவர்களும் எழுத்தாளர்களாவதற்கு இது வழிவகுக்கும்.

இப்படித் தமிழில் எழுத்தாளர்களுடைய 'வாரிசு'களாகத் திகழ்ந்த சிறந்த எழுத்தாளர்கள் பலர் உண்டு. எடுத்துக்காட்டாக, கல்கி அவர்களுடைய மகன் கி. ராஜேந்திரன், மகள் ஆனந்தி இருவரும் எழுத்தாளர்கள். கி. ராஜேந்திரனுடைய மகள் சீதா ரவியும் எழுத்தாளர்தான். இதேபோல், கவிஞர் பாரதிதாசனுடைய மகன் மன்னர்மன்னன், எழுத்தாளர் அகிலனுடைய மகன் அகிலன் கண்ணன் என்று பல எழுத்துலக வாரிசுகளைக் குறிப்பிடலாம். அதேசமயம், ஒருவர் எழுத்தாளருடைய வாரிசு என்பதாலேயே அவருக்கு வாய்ப்புகள் வந்துவிடாது. அவர்களிடம் சொந்தத் திறமை இருந்தால்தான் சிறந்து விளங்க இயலும்.

எடுத்துக்காட்டாக, கவிஞர் கண்ணதாசனுடைய மகன் கண்மணி சுப்பு பாடல் எழுத முயன்றபோது, அனைவரும் மகிழ்ச்சியாக வரவேற்றார்களாம். ஆனால், வாய்ப்புகள் வரவில்லையாம். 'நான்கு வருடம் முயன்றும் பத்துப் பாடல்கள்தான் எழுதக் கிடைத்தன' என்கிறார் அவர்.

ஆக, வாரிசுகளாக இருந்தாலும் சரி, புதிதாக எழுத வருகிற முதல் தலைமுறை எழுத்தாளர்களானாலும் சரி, திறமைதான் முக்கியம், அதற்குதான் முதல் இடம்! அது சரி, ஒரே எழுத்தாளர் வீட்டில் பல வாரிசுகள் இருப்பதுண்டா?

கண்டிப்பாக உண்டு. புகழ்பெற்ற எழுத்தாளர் அ.மாதவையாவுக்கு இரண்டு மகன்கள், நான்கு மகள்கள். அனந்தநாராயணன், கிருஷ்ணன், மீனாம்பாள், லட்சுமி, விசாலாட்சி, சரஸ்வதி என்கிற அந்த அறுவருமே சிறுகதை எழுத்தாளர்கள். இந்தச் சகோதர, சகோதரியர் எழுதிய கதைகள் தொகுக்கப்பட்டு 'முன்னிலா' என்ற தலைப்பில் நூலாக வெளிவந்துள்ளன!

★★★

86. மகள்களின் மகிமை

'மகள்' என்ற சொல்லுக்கு என்ன பொருள்?

பொதுவாக ஒருவருக்குப் பிறந்த பெண்பிள்ளை என்கிற உறவுப்பொருளில்தான் மகள் என்ற சொல் பயன்படுத்தப்படுகிறது. எடுத்துக்காட்டாக, 'நேருவின் மகள் இந்திரா.'

அதேசமயம், 'மகள்' என்ற சொல்லுக்குப் பெண் என்ற பொதுப்பொருளும் உண்டு. 'மகளிர்' என்ற பன்மைச்சொல் அதிலிருந்து வந்ததுதான்.

தமிழ்ப் பக்திமரபில் முப்பெரும்தேவியரை அலைமகள், கலைமகள், மலைமகள் என்பார்கள். இவை அழகிய, பொருளுள்ள தமிழ்ச்சொற்கள்.

'அலைமகள்' என்றால், அலையோடு பிறந்த பெண். செல்வத்தின் தலைவி என்பதால் இவரைத் 'திருமகள்' என்பதும் உண்டு.

திருமகள் தாமரை மலரில் வீற்றிருப்பவர். ஆகவே, அவரை 'மலர்மகள்', 'அலர்மகள்', 'பூமகள்' என்றும் அழைப்பதுண்டு.

'கலைமகள்' என்றால், கலைகளின் அரசி. அக்கலைகளில் சிலவாகிய இயல், இசையை முன்வைத்து இவரை 'இயன்மகள்', 'இசைமகள்' என்பதும் உண்டு.

‘மலைமகள்’ என்றால், மலையரசருடைய மகள் என்றும் சொல்லலாம், மலையில் பிறந்து வளர்ந்த பெண் என்றும் சொல்லலாம்.

நம் நாட்டில் பூமியைப் பெண்ணாகக் குறிப்பிடும் மரபும் இருக்கிறது. அவ்வகையில் ‘நிலமகள்’, ‘புவிமகள்’, ‘பார்மகள்’, ‘புலமகள்’ என்னும் சொற்கள் அமைகின்றன.

‘கோமகள்’ என்றால் தலைவருடைய, அதாவது, அரசருடைய மகளைக் குறிக்கும். ‘நாமகள்’, ‘சொன்மகள்’ ஆகிய பெயர்கள் நாவுக்கும் சொல்லுக்கும் தலைவியாகிய கலைமகளைக் குறிப்பவையாகும். ‘சயமகள்’, அதாவது ‘வெற்றிமகள்’ என்னும் பெயர் துர்க்கைக்கு வழங்கப்படுகிறது.

‘தமிழ்மகள்’ என்னும் பெயர் தமிழன்னையைக் குறிக்கிறது. தமிழுக்குச் சிறப்பைச் சேர்த்த பெண்பாற்புலவர்களையும் இப்பெயரால் அழைக்கிறார்கள். எடுத்துக்காட்டாக, ‘சாதி இரண்டு ஒழிய வேறு இல்லை என்றே தமிழ்மகள் சொல்லிய சொல் அமிழ்தம்’ என்கிறார் பாரதியார். இங்கு ‘தமிழ்மகள்’ எனக் குறிப்பிடப்படுபவர், ‘சாதி இரண்டொழிய வேறில்லை’ என்ற வரியை எழுதிய ஔவையார்.

சங்க இலக்கியத்தில் ‘குறமகள்’ எனும் பெயரில் பெண்பாற்புலவர்கள் இருந்திருக்கிறார்கள். இவர்கள் குறிஞ்சி நிலத்தைச் சேர்ந்த குறவர் குலத்தினர் என்பதால் இப்பெயர் அமைந்திருக்கவேண்டும். முருகருடைய மனைவியாகிய ‘வள்ளி’யும் இக்குலத்தைச் சேர்ந்தவராதலால் ‘குறமகள்’ எனக் குறிப்பிடப்படுகிறார்.

இன்னும் எழில்மகள், வளமகள், குணமகள், நலமகள் என்று அடுக்கிக்கொண்டே போகலாம். ‘மகள்’ என்ற அழகிய சொல் இப்படி எத்தனையோ சொற்களாக மாறிப் பெண்களைச் சிறப்பித்துக்கொண்டிருக்கிறது.

★★★

87. காட்டுயிர்க் காதலர்

‘சிவனப்பள்ளியின் கருஞ்சிறுத்தை!’

பெயரைக் கேட்டாலே உடம்பெல்லாம் சிலிர்க்கிறதில்லையா? கென்னத் ஆன்டர்சன் என்ற புகழ்பெற்ற வேட்டைக்காரர், எழுத்தாளருடைய *The Black Panther of Sivanipalli*யின் தமிழ் மொழிபெயர்ப்புக்குதான் இப்படித் தலைப்பிட்டிருந்தார்கள். இளம்வயதில் இந்தப் புத்தகத்தை ஆர்வத்துடன் படித்த ஒருவர், காடுகளின் காதலராகிவிட்டார்!

அவர் பெயர் ச. முகமது அலி. தமிழகத்தின் முதன்மையான கானுயிர் ஆர்வலர்கள், எழுத்தாளர்களில் ஒருவர். ‘காட்டுயிர்’ என்னும் திங்களிதழை நடத்திவருபவர், பல்லுயிரியம், அதோ அந்தப் பறவைபோல, வட்டமிடும் கழுகு உள்ளிட்ட பல அரிய நூல்களை எழுதியுள்ளவர். இப்படிக் காடுகளோடு இயைந்த ஒரு வாழ்க்கையை அவர் அமைத்துக்கொள்ளக் காரணம், காடுகளைப்பற்றிய சில புத்தகங்கள்தான் என்றால் யார் நம்புவார்கள்?

இத்தனைக்கும், முகமது அலி காடுகளின் மத்தியில் பிறந்தவர். மேட்டுப்பாளையம்தான் அவருடைய சொந்த ஊர். சிறுவயதிலிருந்தே காடுகளை ஓரக்கண்ணால் பார்த்தபடி வளர்ந்தவர். அவரைக் காட்டுக்குள் நுழையச் சொன்னவை இந்தப் புத்தகங்கள்.

கென்னத் ஆன்டர்சனைத் தொடர்ந்து, ஜிம் கார்ப்பெட்டின் புத்தகமொன்றைப் படித்தார் முகமது அலி. இந்நூல்களில் இடம்பெற்றிருந்த காட்சிகள் அவரைத் திகைக்கவைத்தன, சுண்டியிழுத்தன. அந்தக் காட்சிகளை உண்மையில் காண்பதற்காகவும் உணர்வதற்காகவும் காட்டுக்குள் செல்லத் தொடங்கினார்.முகமது அலியும் அவருடைய நண்பர்கள் சிலரும் சேர்ந்துகொண்டு, யாருக்கும் தெரியாமல் காட்டுக்குள் செல்வார்கள். 'தெரியாத, அறியாத இடம் அத்தனைக்கும் போவோம். அங்கு நடந்தது எதையும் வீட்டுக்குச் சொல்லமாட்டோம்' என்று பின்னர் ஒரு பேட்டியில் குறிப்பிட்டார் அவர்.

இந்த நேரத்தில், ரூவார்க் எழுதிய 'தாத்தாவும் பேரனும்' என்ற கதையை வாசித்தார் முகமது அலி. அதுவும் காடுகளைப்பற்றிய நேயத்தை அவருக்குள் உண்டாக்கியது. இப்படிப் பல நூல்களும் நேரடி அனுபவமும் தந்த மகிழ்ச்சியால் காடுகளுக்கு அடிக்கடி செல்லத்தொடங்கினார் முகமது அலி. பிறரையும் காடுகளுக்குச் செல்லும்படி ஊக்குவிக்கத்தொடங்கினார்.

'பள்ளிச் சிறுவர்கள், கல்லூரி மாணவர்களை மாதந்தோறும் காடுகளுக்கு அழைத்துச்செல்கிறேன்' என்கிறார் முகமது அலி. 'வீட்டுக்குள் அடைபட்டுக்கிடந்த அவர்களின் சிந்தனைக்குக் காடுகள் சிறகு முளைக்கவைத்துத் தூண்டிவிடுகின்றன.'

அதேசமயம், இப்படிக் காடுகளுக்குச் செல்கிறவர்கள் அங்குள்ள விலங்குகளைத் தொல்லைப்படுத்தக்கூடாது என்றும் எச்சரிக்கிறார் முகமது அலி. மக்கள் இயற்கையை முழுமையாகப் படித்தால், காட்டைப் பாதுகாத்தால் விலங்குகளும் மகிழ்ச்சியாக வாழும், மனிதனுக்கும் பலப்பல நன்மைகள் உண்டு என்று உறுதியாகச் சொல்கிறார். அன்று காடுகளைப்பற்றிய நூல்களை வாசித்துக் காட்டுக்குள் நுழைந்த முகமது அலி, இன்று தன்னுடைய நூல்களின்மூலம் காட்டுயிர்களைப்பற்றிய விழிப்புணர்வை உண்டாக்குகிறார், இன்னும் பலரைக் காடுகளுக்குள் அழைத்துச்செல்கிறார்!

★★★

௪௪. கோம்பி விருத்தம்

சீவகசிந்தாமணியை எழுதிய திருத்தக்கதேவர், 'நரி விருத்தம்' என்ற நூலொன்றையும் எழுதியிருக்கிறார். நரியை அடிப்படையாகக் கொண்டு எழுதப்பட்ட இந்த நூலைப் போலவே, கோம்பியை அடிப்படையாகக் கொண்டு எழுதப்பட்ட இன்னொரு நூல், 'கோம்பி விருத்தம்'.

'கோம்பி'யா? அதென்ன?

பச்சோந்தி எனப்படும் *Chameleon*தான் கோம்பி. தான் இருக்கும் இடத்துக்கேற்பத் தோற்றத்தை மாற்றிக்கொள்ளும் இந்த விலங்கை மையமாகக் கொண்டு *Merrick* என்ற ஆங்கிலப்புலவரால் எழுதப்பட்ட ஒரு சுவையான ஆங்கிலப் பாடலின் மையக் கதையைப் பின்பற்றிக் 'கோம்பி விருத்தம்' எழுதியவர் நெல்லையைச் சேர்ந்த தமிழ்ப்புலவர் வெ.ப.சுப்பிரமணியர்.

இரண்டு பயணிகள், ஒரு பாலைவனத்தில் நடந்துசெல்கிறார்கள். வெம்மை அதிகமானதால் களைத்துப்போகிறார்கள், அவர்களுக்கு மிகவும் தாகமெடுக்கிறது, ஆனால், அக்கம்பக்கத்தில் எங்கும் நீரில்லை. இந்நிலையில், அவர்கள் ஒரு சோலையைக் காண்கிறார்கள். மகிழ்ச்சியுடன் அதனுள் நுழைகிறார்கள், அங்கிருந்த நீர்நிலையில் நீர் அருந்துகிறார்கள். அப்போது, நீலவானத்தின் நிழல் நீரில் தெரிகிறது. அவர்களில் ஒருவர் சொல்கிறார், 'அடடா, கோம்பியைப்போல் இந்த வானமும் நீல நிறத்தில் உள்ளது!'

மற்றவர் இதை மறுக்கிறார், ‘கோம்பியின் நிறம் பச்சையானது’ என்கிறார். இருவரும் மாறி மாறிச் சண்டையிடுகிறார்கள்.

அப்போது, அங்கு இன்னொருவர் வருகிறார். இவர்களுடைய வாதங்களைக் கேட்டுச் சிரிக்கிறார். ‘நீங்கள் இருவர் சொல்வதும் தவறு. கோம்பியின் நிறம் கருப்பு’ என்கிறார். ‘சற்றுமுன்புதான் நான் ஒரு கோம்பியைப் பிடித்தேன், அது கருநிறமாகதான் இருந்தது. இதோ, நீங்களே பாருங்கள்’ என்றபடி தன் மடியிலிருந்த கோம்பியை விடுவிக்கிறார்.

ஆனால், அந்தக் கோம்பி கருப்பாக இல்லை. வெண்மையாக இருந்தது. மூவரும் திகைத்தனர்.

ஒவ்வொரு வேளையும் ஒவ்வொரு நிறத்துடன் இருக்கும் இயல்பைக்கொண்டது கோம்பி. இது தெரியாமல் மூவரும் தாங்கள் கண்ட நிறம்தான் கோம்பியின் இயற்கையான நிறம் என்று நினைத்துச் சண்டையிட்டுக்கொண்டார்கள். ஆராயாமல் தாங்கள் எண்ணியதே உண்மை என்று நம்பிவிட்டார்கள். இதைக் கவிஞர் அழகாகப் பாடுகிறார்:

> ‘எப்பொருள் எவர் எவரிடத்துக் கேட்பினும்,
> அப்பொருள் மெய்ப்பொருள் அறிதல் மெய் அறிவு.’

எதை யார் சொன்னாலும் உடனே நம்பிவிடக்கூடாது, அது உண்மையா என்று அறிவதுதான் மெய்யான அறிவு, இல்லாவிட்டால் கோம்பியின் நிறம் நீலமா, பச்சையா, கருப்பா என்று ஒவ்வொருவரும் சண்டையிட்டுத் தோற்றுப்போகவேண்டியதுதான் என்கிறது கோம்பி விருத்தம்.

இந்தக் கதை ஆங்கிலக் கவிஞருடையதாக இருக்கலாம்; ஆனால், அதன் சாரமாக வெ.ப.சுப்பிரமணியர் சுட்டும் பகுதி நம்முடைய திருக்குறளில் உள்ளது:

‘எப்பொருள் யார் யார்வாய்க் கேட்பினும், அப்பொருள்
மெய்ப்பொருள் காண்பது அறிவு.’

★★★

௪௯. வெள்ளமும் உள்ளமும்

தமிழாசிரியர் குளக்கரையில் நடந்துகொண்டிருந்தார். இனிமையான தென்றல் காற்று அவரை வரவேற்று உடன் நடந்தது.

சற்றுத் தொலைவில்தான் மலர்க்கொடியின் வீடு. ஆசிரியர் நடப்பதைப் பார்த்த அவள் குடுகுடுவென்று ஓடிச்சென்று அவரை வணங்கினாள், 'நானும் உங்களோட கொஞ்சநேரம் நடக்கலாமா, ஐயா?' என்றாள்.

ஆசிரியர் சிரித்தார். 'நான்தான் கூடுதல் எடையைக் குறைக்க நடக்கிறேன். உனக்கென்ன மலர்க்கொடி?' என்றார்.

'பரவாயில்லைங்கய்யா, உடற்பயிற்சி எல்லாருக்கும் நல்லதுதானே?' என்றபடி அவருடன் நடக்கத்தொடங்கினாள் மலர்க்கொடி.

குளத்தில் பலவிதமான நீர்மலர்கள் பூத்திருந்தன. வண்ணமயமான அந்தக் காட்சி மிகவும் அழகாக இருந்தது. அதை மகிழ்ச்சியுடன் கண்ட ஆசிரியர், 'மலர்க்கொடி, இந்த நீர்ப்பூக்களோட உயரம் என்னன்னு உனக்குத் தெரியுமா?' என்று கேட்டார்.

மலர்க்கொடி சிறிது யோசித்தாள், 'அஞ்சாறு அடி இருக்கும்ன்னு நினைக்கறேன், ஐயா' என்றாள்.

தமிழாசிரியர் சிரித்தார், 'எதை வெச்சு அப்படிச் சொல்றே?'

'இந்தக் குளத்தோட ஆழம் அவ்ளோதான்னு எங்கப்பா சொல்லியிருக்கார்' என்றாள் மலர்க்கொடி. 'அப்படீன்னா, நீர்ப்பூக்களோட தண்டும் அந்த நீளம்தானே இருக்கணும்?'

'ஆமாம் மலர்க்கொடி, தண்ணீரோட உயரம் என்னவோ அதைப்பொறுத்துதான் நீர்ப்பூக்களோட உயரமும் அமையும்' என்றார் தமிழாசிரியர். 'நாமும் அதைப்போலதான், நம்ம மனசுல எந்த அளவு ஊக்கம் இருக்கோ, அந்த அளவுக்கு நாம் உயர்வோம்ன்னு திருவள்ளுவர் சொல்றார். அதிக ஊக்கமுள்ளவங்க பெரிய அளவுல முன்னேறுவாங்க, குறைஞ்ச ஊக்கமுள்ளவங்க ரொம்ப முன்னேறமுடியாது.'

'எனக்கு அந்தத் திருக்குறள் தெரியும்ங்கய்யா' என்று துள்ளிய மலர்க்கொடி அதை ஆர்வத்துடன் சொல்லத்தொடங்கினாள்:

> 'வெள்ளத்து அனைய மலர் நீட்டம், மாந்தர்தம்
> உள்ளத்து அனையது உயர்வு.'

'உன்னோட நினைவாற்றலைப் பாராட்டறேன் மலர்க்கொடி' என்றார் தமிழாசிரியர். 'இதேமாதிரி வெள்ளத்து அனைய-ன்னு தொடங்கற இன்னொரு குறளும் இருக்கு, அது உனக்குத் தெரியுமா?'

மலர்க்கொடிக்கு அந்தக் குறள் தெரிந்திருக்கவில்லை. ஆகவே, ஆசிரியரே அதைச் சொல்லி விளக்கினார்:

> 'வெள்ளத்து அனைய இடும்பை, அறிவு உடையான்
> உள்ளத்தின் உள்ளக் கெடும்.'

'நீர்வெள்ளம் பெருகிவரும்போது, எதிர்ல உள்ள எல்லாத்தையும் அழிச்சிடும்ன்னு சொல்வாங்க. அதுபோல, மிகப்பெரிய துன்பங்கள் வரும்போது, அதை வெள்ளம்மாதிரி துன்பம்ன்னு விவரிக்கறது வழக்கம்.'

'அப்படி வெள்ளம்போலத் துன்பங்கள் வந்தாலும், அறிவுள்ளவன் கலங்கமாட்டானாம். அவனோட உள்ளத்துல இருக்கிற ஊக்கம் நிறைஞ்ச எண்ணங்களால அந்தத் துன்பத்தைத் தீர்த்துடுவானாம்.'

'வெள்ளத்தையும் ஊக்கத்தையும் வெச்சு ரெண்டு சிறப்பான கருத்துகள், ரொம்ப அழகா இருக்குங்கய்யா' என்றாள் மலர்க்கொடி, 'நம்ம உள்ளத்துல நிறைய ஊக்கம் இருக்கணும், அப்படியிருந்தா, எப்படிப்பட்ட பிரச்னைகளையும் சமாளிக்கலாம், பெரிய அளவில வளரலாம்ன்னு புரிஞ்சுகிட்டேன். ரொம்ப நன்றி!'

★★★

௰. அனைவருக்கும் நூல்களின் சுவை!

இன்றைக்குத் தமிழில் கதை, கவிதை, கட்டுரை என்று பலவிதமான நூல்கள் வெளியாகின்றன. இவை ஒவ்வொன்றிலும், எல்லாரும் வாசித்துப் புரிந்துகொள்ளக்கூடியவை, மொழியில் நல்ல தேர்ச்சி உள்ளவர்கள், நவீன இலக்கிய அறிமுகம் உள்ளவர்கள்மட்டுமே புரிந்துகொள்ளக்கூடியவை என்று பலவகைகள் உள்ளன.

ஆனால், தொடக்கக் காலத்தில் தமிழில் வெளியான நூல்கள் அனைத்தும் கவிதைகளாகவே இருந்தன. அவை மிக அழகான பாடல்களைக் கொண்டிருந்தன. ஆனால், அவற்றை எல்லாராலும் படித்துப் புரிந்துகொண்டு ரசிக்க இயலாது.

இதனால், தமிழ் நூல் வாசிப்பு என்பது ஒரு சிறு வட்டத்துக்குள்தான் நிகழ்ந்துகொண்டிருந்தது. நல்ல சொல்லறிவும், சொற்றொடர் அமைப்புபற்றிய தெளிவும், பாடல்களின் வகைகள், உத்திகளையும் அறிந்தவர்கள்தாம் இவற்றைப் படித்து ரசித்தார்கள்.

இந்தப் போக்கினால், தமிழ் நூல்களில் உள்ள அரிய, சிறந்த கருத்துகள் பெரும்பான்மை மக்களைச் சென்றுசேரவில்லை என்பதை அறிஞர்கள் உணர்ந்தார்கள். இந்தப் பிரச்னையை எப்படித் தீர்க்கலாம் என்று சிந்தித்தார்கள்.

பாடல்களுக்கு உரையெழுதலாம்; அவற்றில் வழங்கப்பட்டுள்ள விஷயங்களை எளிய உரைநடையில் விளக்கலாம். அதன்மூலம், பாடல்களை வாசிக்க இயலாதவர்கள்கூட, உரையைப் படித்துப் புரிந்துகொள்ளலாம்.

இந்தச் சிந்தனையுடன், தமிழில் பல உரை நூல்கள் எழுந்தன. இவை நூல்களை இன்னும் பெரிய வட்டத்துக்குக் கொண்டுசென்றன.

ஆனால், இதுவும் முழுமையான தீர்வாக இல்லை. ஒவ்வொரு பாடலாகப் படித்து, உரையைப் படித்துப் புரிந்துகொள்கிற அறிவோ, பொறுமையோ இல்லாதவர்கள் பலர் இருந்தார்கள். அவர்களுக்கு இந்நூல்களின் கருத்துகளைமட்டும் சுருக்க மாகவும் சுவையாகவும் கொண்டுசெல்ல வேறு உத்திகள் கண்டறியப் பட்டன.

எடுத்துக்காட்டாக, 'வசன நூல்கள்' எனப்படும் உரைநடை நூல்கள், பெரிய காவியங்களுடைய கருத்துகளை உரைநடையாக எளிய வடிவில் தந்தன. இவற்றில் அனைத்துப் பாடல்களும் இடம்பெறாது, ஆங்காங்கே சில பாடல்களைத் தந்திருப்பார்கள், மற்றபடி உரைநடை நூலைப்போல் இதைச் சுவையாகப் படித்துக்கொண்டே செல்லலாம்; மூல நூலில் உள்ள கருத்துகளைப் புரிந்துகொள்ளலாம்.

இவ்வகை வசன நூல்கள் மூல நூல்களுக்கு மாற்றாகிவிடாது; அதைப் படித்துச் சுவைப்பது இன்னும் இனிமையாகதான் இருக்கும். அதேசமயம், அதைப் படிக்கும் வாய்ப்பற்றவர்களுக்கு இது பெரிய உதவியாக அமையுமில்லையா?

எடுத்துக்காட்டாக, புகழ்பெற்ற நூலாசிரியரும் பதிப்பாசிரியரு மான ஆறுமுக நாவலர் 'பெரியபுராண வசனம்', 'கந்தபுராண வசனம்', 'திருவிளையாடற்புராண வசனம்' ஆகிய வசன

நூல்களை வெளியிட்டுள்ளார். இவை ஒவ்வொன்றும் ஆயிரக்கணக்கான பாடல்களைக் கொண்ட மூல நூல்களை அடிப்படையாகக் கொண்டவை; அதன் சாரத்தை அழகிய உரைநடையில் தந்து பாமர மக்களையும் ஈர்த்தவை.

நாடகப்பாடல்களும் இதேபோன்றதோர் அரிய பணியை ஆற்றின. எடுத்துக்காட்டாக, சீகாழி அருணாசலக் கவிராயருடைய 'ராமநாடகக் கீர்த்தனைகள்', கம்ப ராமாயணத்தின் சாரத்தை எளிய, எல்லாருக்கும் புரியக்கூடிய பாடல்களாக வழங்கின.

நல்ல இலக்கியங்களை, கருத்துகளை அனைவரும் அறிந்துகொள்ளவேண்டும் என்ற ஆர்வத்துடன் நம்முடைய அறிஞர்கள் ஆற்றியுள்ள இதுபோன்ற பங்களிப்புகளால்தான், தமிழில் நூல் வாசிப்பு நன்கு பரவலடைந்தது. நம் சமூகத்தின் ஒட்டுமொத்த அறிவும் மேம்பட்டது.

★★★

௯1. கற்றல் தொடரட்டும்

மனிதர்களுடைய வாழ்க்கையின் இளமைப்பருவத்தில் கல்வி, வேலைக்குச் செல்லுதல் என்ற இரு தெளிவான நிலைகள் காணப்படுகின்றன. இளைஞர்கள் கல்வியின்மூலம் அறிவைப் பெற்றுக்கொண்டு, அந்த அறிவைப் பயன்படுத்தி வேலைக்குச் செல்கிறார்கள்.

ஆனால், இந்த இரண்டுக்கும் இடையிலுள்ள கோடு தெளிவானதாக இல்லை. அதாவது, ஒருவர் எப்போது கல்வி நிலையிலிருந்து வேலைக்குச் செல்லும் நிலைக்கு மாறவேண்டும் என்பது உறுதியாக வரையறுக்கப்படுவதில்லை.

எடுத்துக்காட்டாக, சிலர் பள்ளி, கல்லூரியில் இளநிலைப்பட்டம், முதுநிலைப்பட்டம், முனைவர் படிப்பு என்று பல ஆண்டுகள் படித்துவிட்டுப் பணிக்குச் செல்கிறார்கள். வேறு சிலர் இளநிலைப்பட்டத்துடன் வேலைக்குச் சென்றுவிடுகிறார்கள். பள்ளிப்படிப்பை நிறுத்திவிட்டு வேலைக்குச் செல்கிறவர்களும் உண்டு, கல்லூரியில் படித்தபடி பகுதிநேரமாக வேலைசெய்கிறவர்களும் உண்டு.

உண்மையில், கல்விக்கு முற்றுப்புள்ளி என்று எதுவும் கிடையாது. நாம் ஒவ்வொருவரும் வாழ்நாள்முழுக்கக் கற்றுக்கொண்டுதான்

இருக்கிறோம். வேலைக்குச் செல்கிறவர்களும் அங்கு பல விஷயங்களைப் பயின்று தேர்கிறார்கள், அதன்மூலம் இன்னும் சிறப்பாகப் பணிபுரிகிறார்கள்.

அதேசமயம், பள்ளிக்கல்வி, கல்லூரிக்கல்வி என்பது ஒருவருடைய அறிவுக்கான அடித்தளத்தை அமைத்துத்தருகின்றன. இவற்றின் மூலம் அவருடைய பணிவாய்ப்புகளும் பலமடங்கு சிறப்பாகும் என்பது உறுதி.

எனினும், குடும்பச்சூழ்நிலையாலோ அறியாமையினாலோ சோம்பேறித்தனத்தினாலோ அலட்சியத்தினாலோ சிலர் படிப்பைப் பாதியில் நிறுத்திவிட்டுக் கிடைத்த வேலைக்குச் செல்கிறார்கள். அதனால் வரும் உடனடி வருமானம் அப்போது அவர்களுக்கு மகிழ்ச்சி தருகிறது. ஆனால், கல்வியைக் கைவிட்டதால் தாங்கள் எதை இழக்கிறோம் என்பதை அவர்களில் யாரும் உணர்வதில்லை.

ஆகவே, அரசும் மற்ற பல சமூக சேவை நிறுவனங்களும் இந்த விழிப்புணர்வை உண்டாக்கும் பணியை எடுத்துக்கொண்டுள்ளன. போதுமான அளவு கல்வி பெறாமல் பணிக்குச் சென்றுவிட்டவர்கள், திருமணம் செய்துகொள்வதற்காகப் படிப்பை நிறுத்திவிட்டவர்கள் போன்றவர்களுக்கான மாற்றுக்கல்வித் திட்டங்களை உருவாக்குகின்றன.

எடுத்துக்காட்டாக, முதியோர் கல்வித் திட்டங்கள், பணிக்குச் செல்வோருக்கு வசதியான மாலைநேரப் பள்ளிகள், கல்லூரிகள், அஞ்சல்வழிக் கல்வித் திட்டங்கள் போன்றவை படிப்பைத் தொடர விரும்புவோருக்கு உதவுகின்றன. அந்தந்தப் பகுதிகளில் உள்ள தன்னார்வலர்கள் இதுபற்றிப் பலருக்கும் எடுத்துச்சொல்கிறார்கள், இவற்றைப் பயன்படுத்திக்கொண்டு கல்வியைத் தொடரும்படி ஊக்குவிக்கிறார்கள்.

தற்போது, இணையமும் இதில் முக்கியப் பங்காற்றுகிறது. செல்பேசிகளில் வீடியோக்கள், செயலிகள் போன்றவற்றின்மூலம் எழுதப்படிக்கத் தெரிந்துகொள்ளலாம், ஆங்கிலம்போன்ற பிற மொழிகளைக் கற்கலாம், தொழிற்பயிற்சி பெறலாம்,

சொந்தத்தொழில் தொடங்குவதுபற்றி அறியலாம், இன்னும் பல பயனுள்ள விஷயங்கள் இணையத்தில் கிடைக்கின்றன.

ஆக, கற்கவேண்டும் என்ற முனைப்புதான் முக்கியம். வழக்கமான பள்ளிகள், கல்லூரிகளில் அதற்கான வாய்ப்பு அமையாவிட்டாலும், இதுபோன்ற மாற்றுவழிகளைப் பயன்படுத்திக் கற்பது சாத்தியமே. அறிவு விரிவாகும்போது வாழ்க்கையும் இனிதாகும்.

உங்களுக்குத் தெரிந்தவர்கள் யாரேனும் படிப்பைப் பாதியில் நிறுத்தியிருந்தால், இன்னும் படிப்பது அவர்களுக்கு மேம்பட்ட வாய்ப்புகளை உருவாக்கித்தரும் என்று நீங்கள் நினைத்தால், இந்த மாற்றுத் திட்டங்களை அவர்களுக்கு அறிமுகப்படுத்துங்கள். உரிய அலுவலர்கள், தன்னார்வலர்களுடன் பேசும்படி அவர்களை ஊக்கப்படுத்துங்கள். அவர்களுடைய கல்விக்கண்ணைத் திறப்பது உங்கள் கடமை.

★★★

௯௨. கவிதை வாசித்தல்

ஒரு கவிதை நூலை எப்படிப் படிக்கவேண்டும்?

இதென்ன கேள்வி? எல்லா நூல்களையும்போல் கையில் எடுத்துப் பக்கம்பக்கமாகப் புரட்டிதான் படிக்கவேண்டும்!

உண்மைதான். ஆனால், மற்ற நூல்களுக்கும் (அதாவது, உரைநடை நூல்களுக்கும்) கவிதை நூல்களுக்கும் ஒரு முக்கியமான வேறுபாடு உண்டு. கவிதைகளைக் கூடுதல் கவனத்துடன் படிக்கவேண்டும்.

ஏனெனில், உரைநடை நூல்கள் எதையும் நேரடியாகச் சொல்லிவிடுகிறவை. அவற்றை ஒவ்வொரு சொல்லாக, சொற்றொடராகப் படித்தாலே பொருளை முழுமையாக உணர்ந்துவிடலாம்.

சில உரைநடை நூல்களில், வரிகளுக்கிடையில் சொல்லப்படாத கருத்துகள் இருக்கலாம். அவற்றைச் சிந்தித்து, நம்முடைய அனுபவங்கள், எண்ணங்களின்மூலம் அந்த இடைவெளிகளை நிரப்பிக்கொள்வது இன்னும் நல்ல அனுபவமாக இருக்கும்.

ஆனால், பெரும்பாலான உரைநடை நூல்கள் அப்படியில்லை. உரைநடையின் இயல்பே நேரடித்தன்மைதான், சொல்லவந்ததைக்

குறையில்லாமல் முழுமையாகவும் தெளிவாகவும் சொல்லி விடுவது.

இங்குதான் கவிதை நூல்கள் மாறுபடுகின்றன. ஒரு கவிதையில் கவிஞர் பயன்படுத்தியிருக்கும் சொற்களைமட்டும் நேரடியாகப் படித்தால், அக்கவிதையின் பொருளை முழுமையாக உணர இயலாது. வாசகர் அதைப்பற்றிச் சிந்திக்கவேண்டும், அதன் முழுப்பொருளை நோக்கிச் செல்ல முயலவேண்டும்.

'கதை படிப்பதுபோலக் கவிதையைப் படிக்கக்கூடாது' என்கிறார் பெ. தூரன். 'அப்படிப் படித்தால் கவிதையைப் பூரணமாகச் சுவைக்கமுடியாது. அமைதியாக இருந்து கவனமாகக் கவிதையைப் படிக்கவேண்டும். கற்பனைத்திறனையும் சேர்த்துக்கொண்டு படிக்கவேண்டும். பல தடவை படிக்கவேண்டும். ஒவ்வொரு சொல்லும் சந்தமும் அசைவும் நெளிவும் குறிப்பும் மறைப்பும் என்னென்ன உணர்ச்சிகளைத் தட்டியெழுப்புகிறது என்று கண்டு அனுபவிக்க அதுதான் வழி!'

அதனால்தான், உரைநடையுடன் ஒப்பிடும்போது கவிதைகள் சுருக்கமாக இருக்கின்றன. 'ஆத்தி சூடி'யிலுள்ள கவிதைகளெல்லாம் ஒரே வரி, திருக்குறளில் ஒவ்வொரு கவிதையும் இரண்டே வரி, பெரும்பாலான பழந்தமிழ் இலக்கியங்களிலுள்ள கவிதைகள் ஒவ்வொன்றும் நான்கே வரி, பத்துப்பாட்டு போன்ற சில இடங்களில் நூற்றுக்கும் மேற்பட்ட வரிகளைக் கொண்ட கவிதைகள் இருந்தபோதும், அவை சிறுபான்மைதான்.

அதேபோல், நாட்டுப்புறப் பாடல்கள், இன்று எழுதப்படும் புதுக்கவிதைகளும்கூடச் சிறிய அளவிலேயே அமைந்திருக்கின்றன. ஏழெட்டு வரிகளுக்குள் ஒரு கருத்தைச் சுருக்கமாகச் சொல்லிவிட்டு அவை விலகி நின்றுகொள்கின்றன.

இப்போது, வாசகராகிய நம்முடைய பணி தொடங்குகிறது. நாம் அக்கவிதையை முதலில் சொல்லளவில் படிக்கவேண்டும், அதன் நேரடிப்பொருளை உணரவேண்டும், பின்னர் அந்தச் சொற்களின் அமைப்பு, அவை கட்டமைக்கப்பட்டிருக்கும்

விதம், பயன்படுத்தப்பட்டிருக்கும் படிமங்கள், உவமைகள், சொல்லப்படாத விஷயங்கள், கவிதை எழுதப்பட்ட பின்னணி, கவிஞருடைய வாழ்க்கைக்குறிப்புகள் என்று பலவற்றையும் சிந்திக்கவேண்டும். அத்துடன் நம்முடைய வாழ்க்கை அனுபவங்களையும் சேர்த்துக்கொண்டு கவிதையின் முழுப்பொருளை உணர முற்படவேண்டும்.

இதனால், ஒரே கவிதையைப் படிக்கிற இரு வாசகர்கள் முற்றிலும் வேறுவிதமாக அவற்றைப் புரிந்துகொள்ளலாம். சொல்லப்போனால், கவிஞர் சிந்திக்காத ஒரு கோணத்தில்கூட அவர்கள் அந்தக் கவிதையை உணரலாம். இதுவும் கவிதையின் இயல்புகளில் ஒன்று.

சுருக்கமாக எழுதப்பட்டாலும், விரிவான உணர்ச்சிகளைப் புரியவைக்கும் அரிய கலைவடிவம் கவிதை. அதற்கு உரிய நேரத்தைக் கொடுத்துப் பொறுமையாக வாசித்து அனுபவிக்கவேண்டியது நம் கடமை. அது கவிஞருக்குத் தரும் பெருமதிப்புமட்டுமில்லை, நமக்கும் நல்ல அனுபவத்தைப் பயனைத் தரக்கூடிய ஒரு பழக்கம்.

★★★

௯௩. வாழ்க!

ஒரு குழந்தைக்குப் பிறந்தநாள் விழா. உறவினர்கள், நண்பர்கள் என்று பலரும் அதில் கலந்துகொள்கிறார்கள், குழந்தைக்கு விதவிதமான பரிசுகளை வழங்குகிறார்கள்.

ஆனால், வண்ணத்தாள்களால் சுற்றப்பட்ட அந்தப் பரிசுகளையெல்லாம் விடப் பெரிய பரிசு, குழந்தைக்கு அவர்கள் தரும் வாழ்த்துகள்தான். 'இந்தக் குழந்தை இன்னும் நூறாண்டு காலம் உடல்நலத்துடனும் வளத்துடனும் மகிழ்ச்சியுடனும் வாழவேண்டும்' என்று அவர்கள் மனத்துக்குள்ளோ வெளிப்படையாகவோ சொன்னால், அந்த வாழ்த்துகளெல்லாம் ஒன்றாகச் சேர்ந்து குழந்தைக்கு நன்மை பிறக்கும் என்பது நம்முடைய நம்பிக்கை.

அதனால்தான், இப்போதெல்லாம் பல விழா அழைப்பிதழ்களில், 'பரிசுப்பொருள்கள் வேண்டாம், உங்களுடைய அன்பான வருகையும் வாழ்த்துகளும் போதும்' என்று அச்சிடுகிறார்கள். பண்டிகைகளின்போது நேரிலும் தொலைபேசியிலும் குறுஞ்செய்தி, இணையம் வழியாகவும் மக்கள் வாழ்த்துகளை வழங்கி மகிழ்கிறார்கள்.

தமிழில் வாழ்த்தைத் தெரிவிக்கப் பயன்படுத்தப்படும் பொதுவான சொல், 'வாழ்க'. இதற்கு முன்னாலோ பின்னாலோ வாழ்த்தப்படும் நபர் அல்லது நிறுவனத்தின் பெயரையும் சேர்த்துச் சொல்வார்கள். எடுத்துக்காட்டாக, 'கமலா வாழ்க', 'நம்முடைய பள்ளி வாழ்க', 'வாழ்க இந்தியா.'

நாமெல்லாம் உணர்ச்சிவயப்படும்போது ஒரே சொல்லைப் பலமுறை சொல்வதுண்டு. அதன்படி, 'வாழ்க வாழ்க' என்று வாழ்த்தை இரண்டாக அடுக்கிச்சொல்லும் பழக்கமும் உள்ளது.

இன்னும் சிலர், 'வாழ்க' என்பதுடன், 'வளர்க' என்ற இன்னொரு வாழ்த்துச்சொல்லைச் சேர்ப்பார்கள். இது வளர்ச்சியை, முன்னேற்றத்தைக் குறிக்கிறது.

எப்படி வாழவேண்டும் என்று குறிப்பிட்டு வாழ்த்துகிறவர்களும் உண்டு. எடுத்துக்காட்டாக, 'நலத்துடன் வாழ்க', 'வளத்துடன் வாழ்க', 'சிறப்பாக வாழ்க.'

'வாழிய செந்தமிழ், வாழ்க நற்றமிழர்' என்ற பாரதியார் பாடலில், 'வாழ்க'வுக்கு இணையாக 'வாழிய' என்ற வாழ்த்துச்சொல்லைப் பார்க்கிறோம். இதை 'வாழி' என்று சுருக்கமாகவும் சொல்லலாம். எடுத்துக்காட்டாக, 'நல்லோர் வாழி', 'நண்பா, நீ வாழி.'

இவ்வாறு பிறரை வாழ்த்தும் சொற்றொடர்களை 'விழைவுத்தொடர்' என்கிறோம். வாழ்த்தப்படுபவர் நன்கு சிறந்து விளங்கவேண்டும் என்று விழைந்து சொல்லும் சொற்றொடர் என்பதால் அது விழைவுத்தொடராகிறது.

வாழ்த்துச்சொற்கள் உதட்டிலிருந்து பிறப்பவையாக இருக்கக் கூடாது; உண்மையிலேயே மனத்தின் அடியாழத்திலிருந்து அவை மலரவேண்டும். யார் வேண்டுமானாலும் எப்போது வேண்டுமானாலும் எந்தச் செலவும் இல்லாமல் மற்றவருக்குத் தரக்கூடிய பரிசுகள் அவை.

இதனால், வாழ்த்தைப் பெறுகிறவருக்கு மட்டும்தான் நன்மை என்று எண்ணிவிடக்கூடாது. வாழ்த்துகிற நமக்கும் நன்மை உண்டு. தங்களைச் சுற்றியிருக்கிறவர்களைப்பற்றி எப்போதும்

நேர்விதமாக, நல்லமுறையில் எண்ணுகிறவர்களுக்கு, அவர்கள்மீது பொறாமைப்படாமல் அனைவரும் நன்றாக இருக்கவேண்டும் என்று விரும்புகிறவர்களுடைய மனம் அழுத்தமில்லாமல் அமைதியாக இருக்கும் என்கிறார்கள் உளவியல் வல்லுனர்கள்.

இதன் பொருள், பிறரை 'வாழ்க' என்று உண்மையாக வாழ்த்தும்போது, அதனால் நாமும் வாழ்கிறோம். எனவே, வாழ்த்துகளை வாரி வழங்குவோம்!

★★★

௯4. மனத்தில் குறிப்பெழுதிய மாணவர்

'மாணவர்களே, நான் சொல்வதைக் கவனமாகக் கேளுங்கள்' என்றார் ஆங்கிலப் பேராசிரியர் அந்தோணி, 'இது ஒரு முக்கியமான பாடம், ஆகவே, நான் சொல்கிற அனைத்தையும் அப்படியே எழுதிக்கொள்ளுங்கள்!'

உடனே, மாணவர்கள் தங்களுடைய நோட்டுப்புத்தகங்களைப் பிரித்தார்கள். பேராசிரியர் சொல்வதை உன்னிப்பாகக் கேட்கத்தொடங்கினார்கள். ஓர் எழுத்துகூட மாறாமல் அதை அப்படியே எழுதத்தொடங்கினார்கள்.

ஆனால், அந்த வகுப்பில் ஒரு மாணவர் மட்டும் சும்மா அமர்ந்திருந்தார். பேராசிரியர் சொல்கிறவற்றை எழுதவில்லை.

ஏன் அப்படி? அவருக்குப் படிப்பில் ஆர்வமில்லையோ? பேராசிரியர்மீது மதிப்பில்லையோ?

அவசரப்படவேண்டாம். பேராசிரியர் பாடத்தை முடிக்கட்டும். அதன்பிறகு, உண்மை தானே வெளிவரும்.

சிறிதுநேரத்தில், பேராசிரியர் அந்தோணி தன்னுடைய விரிவுரையை நிறைவுசெய்தார். 'எல்லாரும் ஒழுங்காக

எழுதிக்கொண்டீர்களா?' என்று கேட்டார். மாணவர்கள் தலையாட்டினார்கள்.

எனினும், பேராசிரியருக்கு மனநிறைவு ஏற்படவில்லைபோல. முக்கியமான அந்தக் குறிப்புகளை மாணவர்கள் இன்னொருமுறை கேட்கவேண்டும் என்பதற்காகவோ என்னவோ, ஒரு மாணவரை எழச்சொன்னார், 'நீ எழுதியதைப் படி, கேட்போம்' என்றார்.

அந்த மாணவர் யார் தெரியுமா? குறிப்பு எழுதாமல் அமர்ந்திருந்தாரே, அவர்தான்.

இப்போது அவர் என்ன செய்வார்? கையில் குறிப்புகள் இல்லையே.

அதைப்பற்றி அந்த மாணவர் கவலைப்படவில்லை. அதுவரை பேராசிரியர் நிகழ்த்திய விரிவுரைமுழுவதையும் ஒரு சிறிய பிழைகூட இல்லாமல் நினைவிலிருந்தே சொல்லிவிட்டார்.

இப்படி ஒருமுறை கேட்ட பாடத்தை உடனே திரும்பச் சொல்லுகிற அளவுக்கு வியக்கவைக்கும் நினைவாற்றலைக் கொண்டிருந்த அந்த இளைஞர், பின்னாட்களில் சிறந்த தமிழறிஞராக, பேராசிரியராக, எழுத்தாளராகப் புகழ்பெற்ற கா.சு. எனப்படும் காந்திமதிநாதர் சுப்பிரமணியம். அவருடைய வாழ்க்கையில் நடைபெற்ற இந்நிகழ்வைப் பேராசிரியர் ப.கங்கை பதிவுசெய்துள்ளார்.

கா.சு. அவர்களுக்கு இந்த நினைவாற்றல் ஒரு நாளில் கிடைத்துவிடவில்லை. அதற்காக அவர் கடுமையாகப் பயிற்சியெடுக்க வேண்டியிருந்தது. அதைப்பற்றிய குறிப்புகள் பி.ஸ்ரீ.ஸ்ரீ.யின் கட்டுரையொன்றில் கிடைக்கின்றன.

ஒவ்வொரு நாளும் வகுப்பில் ஆசிரியர்கள் நடத்துகிற பாடங்களையெல்லாம் கா.சு. மனத்துக்குள்ளேயே திரும்பத் திரும்பச் சொல்லிப்பார்ப்பாராம். வீடு திரும்பும் வழியில் அவற்றை மறுபடி சிந்தித்து அசைபோடுவாராம். இதன்மூலம் மிகச்சிக்கலான பாடங்களைக்கூட எளிதில் புரிந்துகொண்டு, நினைவில் பதித்துக்கொண்டுவிடுவாராம்.

1888 நவம்பர் 5அன்று திருநெல்வேலியில் பிறந்த கா.சு. பள்ளி, கல்லூரியில் மிகச்சிறந்த மதிப்பெண்களைப் பெற்றுப் பல விருதுகள், பரிசுகளை வென்றார். இலக்கியமும் சட்டமும் படித்த இவர், சட்டக்கல்லூரியில் விரிவுரையாளரானார், பின்னர் தமிழ்ப்பேராசிரியராகவும் பணியாற்றினார். ஆழமான பல ஆய்வுகளை நிகழ்த்தினார். இலக்கிய வரலாறு, திருக்குறள் பொழிப்புரை உள்ளிட்ட பல நூல்களை எழுதினார். பல சிறந்த மாணவர்களை உருவாக்கினார். 1945 ஏப்ரல் 30அன்று இறைவனடி சேர்ந்தார்.

★★★

௯5. குறுமையின் பெருமை

பண்டைய தமிழகத்தைப் பற்றிப் பேசும்போது, அதிலுள்ள வெவ்வேறு பகுதிகளைச் சேர நாடு, சோழ நாடு, பாண்டிய நாடு, பல்லவ நாடு என்பார்கள். அந்தந்தப் பகுதிகளை ஆண்ட மன்னர்களுடைய பெயரால் இப்பகுதிகள் இவ்வாறு அழைக்கப்படுகின்றன. இந்த மன்னர்களெல்லாம் மிகப்பெரிய பரப்புள்ள பகுதிகளை ஆண்டதால், இவர்களைப் 'பெருநில மன்னர்கள்' என்றார்கள். இதற்கு மாறாக, குறைந்த பரப்புள்ள பகுதிகளை ஆண்ட மன்னர்களும் பலர் இருந்தார்கள். இவர்களுக்குக் 'குறுநில மன்னர்கள்' என்று பெயர்.

'குறுநிலம்' என்ற சொல், 'குறுமை' என்ற சொல்லிலிருந்து வருகிறது. இதன் பொருள், குறுகிய தன்மை.

'குறுந்தொகை' என்ற சங்க இலக்கிய நூலின் பெயரிலும் 'குறுமை' இடம்பெற்றுள்ளது. குறைந்த எண்ணிக்கையிலான அடிகளைக் கொண்ட அகத்திணைப் பாடல்கள் இங்கு தொகுக்கப் பட்டுள்ளதால் இதனைக் குறுந்தொகை (குறுமை+தொகை) என்றார்கள். மாறாக, அதிக எண்ணிக்கையிலான அடிகளைக் கொண்ட அகத்திணைப் பாடல்களைத் தொகுத்த சங்க இலக்கிய நூலொன்றும் இருக்கிறது. அதற்கு நெடுந்தொகை (நெடுமை+தொகை) என்று பெயர்.

இந்தப் பெயரில் ஒரு நூலைக் கேள்விப்பட்டதே இல்லையே

என்கிறீர்களா? நீங்கள் 'அகநானூறு' என்ற பெயரில் அறிந்திருக்கும் நூலுக்குதான் 'நெடுந்தொகை' என்ற சிறப்புப் பெயர் வழங்கப்படுகிறது.

சங்க இலக்கியத்தில் இன்னொரு நூலின் பெயரிலும் குறுமை உள்ளது. ஐந்நூறு சிறிய பாடல்களின் தொகுப்பான அந்நூலை 'ஐங்குறுநூறு' என்கிறோம். அதாவது, ஐந்து+குறுமை+நூறு.

குறுமை, நெடுமை வேறுபாட்டைக் கணக்குப்பாடத்திலும் காணலாம். 'செங்கோணம்' (செம்மையான கோணம்) எனப்படும் 90 பாகை அளவைவிடக் குறைவாக உள்ளவற்றைக் குறுங்கோணம் என்றும், அதைவிட அதிகமாக உள்ளவற்றை நெடுங்கோணம் என்றும் குறிப்பிடுகிறார்கள்.

அகத்தியர் குள்ளமான (குறுகிய) தோற்றம் கொண்டவர். ஆகவே, அவரைக் 'குறுமுனிவர்' என்று அழைக்கிறோம். அளவில் சிறிய கவிதைகளைக் குறுங்கவிதை என்றும், சில நிமிடங்களுக்கே ஓடக்கூடிய படங்களைக் குறும்படம் என்றும் குறிப்பிடுகிறோம்.

சிறு மரங்கள் நிறைந்த காடுகளைக் 'குறுங்காடு' என்றழைக்கும் வழக்கம் உள்ளது. தேர்வுகளில் ஓரிரு சொற்களில் பதிலெழுதக் கூடிய வினாக்களைக் 'குறுவினா' என்கிறோம். அன்றைய மன்னர்கள், வீரர்கள் இடையில் செருகிவைத்திருந்த சிறிய வாளுக்குக் 'குறுவாள்' என்று பெயர்.

இப்படி மிகுந்த பழைமையையுடைய குறுமை என்ற சொல்லை இன்றைய கணினி உலகத்திலும் நாம் தொடர்ந்து பயன்படுத்துகிறோம். Compact Disc எனப்படும் சிறிய தகட்டில் பலவிதமான தகவல்களைப் பொதிந்துவைக்க இயலுகிறது என்பதால், அதைக் குறுந்தகடு, குறுவட்டு என்றெல்லாம் அழைக்கிறார்கள்.

இவ்வாறு பேசப்பேச குறுமையின் பெருமை இன்னும் நீளும். இந்தக் குறுங்கட்டுரையை இவ்வளவில் நிறைவுசெய்வோம்!

★★★

೨೬. சிறையில் தொடங்கிய உரை

வேலூர்ச் சிறை. அங்கு தமிழ்ப்பாடம் நடந்துகொண்டிருந்தது.

சிறையில் ஏது தமிழ்ப்பாடம்?

விடுதலைப் போராட்டத்தில் ஈடுபட்ட பலரை வெள்ளையர்கள் அந்தச் சிறையில் அடைத்திருந்தார்கள். அவர்களில் சிலர் மிகுந்த தமிழார்வம் கொண்டவர்கள். சிறையில் சும்மா இருக்கும் நேரத்தை வீணாக்காமல் பலவிதமான நூல்களைக் கற்பது, அவற்றைப்பற்றிச் சிந்திப்பது, பிறருடன் உரையாடுவது என்று நேரத்தைப் பயனுள்ளவகையில் பயன்படுத்திக்கொண்டார்கள்.

அந்தவகையில், சிறைக்குள் தமிழ்ப்பாடம் நடத்திக் கொண்டிருந்தார் நாமக்கல் கவிஞர் வெ.இராமலிங்கம் அவர்கள். ஓமந்தூரார், சுப்பண்ணர், முத்துக்கவுண்டர், நல்லாக் கவுண்டர், தேவாரம் பாரதி, நாராயணசாமி உள்ளிட்ட பலர் அவரிடம் கற்றார்கள்.

இங்கு கவனத்தில் கொள்ளவேண்டிய விஷயம், இவர்களெல் லாம் அனுபவமும் நல்ல சிந்தனைத்திறனும் புலமையும் கொண்டவர்கள். ஆகவே, நாமக்கல் கவிஞரிடம் பாடம் கேட்பதோடு நிறுத்தாமல், அவர் சொல்லித்தரும் விஷயங்களைப் பற்றிய தங்களுடைய கருத்துகளையும் பகிர்ந்துகொண்டார்கள்;

அவர் சொல்லும் விளக்கங்கள் பொருத்தமாகத் தோன்றாதபோது, அவற்றை மறுத்தும் பேசினார்கள்.

இந்த வகுப்பில் நாள்தோறும் கம்பராமாயணத்திலிருந்து இருபது பாடல்களும் திருக்குறளில் ஓர் அதிகாரமும் பாடமாக நடத்தப்பட்டன. குறட்பாக்களை விளக்குவதற்குப் பரிமேலழகர் உரையைப் பயன்படுத்தினார் நாமக்கல் கவிஞர்.

ஒருநாள், 'பொருள் செயல்வகை' என்ற அதிகாரத்திலிருந்த குறட்பாக்களை விளக்கிக்கொண்டிருந்தார் கவிஞர். அப்போது அவர் தந்த சில விளக்கங்கள் அவருடைய மாணவர்களுக்குச் சரியாகத் தோன்றவில்லை.

இதனால், வகுப்பில் பலவிதமான விவாதங்கள் எழுந்தன. வள்ளுவர் என்ன சொல்லவருகிறார் என்பதைப்பற்றிப் பலரும் தங்களுடைய கருத்துகளைச் சொன்னார்கள். அவர்களுடைய வினாக்கள், விளக்கங்கள், எதிர்வாதங்களையெல்லாம் கவிஞர் மிகவும் மகிழ்ச்சியுடன் கேட்டுக்கொண்டார்.

அப்போது, ஓமந்தூரார் சொன்னார், 'கவிஞரே, நீங்களே திருக்குறளுக்கு எளிய நடையில் ஒரு புதிய உரை எழுதலாமே!'

அன்று தொடங்கி, நாமக்கல் கவிஞர் உள்ளத்தில் அந்த விருப்பம் நிலைபெற்றுவிட்டது. திருக்குறளுக்கு ஓர் எளிய உரையை எழுதவேண்டும் என்று தீர்மானித்துக்கொண்டார்.

அதற்குமுன்பே திருக்குறளுக்குப் பல சிறந்த உரைகள் இருந்தன. எனினும், அவை சொல்லும் விளக்கங்கள் அனைத்தும் புரியக்கூடியவையா, புரிந்தாலும் ஏற்கக்கூடியவையா என்கிற கேள்வி இருந்தது. கவிஞர் தன்னுடைய சிந்தனையின் அடிப்படையில் குறளுக்குப் புதிய உரை எழுத எண்ணினார்.

அதன்பிறகு, எந்நேரமும் அவர் குறட்பாக்களைப்பற்றிதான் சிந்தித்துக்கொண்டிருந்தார். ஒரே குறளை வெவ்வேறுவிதமாகப் பதம்பிரித்துப் பார்த்தார், ஒவ்வொரு குறளுக்கும் சொல்லப்படுகிற பலவிதமான பொருட்களை ஆராய்ந்தார், அனைத்தையும் சீர்தூக்கிப் பார்த்து, அவற்றுள் பொருத்தமானதாகத் தான் கருதியவற்றை உரையாக எழுதினார்.

இந்தக் கடின உழைப்பின் பலனாக, அவருடைய திருக்குறள் உரை நூல் சிறப்பாக வெளியானது. அதற்குத் 'திருக்குறள் புது உரை' என்று பெயர் சூட்டினார் நாமக்கல் கவிஞர். காரணம், பல குறட்பாக்களுக்கு அவர் தந்திருந்த விளக்கங்கள் முற்றிலும் புதுமையானவையாக இருந்தன, இதற்குமுன் வெளியான உரைகளிலிருந்து மிகவும் வேறுபட்டிருந்தன.

நாமக்கல் கவிஞருடைய திருக்குறள் உரை இன்றும் பரவலாக வாசிக்கப்படுகிறது. அவருடைய புதுமைக் கண்ணோட்டமும் ஆழமான சிந்தனைத்திறனும் அந்நூலில் மிகச்சிறப்பாக வெளிப்படுகின்றன. வள்ளுவருடைய பாடல்களை இன்னும் அழகாகப் பொதுமக்களிடம் கொண்டுசென்று நல்லொழுக்கத்தைப் பரப்புகின்றன.

★★★

௯7. விருந்தோம்பலின் சிறப்பு

ஒருவர் தன்னுடைய நண்பர் அல்லது உறவினர் வீட்டுக்குச் செல்கிறார். அவருடைய வீட்டார் இவரை எப்படி வரவேற்கிறார்கள்?

கதவைத் திறந்ததும் மலர்ச்சியான சிரிப்போடு இவரை உள்ளே அழைக்கிறார்கள். ‘வாங்க, வாங்க’ என்று உணர்ச்சிமயமாகப் பலமுறை சொல்கிறார்கள். வசதியான இடத்தைக் காட்டி அமரச்சொல்கிறார்கள், மின்விசிறியைத் தட்டிவிடுகிறார்கள், தாகத்துக்கு நீரோ மோரோ தருகிறார்கள், தின்பண்டங்களைக் கொண்டுவருகிறார்கள், ‘உங்களைப் பார்த்து ரொம்ப நாளாச்சு, வீட்ல எல்லாரும் நலமா? உங்க வேலை நல்லா நடக்குதா? உடல்நலம் சிறப்பா இருக்கா?’ என்றெல்லாம் விசாரிக்கிறார்கள். இவருக்குப் பிடித்ததைப் பார்த்துப்பார்த்துச் சமைத்து உணவிடுகிறார்கள்.

இதுபோன்ற அன்பான வரவேற்பால், விருந்தோம்பலால், வந்தவர் மனம் மகிழ்கிறார். அவர்களுக்கிடையிலான நட்பும் உறவும் பலமாகிறது.

மாறாக, ‘இவர் எதற்கு இங்கே வந்தார்?’ என்பதுபோன்ற வேண்டாவெறுப்பான முகத்தோற்றத்துடன் உள்ளே அழைத்தால்? சரியாகக் கவனிக்காமல் ‘எப்போது கிளம்புவார்?’

என்பதுபோல் நடந்துகொண்டால்? அந்த வீட்டுக்கு மீண்டும் செல்லத் தோன்றுமா?

'ஓம்புதல்', 'ஓம்பல்' ஆகிய சொற்கள் போற்றுதல், உபசரித்தல் என்ற பொருளில் வருகின்றன. விருந்தினர்களை இவ்வாறு நன்முறையில் கவனித்துக்கொள்வது 'விருந்தோம்பல்' எனப்படுகிறது.

விருந்தோம்புவதற்குப் பணம் தேவையில்லை; மனம்தான் வேண் டும். வசதியற்ற ஏழைகள் வீட்டிலும் சிறந்த விருந்தோம்பலைக் காண்கிறோம். அவர்கள் தங்களிடம் இருப்பதைக் கொண்டு விருந்தினர்களைச் சிறப்பாக உபசரித்து மகிழ்கிறார்கள்.

இதற்குச் சிறந்த எடுத்துக்காட்டு, பெரியபுராணத்தில் இடம்பெற்றுள்ள இளையான்குடிமாறநாயனாரும் அவருடைய மனைவியாரும். இவர்கள் வறுமையில் வாடியபோதும், தங்கள் வீட்டுக்கு வந்த விருந்தினருக்குச் சிறப்பானமுறையில் உணவளிக்க விரும்புகிறார்கள்.

ஆனால், அப்போது அவர்கள் வீட்டில் அரிசியே இல்லை; பக்கத்து வீட்டில் கேட்கலாம் என்றால், இரவாகிவிட்டது; நல்ல மழையும் பெய்துகொண்டிருக்கிறது.

ஆகவே, இளையான்குடிமாறநாயனார் கொட்டும் மழையில் வயலுக்குச் செல்கிறார், அன்று பகற்பொழுதில் விதைத்த முளைநெல்லை வாரிக்கொண்டு வருகிறார். அவருடைய மனைவி அதைக் கழுவிச் சமைக்கிறார்.

அதற்குமுன்னால், அடுப்பைப் பற்றவைக்கவேண்டுமே. அதற்கு விறகு இல்லையே!

தன் வீட்டின் மேற்கூரையிலிருக்கும் வரிச்சுகளை அறுத்துப் போடுகிறார் இளையான்குடிமாறநாயனார். அதைக்கொண்டு அடுப்பைப் பற்றவைத்துச் சாதம் சமைக்கிறார் அவருடைய மனைவி.

அடுத்து, சாதத்தைப் பிசைந்துகொள்ள ஏதாவது கறி வேண்டுமே. தோட்டத்தில் இருக்கும் சிறுபயிர்களைப் பிடுங்கிக்கொண்டு

வருகிறார் இளையான்குடிமாறநாயனார். அவருடைய மனைவி அவற்றைக் கறியாகச் சமைக்கிறார்.

இத்தனைச் சிரமமும் எதற்காக? அவர்கள் உண்ணுவதற்காக இல்லை. வீட்டுக்கு வந்துள்ள விருந்தினருக்குச் சாப்பாடு போடுவதற்காகதான்.

அதற்காக விதை நெல்லை வாரிக்கொண்டு வரலாமா என்று வருந்தாதீர்கள். விருந்தினரை ஒழுங்காகக் கவனித்துக்கொண்டு, அவர்கள் உண்டபின் மீதியிருக்கும் உணவைத் தான் உண்டு வாழ்கிறவர்களுடைய நிலத்தில், எதையும் விதைக்காமலேயே பயிர் விளையும் என்று பாராட்டிச் சொல்கிறார் திருவள்ளுவர்:

> வித்தும் இடல் வேண்டும்கொல்லோ, விருந்து ஓம்பி
> மிச்சில் மிசைவான் புலம்

ஆகவே, உங்கள் வீட்டுக்கு வரும் விருந்தினர்களை அன்பாக வரவேற்று உபசரியுங்கள். அதனால் உறவும் பலமாகும், உங்கள் வாழ்க்கையும் இனிமையாக இருக்கும்.

★★★

௯8. பொறி எக்கி

'ஹோலி' என்பது ஒரு வட இந்தியப் பண்டிகை. கடந்த சில ஆண்டுகளாக, தென்னிந்திய நகரங்களிலும் ஆங்காங்கே இப்பண்டிகை கொண்டாடப்படுகிறது.

வண்ணங்கள்தான் ஹோலிப் பண்டிகையின் அடையாளம். வண்ணப்பொடிகளைப் பிறர்மீது தூவுவார்கள், பூசுவார்கள், வண்ண நீரைப் பீச்சாங்குழலில் உறிஞ்சிப் பிறர்மீது தெளிப்பார்கள்.

இதற்காக, ஹோலிப் பண்டிகையின்போது விதவிதமான பீச்சாங்குழல்கள் விற்பனைக்கு வருகின்றன. பெரியவர்களும் சிறுவர்களும் அவற்றை வாங்கிக் கொண்டாடுகிறார்கள்.

இந்தப் பிளாஸ்டிக் பீச்சாங்குழல்கள் வட இந்தியாவிலிருந்து நம் ஊருக்கு வந்திருக்கலாம். ஆனால், பீச்சாங்குழல் என்பது நமக்கொன்றும் புதியதில்லை. பல நூற்றாண்டுகளுக்குமுன்பாகவே நம் ஊரில் பீச்சாங்குழல்கள் இருந்தன, அவற்றில் நீரை நிரப்பிப் பிறர்மீது தெளித்து விளையாடும் வழக்கமும் இருந்தது என்கிறார் முனைவர் கொடுமுடி ச.சண்முகன். அவருடைய 'பண்டைப் பாசனப் பொறியியல்' என்ற நூலில், 'பொறி எக்கி' என்ற இந்தப் பீச்சாங்குழலை எப்படித் தயாரிப்பது என்று தெளிவாக விவரித்திருக்கிறார்:

முதலில், மூங்கிலில் இரண்டு கணுக்களின்கீழ் வெட்டிக் கொள்ளவேண்டும். இதன்மூலம், ஒருபக்கம் அடைபட்ட, இன்னொருபக்கம் திறந்த குழாய் ஒன்று கிடைக்கும்.

இப்படி அடைத்த பகுதியில் சிறு துளை ஒன்றைச் செய்துகொள்ளவேண்டும். மறுபக்கம் திறந்த பகுதியில் இறுக்கமான துணிப்பந்து ஒன்றை நுழைக்கவேண்டும். அந்தத் துணிப்பந்தின் முனையில் ஒரு கோலைப் பொருத்தவேண்டும்.

இப்போது, துளையுள்ள மூங்கில் பகுதியை நீருக்குள் நுழைக்க வேண்டும், மறுபக்கமுள்ள கோலைப் பிடித்துப் பின்னால் இழுக்கவேண்டும்.

இதனால், கோலுடன் இணைந்துள்ள துணிப்பந்து பின்னோக்கி நகரும், மூங்கிலினுள் வெற்றிடம் உருவாகும் அந்த வெற்றிடத்தை நிரப்புவதற்காகத் தண்ணீர் குழாய்க்குள் நுழையும்.

அதன்பிறகு, இந்தக் குழாயை யாரை நோக்கியாவது பிடித்துக் கொண்டு கோலை அழுத்தவேண்டும். இதனால், துணிப்பந்து குழாய்க்குள் உள்நோக்கி நகர்ந்து நீரை அழுத்தும். அந்த அழுத்தத்தால், மறுபக்கத்திலிருக்கிற துளையின்வழியாகத் தண்ணீர் அவர்கள்மேல் பீச்சி அடிக்கும்.

வியப்பான விஷயம், இன்றைய ஹோலிப் பண்டிகைப் பீச்சாங் குழல்களும் கிட்டத்தட்ட இதே அறிவியல் அடிப்படையில்தான் இயங்குகின்றன. அன்றைய தமிழர்களும் இதை அறிந்திருந்தார்கள், மகிழ்வான ஆற்றங்கரை விளையாட்டுக்குப் பயன்படுத்திக்கொண்டார்கள்.

சொல்லப்போனால், இந்நாள் பீச்சாங்குழல்களைவிட, அந்நாள் பீச்சாங்குழல்கள் மிகச்சிறந்தவை. ஏனெனில், இன்றைய பிளாஸ்டிக் பீச்சாங்குழல்கள் உடைந்துபோனால், குப்பையாகி உலகைச் சீர்கெடுக்கும். மூங்கில் பீச்சாங்குழல்களோ மட்கி மண்ணோடு கலந்துவிடும்!

★★★

௭௭. மாசில்லா வாழ்க்கை

சுற்றுச்சூழலைப் பற்றிய கட்டுரைகளில் 'மாசு' என்ற சொல் அடிக்கடி இடம்பெறும்.

எடுத்துக்காட்டாக, காற்றில் தூய்மையற்ற பொருட்கள் கலந்திருப்பதைக் 'காற்று மாசு' என்பார்கள், மிகுந்த இரைச்சலுள்ள இடங்களை 'ஒலி மாசு' என்பார்கள், இதேபோல் நில மாசு, நீர் மாசு என்று பலவற்றைச் சொல்லலாம்.

ஆக, 'மாசு' என்றால் குற்றம், பிழை. அதை அகற்றினால்தான் காற்றோ ஒலியோ நிலமோ நீரோ தூய்மையாகும். அதற்குதான் அரசுகளும் தனியார் நிறுவனங்களும் பொதுமக்களும் முனைந்துவருகிறார்கள்.

ஆனால், இவையெல்லாம் புறவுலகில் உள்ள மாசுகள். அகவுலகிலும், அதாவது, நமக்குள்ளும் சில மாசுகள் உண்டு. அவற்றையும் அகற்றுவதற்கு நாம் முனையவேண்டும்.

மூதுரையில் ஔவையார் 'மாசு அறக் கற்றோன்' என்கிறார். அதாவது, எதையும் அரைகுறையாகப் பிழைகளோடு படிக்கக்கூடாது; முழுமையாக, நன்கு உணர்ந்து படிக்கவேண்டும்.

திருக்குறளில் வரும் 'கசடு அறக் கற்க' என்பதும் இதே பொருளைத்தான் உணர்த்துகிறது.

இன்னொரு குறளில், 'மனத்துக்கண் மாசு இலன் ஆதல்' என்கிறார் திருவள்ளுவர். அதாவது, மனத்தில் குற்றமில்லாமல் இருக்கவேண்டும்.

இந்த இரு கருத்துகளையும் அறநெறிச்சாரத்தில் தொகுத்துச் சொல்கிறார் முனைப்பாடியர்: *'மாசு மனத்து அகத்து இல்லாமை, ஆசு இன்றிக் கற்றல் நெறி.'*

அவ்வாறு மாசின்றி வாழ்கிறவர்களுடைய வாயிலிருந்து பயனற்ற சொற்கள் ஒருபோதும் வராது என்கிறது வேறொரு திருக்குறள்: *'பொருள் தீர்ந்த பொச்சாந்தும் சொல்லார், மருள் தீர்ந்த மாசு அறு காட்சியவர்.'*

சொற்களால்மட்டுமில்லை, செயலாலும் அவர்கள் பிறருக்குத் துன்பம் தரமாட்டார்கள் என்கிறது மற்றொரு திருக்குறள்: *'பிறர்க்கு இன்னா செய்யாமை மாசு அற்றார் கோள்.'*

ஒருவேளை, மாசற்றவர்களுக்குப் பிறர் துன்பம் தந்தால்?

அப்போதும், மாசற்றவர்கள் நிலை தடுமாறமாட்டார்கள், அவர்களுக்குப் பிறர் துன்பம் தந்தாலும், இவர்கள் அவர்களைத் துன்புறுத்தமாட்டார்கள் என்று உறுதியாகச் சொல்கிறார் திருவள்ளுவர். *'கறுத்து இன்னா செய்த அக்கண்ணும், மறுத்து இன்னா செய்யாமை மாசு அற்றார் கோள்.'*

நம்முடைய மனத்தில் குற்றங்களை அகற்றுவதுடன், அப்படிக் குற்றமில்லாமல் வாழ்கிறவர்களுடன் நட்பாகவேண்டும் என்றும் திருவள்ளுவர் வலியுறுத்துகிறார், அதுவும் ஒருமுறையில்லை, இருமுறை வெவ்வேறு குறள்களில் சொல்கிறார்:

★ *மறவற்க மாசு அற்றார் கேண்மை (குறள் 106)*

★ *மருவுக மாசு அற்றார் கேண்மை (குறள் 800)*

இப்படி மாசு என்று பலமுறை பொதுவாகச் சொல்லிக் கண்டிக்கும் திருவள்ளுவர், ஒரு குறளில் 'மடி என்னும் மாசு'

என்கிறார். அதாவது, சோம்பல் என்னும் குற்றத்தைச் சிறப்பாக எடுத்துக்காட்டித் திருத்துகிறார்.

சோம்பலைப்போலவே பொறாமை, பிறரைப்பற்றிப் புறங்கூறுதல், பயனற்றவற்றைப் பேசுதல், பிறருடைய பொருள்மீது ஆசைப்படுதல், தகுதியற்றவர்களுடன் பழகுதல், பொய் பேசுதல், சினம், பேராசை, கல்லாமை, தீய பழக்கங்கள் என்று இன்னும் பல மாசுகள் இருக்கின்றன. இவை நமக்குள் உள்ளனவா என்று ஆராய்வதும், ஒவ்வொன்றாக அகற்றுவதும் நம் கடமை. அதுவே நமக்கு உயர்வை அளிக்கும்.

★★★

100. சிறுவர் அமைச்சரவை

பொதுவாக ஓர் அமைச்சருக்கு என்ன வயதிருக்கும்?

மிக இளம் வயதிலேயே அமைச்சராகிறவர்கள் சிலர் உண்டு. ஆனால், பெரும்பாலானோர் நாற்பது, ஐம்பது வயதைத் தாண்டியவர்களாகதான் இருப்பார்கள்.

இதற்கு மாறாக, ஐந்து அல்லது ஆறு வயதிலேயே ஒருவர் அமைச்சரானால் எப்படியிருக்கும்!

ஐந்தாறு வயதுச் சிறுபிள்ளையை அமைச்சராக்குவதா என்று பதறவேண்டாம். இந்தக் குழந்தைகள் ஆளப்போவது மாநிலத்தையோ நாட்டையோ இல்லை, அவர்களுடைய சொந்த வகுப்பறையைதான்.

அன்றைய பள்ளிகளில் பாடத்திட்டத்துடன் நல்லொழுக்கங்கள், பொறுப்புகளையும் குழந்தைகளுக்குச் சொல்லிக் கொடுத்துவந்தார்கள். இதற்காக, ஒவ்வொரு வகுப்பிலும் ஓர் அமைச்சரவை உருவாக்கப்பட்டது. வெவ்வேறு சிறுவர்களை இந்த அமைச்சரவைக்குத் தேர்ந்தெடுத்து, ஒவ்வொருவருக்கும் ஒவ்வொரு பொறுப்பை ஒதுக்கினார்கள். அதன்மூலம், தங்கள்

வகுப்பறையைத் தாங்களே நன்கு கவனித்துக்கொள்வதற்குச் சொல்லித்தந்தார்கள்.

எடுத்துக்காட்டாக, அன்றைய முதல் வகுப்பில் பலவகை அமைச்சர்கள் இருந்ததாக விரிவாகப் பட்டியலிடுகிறார்கள் கே.அரங்கநாதன், மு.அருணாசலம். அந்த அமைச்சர்களுடைய பெயரும் பொறுப்பும் பின்வருமாறு:

வகுப்பு அமைச்சர்: இவர் வகுப்பின் பொதுத் தேவைகளைக் கவனித்துக்கொள்வார்; எடுத்துக்காட்டாக, வகுப்புப் பொருட்களைத் திருத்தமாக வைத்திருத்தல், மற்ற வகுப்புகளோடு ஒத்துழைத்தல், வகுப்புக்கு வருகிற விருந்தினர்களைக் கவனித்துக்கொள்ளுதல் போன்றவை இவருடைய பொறுப்புகளாகும்

தக்ளி அமைச்சர்: அன்றைய பள்ளிகளில் மாணவர்களுக்கு நூல் நூற்கும் பயிற்சி வழங்கப்பட்டது. அதற்குத் தேவையான 'தக்ளி' என்ற கருவிகளை மாணவர்களுக்கு வழங்குவதும், திரும்பப்பெறுவதும், மாணவர்கள் நூற்ற நூலைப் பொறுப்பாக வாங்கிவைப்பதும் இந்த அமைச்சருடைய பொறுப்புகள்

அட்டை அமைச்சர்: மாணவர்களுக்குத் தேவையான அட்டைகளைக் கொடுப்பது, வாங்கிவைப்பது, பராமரிப்பது ஆகியவை இவருடைய பொறுப்புகள்

தூய்மை அமைச்சர்: வகுப்பறை, அதைச் சுற்றியிருக்கும் இடங்கள், பள்ளியின் விளையாட்டு மைதானம் போன்றவற்றைத் தூய்மையாக வைத்திருப்பது ஆகியவை இவருடைய கடமைகள்

தண்ணீர் அமைச்சர்: மாணவர்கள் குடிப்பதற்காகப் பானையில் தண்ணீர் நிரப்புவது, அந்தப் பானையை, நீர் குடிக்கும் குவளையைத் தூய்மையாக வைத்தல் ஆகியவை இவருடைய பொறுப்புகள்

வேளாண்மை அமைச்சர்: அன்றைய பள்ளிகளில் தோட்ட வேலை, வேளாண்மைப் பணிகளெல்லாம் கற்றுத்தரப்பட்டன. அதுதொடர்பான பணிகளை இந்த அமைச்சர் கற்றுக்கொள்வார்

கலை அமைச்சர்: வகுப்பை அழகாக அலங்கரித்தல், விழாக்கள், கொண்டாட்டங்கள் போன்றவற்றுக்கு ஏற்பாடு செய்தல் ஆகியவை இவருடைய பணிகள்

யாரெல்லாம் அமைச்சராகலாம்?

அந்த வகுப்பில் படிக்கிற யார் வேண்டுமானாலும் எந்த அமைச்சர் பொறுப்பையும் ஏற்றுக்கொள்ளலாம். அதைச் சிறப்பாக நிறைவேற்றுவதற்கு ஆசிரியர்களும் பெரிய வகுப்பு மாணவர்களும் அவர்களுக்கு உதவுவார்கள்.

அமைச்சர்களுடைய பதவிக்காலம், ஒரு மாதம். அதாவது, ஒவ்வொரு மாதம் பிறக்கும்போதும் புதிய அமைச்சர்கள் தேர்ந்தெடுக்கப்படுவார்கள். முந்தைய மாதம் அமைச்சராக இருந்தவர்கள் தங்களுடைய பொறுப்புகளை இவர்களிடம் ஒப்படைக்கவேண்டும், புதிய அமைச்சர்களுக்கு ஒத்துழைக்க வேண்டும்.

சிறுபிள்ளைகளிடம் இதுபோன்ற பெரிய பொறுப்புகள் ஒப்படைக்கப்படும்போது, அவர்களுக்கு அக்கறையும் ஒழுங்கும் வரும். ஆசிரியர்களுடைய பணிச்சுமையும் சிறிதளவு குறையும். தாங்களே வகுப்பைச் சிறப்பாக நடத்துகிறோம் என்ற எண்ணம் மாணவர்கள் மத்தியில் உண்டாகும், அது அவர்களுடைய தன்னம்பிக்கையை வளர்க்கும்.

உங்களுக்கு அமைச்சராகும் விருப்பம் உண்டா? ஒருவேளை, உங்களுடைய வகுப்பில் ஓர் அமைச்சரவை அமைக்கப்பட்டால், நீங்கள் முதலில் எந்த அமைச்சர் பொறுப்பை ஏற்றுக்கொள்வீர்கள்?

★★★

தெளிவான எழுத்தும் ஆழமான ஆய்வும் நிறைந்த நூல்களுக்காகத் தமிழ் வாசகர்களிடையில் நன்கு அறியப்பட்டுள்ள என். சொக்கன் புனைவு, வாழ்க்கை வரலாறு, நிறுவன வரலாறு, தன்னம்பிக்கை, சிறுவர் இலக்கியம் உள்ளிட்ட துறைகளில் இதுவரை எழுபதுக்கும் மேற்பட்ட நூல்கள், நூற்றுக்கணக்கான கதைகள், கட்டுரைகளை எழுதியுள்ளார். விரிவான ஆய்வுகள், சான்றுகளின் அடிப்படையிலான ஆழமான வரலாற்று நூல்களைத் தமிழில் எழுத இயலும், அவற்றைப் பெரும்பான்மை வாசகர்களுக்குக் கொண்டுசேர்க்கவும் இயலும் என்பதைப் பலமுறை நிரூபித்த எழுத்து வகை இவருடையது.

தமிழ், ஆங்கிலம் ஆகிய இரு மொழிகளிலும் எழுதும் சொக்கனுடைய நூல்கள் ஹிந்தி, கன்னடம், மலையாளம் உள்ளிட்ட பல மொழிகளில் மொழிபெயர்ப்பாகியுள்ளன.

www.ingramcontent.com/pod-product-compliance
Lightning Source LLC
LaVergne TN
LVHW060223051026
849517LV00005B/1500

* 9 7 8 9 3 9 5 7 3 1 0 1 0 *